ഋതുകല്പന

rithukalpana
novel

•

thulaseedharan changamannil

•

first edition
february 2018

•

typesetting & published
chintha publishers, thiruvananthapuram

•

printed
time offset printers, thiruvananthapuram

•

cover
midas

•

വിതരണം

ദേശാഭിമാനി ബുക്ക് ഹൗസ്
H O തിരുവനന്തപുരം–695 035
phone: 0471-2303026, 6063026
www.chinthapublishers.com
chinthapublishers@gmail.com

ബ്രാഞ്ചുകൾ

ഹെഡ്ഡാഫീസ് ബ്രാഞ്ച് കുന്നുകുഴി • സ്റ്റാച്യു തിരുവനന്തപുരം • കെ എസ് ആർ ടി സി ബസ് സ്റ്റേഷൻ ആലപ്പുഴ • കെ എസ് ആർ ടി സി ബസ് സ്റ്റേഷൻ എറണാകുളം • മച്ചിങ്ങൽ ലെയ്ൻ തൃശൂർ • ഐ ജി റോഡ് കോഴിക്കോട് • മാവൂർ റോഡ് കോഴിക്കോട് • എൻ ജി ഒ യൂണിയൻ ബിൽഡിങ് കണ്ണൂർ • സെൻട്രൽ ബസ് ടെർമിനൽ കോംപ്ലക്സ് താവക്കര കണ്ണൂർ

CO - 2823 / 4557
ISBN - 978-93-86637-92-5

ഋതുകല്പന

(നോവൽ)

തുളസീധരൻ ചാങ്ങമണ്ണിൽ

ചിന്ത പബ്ലിഷേഴ്സ്
തിരുവനന്തപുരം-695 035

തുളസീധരൻ ചാങ്ങമണ്ണിൽ

പത്തനംതിട്ട ജില്ലയിലെ കൂടൽ- മുറിഞ്ഞകല്ലിൽ ജനനം. അച്ഛൻ: പത്മനാഭൻ, അമ്മ: കുഞ്ഞിക്കുട്ടിയമ്മ.

മുറിഞ്ഞകൽ ഗവ: എൽ പി സ്കൂൾ, കൂടൽ ഗവ: ഹൈസ്കൂൾ, പത്തനാപുരം സെന്റ് സ്റ്റീഫൻസ് കോളേജ് എന്നിവിടങ്ങളിൽ വിദ്യാഭ്യാസം. കൂടൽ പബ്ലിക് ലൈബ്രറി സെക്രട്ടറി. കേരള ശാസ്ത്രസാഹിത്യപരിഷത്ത്, താലൂക്ക് ലൈബ്രറി കൗൺസിൽ എന്നിവയിലും വിവിധ സാംസ്കാരിക സമിതികളിലും അംഗമായി പ്രവർത്തിക്കുന്നു. *അതിജീവനവഴിയിലെ ചുവന്ന അക്കങ്ങൾ* (ചെറുകഥാസമാഹാരം). ഗ്രന്ഥപ്പുര കഥാപുരസ്കാരം, കെ ജി ഒ എ കവിതാ പുരസ്കാരം എന്നിവ ലഭിച്ചു. ആനുകാലികങ്ങളിൽ കഥ, കവിത, ലേഖനം എന്നിവ എഴുതുന്നു. പഞ്ചായത്ത് വകുപ്പിൽ ജീവനക്കാരൻ.

ഭാര്യ : രമാഭായി

മക്കൾ : ഗൗതം കൃഷ്ണ, സിദ്ധാർത്ഥ് കൃഷ്ണ

വിലാസം : മുറിഞ്ഞകൽ, കൂടൽ പി ഒ
പത്തനംതിട്ട ജില്ല. പിൻ: 689 693.

ഫോൺ : 9495542720, 0468 2396188

email : tulsichangamanil@gmail.com

പ്രസാധകക്കുറിപ്പ്

അനാചാരങ്ങളും ആഭിചാരങ്ങളും പ്രാകൃത ബന്ധങ്ങളും ജീവിത ക്രമമായിക്കഴിഞ്ഞിരുന്ന ഒരു മലയോര ഗ്രാമത്തിലേക്ക് ആധുനികതയുടെ വെട്ടവുമായി ചിലർ കടന്നുവരുന്നു. പുതിയ മനുഷ്യനെ സ്വപ്നം കാണാൻ കഴിഞ്ഞ അവർ നാട്ടുപാതകൾ മാത്രമല്ല തെളിച്ചെടുത്തത് മനുഷ്യ ഹൃദയങ്ങളിലേക്കുള്ള വിമോചനപ്പാതകൾ കൂടിയായിരുന്നു. ഉണർവ്വിന്റെ ആ കാലത്തെ ഒരു മദ്ധ്യതിരുവിതാംകൂർ ഗ്രാമത്തിന്റെ ജീവിത താളങ്ങളുടെ പശ്ചാത്തലത്തിൽ വരച്ചിടുകയാണീ നോവൽ. പ്രാദേശിക വഴക്കങ്ങളും മനുഷ്യ മനസ്സിന്റെ സവിശേഷതകളെ ചിത്രീകരിക്കുവാനുതകുന്ന ശക്തമായ ഭാഷയും ഈ നോവലിനെ വേറിട്ടൊരു കൃതിയാക്കുന്നു. പുതിയ കുതിപ്പുകളിലേക്ക് മലയാളക്കരയാകെ ഉണരുമ്പോൾ വന്ന വഴികളിലേക്കൊന്നു തിരിഞ്ഞു നോക്കുകകൂടിയാണീ നോവൽ.

ചിന്ത പബ്ലിഷേഴ്സ്

ഒരുവൻ ലോകം മുഴുവൻ നേടിയാലും
തന്നെത്തന്നെ നഷ്ടപ്പെടുത്തുകയോ
നശിപ്പിക്കുകയോ ചെയ്താൽ
അവന് എന്തുപ്രയോജനം?

വിശുദ്ധ വേദപുസ്തകം
ലൂക്കായുടെ സുവിശേഷം
9-ാം അദ്ധ്യായം, 25-ാം വാക്യം

ഒന്ന്

മഴ ഇടിച്ചുകുത്തിപ്പെയ്യുന്നു.

കൂരിരുളിനുകുറുകെ കനലുവിതറിപ്പുളയ്ക്കുന്ന കൊള്ളിയാൻ പിണർപ്പുകൾ. ഇടയ്ക്കിടയ്ക്ക് നടുക്കുന്ന ഇടിമുഴക്കം. ഇടിമുഴക്കത്തിന്റെയലകൾ ഏറെനേരം നീണ്ടുനില്ക്കും. വിദൂരതയിലേക്ക് ഇടിമുഴക്കം നേർത്തുപോകുമ്പോൾ, മഴയുടെ ആരവത്തിലലിഞ്ഞ് കാലൻപട്ടിയുടെ നീട്ടിനീട്ടിയുള്ള മോങ്ങൽ. രാക്ഷസൻപാറയുടെ ചെരിവിലൂടെയെത്തുന്ന തണുത്തകാറ്റ് ചിലപ്പോഴൊക്കെ ശക്തിപ്രാപിക്കും. ഹുങ്കാരത്തോടെ ചുറ്റിയടിക്കുന്ന കാറ്റിൽ മരച്ചില്ലകൾ ആടിയുലയുന്നു. കാറ്റുപിടിച്ച് ചിലതൊക്കെ ഒടിഞ്ഞുവീഴുന്നുണ്ട്.

രാത്രിമഴ തിമിർത്തുപെയ്യുകയാണ്.

ഇമ്മാതിരിയൊരു പെരുമഴ വേനൽക്കാലത്ത് അപ്രതീക്ഷിതമാണ്. ഉഷ്ണിച്ചുനീറുന്ന വേനൽ രാത്രിക്ക് ഏറെ ആശ്വാസമേകി പെയ്തിറങ്ങിയിട്ടും മാധവിയുടെയുള്ളം ഉരുകിത്തിളയ്ക്കുകയായിരുന്നു. പെയ്ത്തിന്റെ ഉറഞ്ഞാട്ടമൊന്നും അവൾ അറിയുന്നതേയില്ലായിരുന്നു. ജനാലയിലൂടെ മുറിക്കുള്ളിലേക്കു വീശുന്നകാറ്റിൽ അണഞ്ഞുപോകാതെ ഒതുക്കിവച്ച മണ്ണെണ്ണവിളക്കിന്റെ വെട്ടത്തിൽ അവൾ കേശവൻകുട്ടിയെത്തന്നെ നോക്കിയിരിക്കുകയാണ്.

അവന്റെ കടവാക്കോണിലൂടെ പഴുത്തകഫവും നുരയും ഇപ്പോഴും ഇറ്റുന്നുണ്ട്. കണ്ടമാനം ചോരചാലിച്ച കഫവും നുരയും അവന്റെ കുപ്പായത്തിലൂടെയൊലിച്ചിറങ്ങി അവളുടെ മടിയിലേക്കും നനവുപടർത്തിയിട്ടുണ്ട്. വിറങ്ങലിച്ച ദേഹത്തുനിന്നും അവന്റെ പനിച്ചൂട് വിട്ടുമാറാൻ വിസമ്മതിക്കുന്നതുപോലെ.

അവളുടെ മുഖത്തേക്കുതന്നെ അവൻ നോക്കിക്കിടക്കുന്നു.

കുറച്ചുമുമ്പ്, തന്റെ മടിയിൽക്കിടന്ന് പ്രാണവായുവിനുവേണ്ടി ചുരുണ്ടുപുളഞ്ഞ കേശവൻകുട്ടിയിപ്പോൾ ശാന്തനായി കിടക്കുന്നു.

അവന്റെ ചുണ്ടുകളിൽ നേരിയ മന്ദഹാസം. നനവുപറ്റിയ കണ്ണുകൾ തന്നോടെന്തോ കേണപേക്ഷിക്കുന്നതുപോലെ.

കേശവൻകുട്ടി.............

എനിക്കറിയാം. നീയെന്താണ് എന്നോടുപറയുന്നതെന്ന്.

രാത്രിവെളുക്കുവാൻ ഇനിയുമേറെയുണ്ടല്ലോ. ഈ രാത്രിമുഴുവൻ; ഇങ്ങനെ, എന്റെ മടിയിൽ നീ സ്വസ്ഥനായി കിടന്നുകൊള്ളു. നിന്റെ നനവുപറ്റിയകണ്ണുകൾ........ മന്ദഹസിക്കുന്നചുണ്ടുകൾ..... ഇല്ല. നിന്റെ കണ്ണിലെ ആർദ്രതയും ചുണ്ടിൽ പറ്റിപ്പിടിച്ച ചോരപ്പാടും ഞാൻ ഒപ്പിയെടുക്കില്ല. സ്വസ്ഥനായ നിന്നെ, ഇങ്ങനെ ഏറെനേരം ഞാൻ കാണട്ടെ; വെളുക്കുവോളം.

ഇല്ല കേശവൻകുട്ടി. ഞാൻ ഇനിയും കരയില്ല. നിന്നെക്കുറിച്ചുള്ള ഓർമ്മകൾ..... നീയെനിക്കുതന്ന ജീവിതം....... നിന്നോടൊപ്പം കഴിഞ്ഞ നിമിഷങ്ങൾ....... എല്ലാമെല്ലാം; എനിക്കെന്നും സന്തോഷം നിറഞ്ഞതായിരുന്നു.

നാരായണൻകുട്ടിയേട്ടൻ പാവമായിരുന്നു. നല്ലവനുമായിരുന്നു. എല്ലാവരാലും ബഹുമാനിക്കപ്പെട്ടവൻ. എന്നോട് എന്തു സ്നേഹമായിരുന്നെന്നോ. പക്ഷേ,......... കഴുത്തിൽ മിന്നുചാർത്തിയത് നാരായണൻകുട്ടിയേട്ടനായിരുന്നെങ്കിലും ജീവിതം തന്നത് നീയാണ്. എന്നെ ഒരു പെണ്ണിന്റെ പൂർണ്ണതയിലേക്കെത്തിച്ചത്– അമ്മയാക്കിയത്– ജീവിതത്തിന് അർത്ഥമേകിയത് നീയാണു കേശവൻകുട്ടി.

എല്ലാവരാലും വെറുക്കപ്പെട്ടവൾ; എല്ലാമെല്ലാം എന്നെന്നേക്കുമായി അവസാനിപ്പിക്കണമെന്ന് ഉറപ്പിച്ചതാണ്. അപ്പൂപ്പൻതാടിപോലെ ലോലമായി, മനഃസാന്നിദ്ധ്യം നഷ്ടപ്പെട്ട നേരത്ത് അവിചാരിതമായിരുന്നു നിന്റെ സാമീപ്യം. രക്ഷകനായി കൈയിൽ മുറുകെപ്പിടിച്ചപ്പോൾ കച്ചിത്തുരുമ്പുകിട്ടിയ കുഞ്ഞുറുമ്പിനെപ്പോലെ നിന്നോടൊപ്പം നടക്കുകയായിരുന്നു. അല്ല. എങ്ങോട്ടെന്നില്ലാതെ ഓടുകയായിരുന്നു. എന്തിനായിരുന്നുവെന്ന് ഒരു നിശ്ചയവും ഇല്ലായിരുന്നു.

പിന്നെ; ഇവിടെ........

അപരിചിതമായ ആനക്കുളത്ത്.

നിന്നോട് ആദ്യമായി ഇണചേർന്നത്. പെണ്ണ് ധന്യയാകുന്ന നിമിഷങ്ങളായിരുന്നു അത്. യോദ്ധാവിനെപ്പോലെ പടവെട്ടി മുന്നേറിയപ്പോൾ, ചടുലചലനങ്ങളിലൂടെ കിതച്ചുതളർന്നപ്പോൾ......... ആ നേരത്താണ്; അന്നേരത്താണ് കേശവൻകുട്ടി ആദ്യമായി ഞാൻ എന്നെയറിഞ്ഞത്. പിന്നീട് എത്രയെത്ര രാവുകൾ. നിന്നോടുചേർന്ന സുന്ദരനിമിഷങ്ങൾ. നിന്റെ കുറുമ്പ്, നിന്റെ പിണക്കങ്ങൾ, നിന്റെ ദേഷ്യം, നിന്റെയിഷ്ടങ്ങൾ, നീയെനിക്കേകിയ സങ്കടങ്ങൾ........ നീയെനിക്കുതന്നതെല്ലാം എനിക്കേറെ പ്രീയപ്പെട്ടവയായിരുന്നു.

തന്നെ മരുമകളായി.......സ്വന്തം മകളായി സ്വീകരിച്ച ഈ മലമ്പ്രദേശം. ആനക്കുളവുമായി തലമുറകളിലൂടെ കെട്ടുപിണഞ്ഞ ആത്മബന്ധമാണോ തനിക്കുള്ളത്. ആനക്കുളത്തിന്റെ പച്ചപ്പിൽ വിടർന്ന സന്തോഷങ്ങൾ, അദ്ധ്വാനത്തിന്റെ ഫലപുഷ്ടി, കുടിയേറ്റത്തിന്റെ ഇഴുകിച്ചേരൽ, ഇല്ലായ്മയുടെ പരിഭവങ്ങൾ, ഗ്രാമീണതയുടെ നിഷ്കളങ്കത, ആനക്കുളത്തിന്റെ ആകുലതകൾ, വിചിത്രകല്പനകൾ, സങ്കല്പങ്ങൾ, ഐതിഹ്യങ്ങൾ....... എല്ലാമെല്ലാം തന്റേതുമായി. ആനക്കുളത്തിന്റെ ജൈവഭൂമികയിൽ അലിഞ്ഞുചേർന്ന്, അതിന്റെ ഋതുഭേദങ്ങളിലൂടെ തന്നിലേക്കു സംക്രമിച്ച പരിണാമങ്ങൾ.

പിന്നിട്ട വഴികളിലൂടെ അവളുടെയോർമ്മകൾ; നാലരപ്പതിറ്റാണ്ടിലൂടെ, അതിനുമപ്പുറത്തേക്കും പോകുകയായിരുന്നു. ഒരു ക്രമവുമില്ലാതെ; അടുക്കുംചിട്ടയും പൊലിമയുമില്ലാത്ത ഓർമ്മകൾ. എവിടെയൊക്കെയോ ചിന്നിച്ചിതറിക്കിടക്കുന്നു. ചിലതൊക്കെ ഒരുപാടങ്ങു നരച്ചുപോയി. ചിലതൊക്കെ കനച്ചു മങ്ങിയവ. ചിലതൊക്കെ കനലുപൊടിയുന്നവ. ചിലതൊക്കെ ഉമിത്തീപോലെ നീറുന്നുണ്ട്.

എനിക്കറിയാം കേശവൻകുട്ടീ....... അവിടെനിന്നും എന്നെയും കൊണ്ട് അന്നു നീ പോന്നില്ലായിരുന്നുവെങ്കിൽ നിനക്കു ലഭിക്കുമായിരുന്ന സ്ഥാനമാനങ്ങൾ, എത്തിപ്പിടിക്കുവാൻ കഴിയുമായിരുന്ന നേട്ടങ്ങൾ, സന്തതിപരമ്പരകളിലൂടെ നിലനില്ക്കുമായിരുന്ന നിന്റെ കീർത്തി....... എല്ലാം നീ തകർത്തെറിഞ്ഞു. അന്ന് അവിവേകം കാട്ടാതിരുന്നെങ്കിൽ നീയിന്ന് ആരാകുമായിരുന്നു. അപ്പോഴുണ്ടായ വികാരത്തള്ളലിൽ, മുൻപിൻ നോക്കാതെയുള്ള നിന്റെയെടുത്തുചാട്ടം- കുറ്റം നിന്റേതുമാത്രമല്ലായിരുന്നില്ലല്ലോ; എന്റേതും കൂടിയായിരുന്നല്ലോ. എതിർത്തൊരു വാക്കുപോലും മിണ്ടാൻ എനിക്കും കഴിഞ്ഞില്ലല്ലോ.

ഒരുനിമിഷമെങ്കിലും ആണിന്റെ ചൂടുംചൂരുമറിഞ്ഞു ജീവിക്കുവാൻ ഏതുപെണ്ണിനും ആഗ്രഹമില്ലേ?

എനിക്കറിയാം; ഇപ്പോഴും ഞാനില്ലാതെ നിനക്ക് ഒരുമാത്രപോലും നിലനില്പില്ലെന്ന്. എനിക്ക് നീയില്ലാതെയും.

പുറത്ത് പെരുമഴ തിമിർക്കുകയാണ്.

ഇടിമിന്നലും കാറ്റും ശമിച്ചിട്ടില്ല.

അവൾ ജനാലയിലൂടെ ചായ്പിലേക്കുനോക്കി. ചായ്പിനുള്ളിൽ കറുമ്പിപ്പശുവും കിടാരിയും. അവർ അയവെട്ടുന്നു. കറുമ്പി തന്നെത്തന്നെ നോക്കിനില്ക്കുന്നു. കറുമ്പിയുടെ കഴുത്തിലെ കയർ കൊള്ളിയാൻവെട്ടത്തിൽ തെളിഞ്ഞത് അവൾ കണ്ടു. കേശവൻകുട്ടി തനിക്കുവേണ്ടി വാങ്ങിയ കയർ. അവൻ മിനിയാന്ന് പീടികയിൽനിന്നും തനിക്കുവേണ്ടി വാങ്ങിക്കൊണ്ടുവന്നത്.

കറുമ്പി തന്നെ തലയാട്ടിവിളിക്കുന്നു. കറുമ്പീ.... നീ ധൃതിപ്പെടാതെ. പുലരിക്ക് കോഴികൂവട്ടെ. കോഴികൂവുവോളം കേശവൻകുട്ടിയെ ഇങ്ങനെ കാണട്ടെ. മണ്ണെണ്ണവിളക്കിന്റെ പനിച്ചവെട്ടത്തിൽ അവന്റെ ആർദ്രമായ

മിഴികളും മന്ദഹാസംപൊഴിക്കുന്ന ചോരപറ്റിയ ചുണ്ടുകളും, പിന്നെയവന്റെ നിഷ്കളങ്കമായ ദേഹവും. തുറിച്ചുനോക്കുന്ന അവനോട്,

അവനെക്കുറിച്ചുള്ള എന്റെ തികട്ടൽ ഞാൻ പറയട്ടെ.

പിന്നെ........

അവൾ മേല്ക്കൂരയുടെ മോന്തായത്തിലേക്കുനോക്കി.

കേശവൻകുട്ടി ആഞ്ഞിലിത്തടിയിൽ തനിക്കുവേണ്ടിത്തീർത്ത മോന്തായം. മോന്തായത്തിന് ആവോളം ബലമുണ്ട്.

അവൾ പുഞ്ചിരിച്ചു.

അവൾ അവനിലേക്കുകൂമ്പി.

"കേശോൻകുട്ടീ...."

രാക്ഷസൻപാറയുടെ ചെരിവിലൂടെ മൂളിയെത്തിയ കാറ്റുപിടിച്ച് തൊടിയിലെ ചെമ്പകത്തലപ്പ് അടർന്നുവീണു.

രണ്ട്

ഇന്നത്തെ രാത്രിക്ക് പതിവിലുംകൂടുതൽ ഇരുട്ടുള്ളതായി മാധവിക്കുതോന്നി.

അവളുടെ തോളിൽപറ്റി കാർത്തികേയൻ കിടക്കുന്നു. അവൻ നല്ല ഉറക്കത്തിലാണ്. ഉറക്കമുണർത്താതെയാണ് മാധവിയവനെ കുപ്പായം ഇടുവിച്ചത്. ചെറുതായി ഒന്നു ഞരങ്ങിയെങ്കിലും ഉറക്കത്തിലേക്കുതന്നെ അവൻ തിരിച്ചുപോയി. പാളപ്പൊതിയും അരിമുറുക്കും അവലോസുപൊടിയും പൊതിഞ്ഞുകെട്ടിയ തുണിസഞ്ചി മാറിൽ ചേർത്തുപിടിച്ച് കേശവൻകുട്ടി അവൾക്കരികിൽത്തന്നെ ഇരിപ്പുണ്ട്.

കേശവൻകുട്ടിയും മാധവിയും മൊയ്തുവിന്റെ പീടികത്തിണ്ണയിൽ അരനാഴികനേരമായി ഇരിക്കുന്നു. ചെതലിവെട്ടിയിൽനിന്നും വരുന്ന കാളവണ്ടിയും പ്രതീക്ഷിച്ച് ചൂട്ടുമിന്നിച്ചാണ് അവർ അവിടെയെത്തിയത്. ഉണ്ണുണ്ണിച്ചനാണ് കാളവണ്ടിക്കാരുടെ നേതാവ്. പൂങ്കുളഞ്ഞി, തട്ടാക്കുടി, കുളത്തുമൺ, നെല്ലിമുരുപ്പ്, കാരയ്ക്കാക്കുഴി, പൂമരുതിക്കുഴി, മൊട്ടപ്പാറമല തുടങ്ങിയ പ്രദേശങ്ങളിലെ കാർഷികവിളകൾ കാളവണ്ടികളിലാണ് അനന്തരാമപുരം ചന്തയിൽ കൊണ്ടുപോയി വിറ്റിരുന്നത്. മടങ്ങിവരുമ്പോൾ പീടികകളിലേക്കാവശ്യമായ പലവ്യഞ്ജനങ്ങൾ, വാസനസോപ്പ്, കാരം, നീലംപൊടി, ബീഡിയില, സുക്ക, ജാപ്പാണൻപുകയില മുതലായവ കൊണ്ടുവരും. കല്യാണക്കാർക്ക് ചെറുനാരങ്ങായും പച്ചക്കറിയും കൊണ്ടുവരുന്നതും കാളവണ്ടികളിലാണ്.

സാധനങ്ങൾ ചന്തയിൽ കൊണ്ടുപോയി വില്ക്കുന്നതിനോ പലവ്യഞ്ജനങ്ങളുംമറ്റും വാങ്ങിക്കൊണ്ടുവരുന്നതിനോ ആരും പോകേണ്ടിയിരുന്നില്ല. വല്ലംകുട്ടയിൽ വാഴക്കുല, ചേന, കാച്ചിൽ, ചേമ്പ്, ഇഞ്ചി, വാട്ടുകപ്പ തുടങ്ങിയ കാർഷിക ഉല്പന്നങ്ങൾ അടുക്കിവച്ച് വാഴവള്ളികൊണ്ട്

വരിഞ്ഞുകെട്ടി കർഷകർ കാളവണ്ടിയിൽ എടുത്തുവയ്ക്കും. സാധനങ്ങൾ ചന്തയിൽ വിറ്റുകിട്ടുന്ന പണം വല്ലത്തിന്റെ ഉടമയ്ക്ക് ഉണ്ണൂണിച്ചൻ കൃത്യമായി എത്തിച്ചുകൊടുക്കും. പലവ്യഞ്ജനത്തിനും മറ്റും ആവശ്യമായ തുകയും കുറിപ്പടിയും പീടികക്കാർ ഉണ്ണൂണിച്ചനെ ഏല്പിക്കും. വല്ലത്തിലും പനവട്ടിയിലും പൊതിഞ്ഞ പലവ്യഞ്ജനങ്ങളും, പണം ബാക്കിയുണ്ടെങ്കിൽ അതും ഉണ്ണൂണിച്ചൻ പീടികക്കാർക്ക് കൊടുത്തുകൊള്ളും. അന്യായമായ കൂലിയും കാളവണ്ടിക്കാർ ഈടാക്കിയിരുന്നില്ല. കാളവണ്ടിക്കാരും ചെറുകിട കർഷകർ തന്നെയായിരുന്നു.

ഞണ്ടുകറിയിൽ ചെണ്ടമുറിയൻകപ്പ മുക്കിത്തിന്ന് പടിഞ്ഞാറൻകള്ളിന്റെ ലഹരിനുണയാനോ, അകലെയുള്ള ബന്ധുവീട്ടിൽ വിശേഷം കൂടാനോ മാത്രമേ ആനക്കുളത്തുകാർ കാളവണ്ടിയിൽ പോയിരുന്നുള്ളു.

കുടിയേറ്റകർഷകരാണ് ആനക്കുളത്തുകാർ.

വർഷങ്ങൾക്കുമുമ്പ് ആനക്കുളമെന്ന മലമ്പ്രദേശം വനമായിരുന്നു. അദ്ധ്വാനികളായ കുടിയേറ്റക്കാർ കാടുവെട്ടിച്ചുട്ടു. പന്നിപ്പടക്കവും ഒതളങ്ങായുണ്ടയും അതിർത്തിയിൽവച്ച് കാട്ടുപന്നികളേയും കാട്ടാനകളേയും തുരത്തിയോടിച്ചു. മണ്ണിനോടുമല്ലടിച്ച് പൊന്നുവിളയിച്ചു. വെട്ടിച്ചുട്ടു കൃഷിയിറക്കിയ ഭൂമിയുടെ അതിരു വേർതിരിച്ചറിയുവാൻ നാട്ടിയ ആഴാന്തലിൻതലപ്പിൽ കുരുമുളകുവള്ളി പടർന്നുതിരിയിട്ടു. തേൻവരിക്കയുടെയും നാട്ടുമാങ്ങയുടെയും സ്വാദുതേടി സീസണിൽ തമിഴന്മാർ അവിടെ എത്തിയിരുന്നു.

രാക്ഷസൻപാറയുടെ അങ്ങേച്ചെരുവിലാണ് ചെതലിവെട്ടി. കുടിയേറി വാസമുറപ്പിച്ചവർ രാക്ഷസൻപാറയെ ഭയത്തോടും ബഹുമാനത്തോടും ആരാധിച്ചുപോരുന്നു. ആണ്ടുതോറും ഉച്ചാരനാളിൽ രാക്ഷസൻപാറയിൽ മൃഗബലിനടത്തും. കാട്ടിറച്ചിചുട്ടതും വാറ്റുചാരായവും രാക്ഷസന് നിവേദിച്ച് അനുഗ്രഹംനേടും.

മൃഗബലിയിലും നൈവേദ്യത്തിലും സംതൃപ്തനായ രാക്ഷസൻ ആനക്കുളത്തിനെ സംരക്ഷിക്കുന്നുവെന്ന് അവർ വിശ്വസിക്കുന്നു.

പാണ്ടിപ്പടയുടെ ആക്രമണത്തിൽനിന്നും വേണാട്ടുമക്കളെ സംരക്ഷിച്ചത് രാക്ഷസൻപാറയാണ്. മലമ്പാത തെളിച്ച് അട്ടഹസിച്ചാർത്ത് വേണാടതിർത്തികടന്ന പാണ്ടിപ്പടയെ രാക്ഷസൻപാറ ധീരയോദ്ധാവിനെപ്പോലെ തടഞ്ഞുനിർത്തി. അമർത്തിമൂളിയ രാക്ഷസൻപാറ കലിതുള്ളിയുണർന്നു. രാക്ഷസൻപാറയുടെ മൂക്കിൽനിന്നും കൊടുങ്കാറ്റുവീശി. പാണ്ടിപ്പാളയത്തിൽ മഹാമാരിയും ദുശ്ശകുനങ്ങളും വാരിവിതറി. പാണ്ടിരാജാവ് ദുഃസ്വപ്നങ്ങൾകണ്ട് ഞെട്ടിവിറച്ചു. പേടിച്ചുതൂറിയ പട പാണ്ടിനാട്ടിലേക്ക് പിന്തിരിഞ്ഞോടി.

മദമിളകിയ കരിവീരന്റേതുപോലെ ആകാശക്കോണിൽ മുട്ടിനില്ക്കുന്ന രാക്ഷസൻപാറയുടെ തലപ്പത്ത് നക്ഷത്രവെളിച്ചം കണ്ണുചിമ്മി. കറുത്തപക്ഷമായതുകൊണ്ടാകാം കുറുക്കന്മാരുടെ ഓരിയിടൽ കേൾക്കുന്നില്ല. കുറുക്കന്മാരും കാട്ടുപന്നികളും നിലാവുള്ള രാത്രികളിലാണ് വിഹ

രിച്ചിരുന്നത്. നിലാവുദിക്കുമ്പോൾ രാക്ഷസൻപാറയുടെ മൂക്കിലിരുന്ന് തന്തക്കുറുക്കൻ ഓരിയിടും. മാറ്റൊലിപോലെ കുറുക്കക്കൂട്ടത്തിന്റെ താളക്കൂവൽ എവിടെനിന്നൊക്കെയോ മുഴങ്ങിക്കേൾക്കും. കുറുക്കന്റെ കൂവൽ അനുകരിച്ച് കൊടിച്ചിപ്പട്ടികൾ നീട്ടിനീട്ടി മോങ്ങും. അതിന്റെ അലയൊലികൾ ഏറെനേരം നീണ്ടുനില്ക്കും. രാക്ഷസൻപാറയുടെ കഥപറഞ്ഞാണ് വികൃതിപ്പിള്ളേരെ അമ്മമാർ പേടിപ്പിച്ച് വരുതിയിലാക്കിയിരുന്നത്.

കുട്ടികൾ മാത്രമല്ല, മുതിർന്നവരും രാക്ഷസൻപാറയെ പേടിച്ചിരുന്നു. വനവാസകാലത്ത് ഒരു രാക്ഷസൻ പാണ്ഡവരെ ശല്യംചെയ്തിരുന്നു. പാണ്ഡവരുടെ പൂജാദ്രവ്യങ്ങൾ അവൻ പെറുക്കിയെറിഞ്ഞു. പാഞ്ചാലിയുടെ നീരാട്ട് പാറക്കൂട്ടങ്ങൾ മറഞ്ഞിരുന്ന് കണ്ടുരസിച്ചു. ഹിഡുമ്പിയുമായി രമിച്ച ഭീമസേനനെ അവൻ ആക്രമിക്കുവാൻ തുനിഞ്ഞു. കോപാകുലനായ ഭീമസേനൻ നിശാചരനുമായി മല്ലയുദ്ധം നടത്തി. വൻമരങ്ങൾ പിഴുതടിച്ചും പാറക്കെട്ടുകൾ പറിച്ചെറിഞ്ഞും ഘോരയുദ്ധം നീണ്ടുപോയി. ഒടുക്കം വായുപുത്രൻ അവന്റെ മുടിയിൽ ചുറ്റിപ്പിടിച്ച് മാറിൽ ആഞ്ഞാഞ്ഞിടിച്ചു. വൃകോദരന്റെ പ്രഹരമേറ്റ് രാക്ഷസൻ പിടഞ്ഞു. പ്രാണരക്ഷാർത്ഥം കിഴക്കൻമല ചവിട്ടിമെതിച്ച് മദയാനയെപ്പോലെ അവനോടി. കൊടുങ്കാറ്റുപോലെ കുതിച്ചുപാഞ്ഞ മാരുതി, രാക്ഷസനെ ചുഴറ്റി വീഴ്ത്തി നിലത്തടിച്ചു. മൃതപ്രായനായ അവന്റെ മുകളിൽ ആനമലയോളം പോന്ന കരിമ്പാറ എടുത്തുവച്ചു. നാടിനെ സംരക്ഷിക്കുവോളം മരണമില്ലെന്നും, ഭയഭക്തിയോടെ നാടൊന്നായി നിന്നെ ആരാധിച്ചുകൊള്ളുമെന്നും രാക്ഷസന് വരം നല്കി ഭീമസേനൻ ഹിഡുമ്പിയെ പ്രാപിക്കുവാൻ തിരിച്ചുപോയി.

രാക്ഷസന്റെ നെഞ്ചിൽ ഉറഞ്ഞുകൂടിയ ഒരു കുന്നോളം ഉച്ഛ്വാസവായു കരിമ്പാറയിൽ വലിയ രണ്ടുദ്വാരങ്ങൾ തുരന്നിറക്കി പുറത്തേക്കുവീശി. അതാണത്രെ രാക്ഷസൻപാറയുടെ മൂക്ക്! മൃതപ്രായനായ രാക്ഷസൻ ഇപ്പോഴും പാറയ്ക്കടിയിൽ മലർന്നുകിടപ്പുണ്ടെന്നും, രാത്രികാലങ്ങളിൽ നെഞ്ചിലെക്കാറ്റ് ആഞ്ഞുചീറ്റുമെന്നും, അപ്പോൾ രാക്ഷസൻപാറയുടെ മൂക്കിൽനിന്നും കരിഞ്ചെള്ളിൻകൂട്ടം ദൂരത്തേക്ക് തെറിച്ചുപറക്കുമെന്നും ആനക്കുളത്തുകാർ വിശ്വസിച്ചുപോരുന്നു.

ആനക്കുളത്തുകാർ അരുതായ്മ കാട്ടിയാൽ രാക്ഷസൻ മുന്നറിയിപ്പുനല്കും. രണ്ടുവട്ടം അമർത്തിമൂളും. ശാസന അവഗണിച്ച് അരുതായ്മയാവർത്തിച്ചാൽ പാറയ്ക്കടിയിൽ മലർന്നുകിടക്കുന്ന രാക്ഷസൻ മൂന്നാമത് അലറിവിളിച്ചുമൂളും. രാക്ഷസന്റെ അലറിവിളിച്ചുള്ള മൂന്നാമത്തെ മൂളലിൽ പാറ പൊട്ടിത്തെറിക്കും. രാക്ഷസൻപാറ പൊട്ടിത്തെറിച്ചാൽ ആനക്കുളം തകർന്നടിയും.

രാക്ഷസൻപാറ; ആനക്കുളത്തിന്റെ പ്രാക്തന.

കിഴക്കുനിന്നും വീശിയ തണുത്തകാറ്റിൽ പീടികച്ചെറ്റയിൽത്തട്ടി ഒരു കരിഞ്ചെള്ള് മാധവിയുടെ പിടലിയിൽ വന്നുവീണു. അവളതിനെ ഞെരിച്ച്

ഇരുട്ടിലേക്കെറിഞ്ഞു.

കരിഞ്ചെള്ള് ഊച്ചിയാൽ അവിടം കറുത്തുപൊള്ളും. ചെവിയിൽ കയറിയാൽ പെറ്റുതൂറിപ്പെരുകും. പെറ്റുതൂറിപ്പെരുകിയ കരിഞ്ചെള്ളിൻകൂട്ടം തലച്ചോറ് കാർന്നുതിന്നും. മാറുമൂടിയ നേര്യതിൻതുമ്പെടുത്ത് അവൾ കാർത്തികേയന്റെ തലപുതച്ചു. തലയുയർത്തിനില്ക്കുന്ന രാക്ഷസൻപാറയെ ഭീതിയോടെനോക്കി കേശവൻകുട്ടിയോട് അവൾ ഒട്ടിച്ചേർന്നിരുന്നു.

മീനമാസരാത്രിയിലെ കരിഞ്ചെള്ളിൻകൊഴിച്ചിൽപോലെ ഇരുമ്പുപട്ട ചുറ്റിവിളക്കിയ കാളവണ്ടിച്ചക്രം നാട്ടുപാതയിൽ ഞെരിഞ്ഞമരുന്ന കടകട ശബ്ദം ഇരുളിന്റെ നിശ്ശബ്ദതയെ ഭഞ്ജിച്ചുകൊണ്ട് ദൂരത്തുനിന്നും കേട്ടു.

“ഉണ്ണൂണിച്ചനും കൂട്ടരും വരുന്നുണ്ട്.”

പാറപ്പരപ്പിൽ ബീഡിപുകച്ചിരുന്ന് മൊയ്തുവുമായി താത്ത്വികം ചർച്ച ചെയ്യുകയായിരുന്ന കുഞ്ഞനന്തൻ പീടികത്തിണ്ണയിലേക്ക് ചൂട്ടുമിന്നിച്ചു.

ചൂട്ടുവെട്ടത്തിൽ കേശവൻകുട്ടിയും മാധവിയും പാതയോരത്തേക്കിറങ്ങി. കമ്യൂണിസമെന്ന ഭൂതംബാധിച്ച കുഞ്ഞനന്തനും പീടികക്കാരൻ മൊയ്തുവും പാറപ്പരപ്പിൽനിന്നുമിറങ്ങി. ചൂട്ടുതെളിച്ച് അവർക്കൊപ്പംകൂടി.

“ഉണ്ണൂണിച്ചൻസഖാവു പറഞ്ഞാൽ കൃത്യാ.”

കുഞ്ഞനന്തൻ ആകാശത്തേക്ക് നേരംനോക്കി.

“പച്ചേങ്കില് ഇബ്ലിലീശിന്റെ കപ്പടാമീസേം ചെയ്ത്താൻനോട്ടോം....”

മൊയ്തു തൊപ്പിയൂരി വീശി. നിസ്കാരത്തഴമ്പുതടവി തലകുലുക്കി.

ആനക്കുളത്ത് മുസൽമാന്മാർ കുറവാണ്. ഏറിയാൽ പതിനഞ്ചു കുടുംബങ്ങൾ. അവർക്ക് കൃഷിയോട് താല്പര്യമില്ലായിരുന്നു. അവർ കച്ചവടക്കാരായിരുന്നു. പീടിക കെട്ടിയുണ്ടാക്കിയോ; തെറുപ്പുബീഡി, വാസനമുറുക്കാൻ, വർണ്ണപ്പൊട്ട്, വാസനത്തൈലം, കുപ്പിവള തുടങ്ങിയവ തകരപ്പെട്ടിയിലാക്കി കൊണ്ടുനടന്ന് കച്ചവടംചെയ്ത് അവർ ഉപജീവനം നടത്തി. ജിന്നിനെ ഒഴിപ്പിക്കുവാൻ ഓതിക്കെട്ടിയിരുന്നതും നാലാംവേദക്കാരായിരുന്നു.

മൊയ്തുവും സുഹ്റയും ആനക്കുളം കയറിവന്നപ്പോൾ മൊയ്തുവിന്റെ തലയിൽ വലിയൊരു തകരപ്പെട്ടിയും സുഹ്റയുടെ വലതുകൈയിൽ മൊയ്തുവിന്റെയൊരു കുഞ്ഞുപതിപ്പുമുണ്ടായിരുന്നു- അസീസ്. മൊയ്തു കണ്ണൻപിള്ളികാർണവർ കുഞ്ഞിരാമൻനായരിൽനിന്നും കവലയോടുചേർന്ന പത്തുസെന്റ് വിലയാധാരമായി രജിസ്റ്റർചെയ്ത് പേരിൽക്കൂട്ടി. അവൻ അവിടെ പുരമേഞ്ഞുകെട്ടി. പുരയോടുചേർന്ന് പീടികയും ഓത്തുപള്ളിയും നിസ്കാരപ്പള്ളിയും കെട്ടിയുണ്ടാക്കി. മേത്തക്കുട്ടികളെ ഓത്തുപഠിപ്പിച്ചു. നമസ്ക്കാരത്തിന് വാങ്കുവിളിച്ചിരുന്നതും മൊയ്തുതന്നെ. സുബ്ഹ്, സുഹ്ർ, അസർ, മഗ്രീബ്, ഇശാത്ത് നമസ്കാരങ്ങൾക്ക് മൊയ്തു മുടങ്ങാതെ വാങ്കുവിളിച്ചു. നിസ്കാരപ്പള്ളിയിലെ വാങ്കുവിളിയുടെ എട്ടാംവാർഷികദിനത്തിൽ സുഹ്റ ഒരുപെൺകുഞ്ഞിനെ നൊന്തുപെറ്റു. “പൊന്നുമോളേ... സയിനബേ...” മൊയ്തു

കുഞ്ഞിന്റെ കാതിലോതി. "ശയിനവേ..." അസീസ് കുഞ്ഞുപെങ്ങളുടെ കവിളിൽത്തൊട്ടു. റംസാൻനിലാവുപോലെ സൈനബ മോണകാട്ടി. സുഹ്റയുടെ ഖൽബു ചുരത്തി.

ആനക്കുളത്തെ നാലാംവേദക്കാരുടെ ഉസ്താദാണ് പീടികക്കാരൻ മൊയ്തു.

കടകട ശബ്ദം വളവുതിരിഞ്ഞ് പീടികയ്ക്കടുത്തെത്തി. കാളക്കുട്ടന്മാരുടെ കഴുത്തിലെ ഓട്ടുമണികൾ താളത്തിൽ കിലുങ്ങി. കാറ്റിന് ശക്തി കൂടി. ചൂട്ടിൽനിന്നും കനൽപ്പൊരി തെറിച്ചുമങ്ങി. ചൂട്ടുതീയിൽവീണ് കരിഞ്ചെള്ളുകൾ കരിഞ്ഞുപൊട്ടി. കരിഞ്ചെള്ളുകൾ കരിഞ്ഞുപൊട്ടിയപ്പോൾ വല്ലാത്ത ഊച്ചുവാട. കരിഞ്ഞുപൊട്ടിയ കരിഞ്ചെള്ളിന്റെ ഊച്ചുവാട മൂക്കിൽ തുളച്ചുകയറി.

റാന്തൽവെളിച്ചത്തിന്റെ ആടിയുലച്ചിൽ, കടകട ശബ്ദത്തിനും മണികിലുക്കത്തിനുമൊപ്പം അവർക്കരികിലെത്തി നിലച്ചു. റാന്തലിനുചുറ്റും കരിഞ്ചെള്ളുകൾ വട്ടമിട്ടുപറക്കുന്നു.

"കുഞ്ഞനനന്തൻ സഹാവേ."

കാളവണ്ടിയിൽനിന്നും ചൂട്ടുവെട്ടത്തിലേക്കിറങ്ങിയ ഉണ്ണൂണിച്ചൻ അഭിവാദ്യംചെയ്തു.

കാറ്റിന്റെ കുളിരിന് വാറ്റുചാരായത്തിന്റെ നേരിയ ഗന്ധം.

"സഖാവേ ഒരുബീഡി."

കുഞ്ഞനന്തന്റെ പ്രത്യഭിവാദ്യം.

മടിക്കുത്തിൽനിന്നും പൊതിയഴിച്ച് കുഞ്ഞനന്തനും മൊയ്തുവിനും ഓരോ ബീഡികൊടുത്തു. ഉണ്ണൂണിച്ചൻ ഒരെണ്ണം ചുണ്ടിൽ തിരുകി. സംഘബോധത്തോടെ മൂവരും ചൂട്ടിൽനിന്നും ബീഡികത്തിച്ചു. ആഞ്ഞുവലിച്ച് പുകയൂതി.

"വലിച്ചോ..."

ഉണ്ണൂണിച്ചൻ ഒരുബീഡി കേശവൻകുട്ടിക്കു നീട്ടി.

"വേണ്ട."

"...ന്താ."

"കൈയിലൊണ്ട്."

"ഓ.... കൊച്ചുപണിയ്ക്കൻ പാർട്ടിക്കാരുടെ വീടി വലിക്കത്തില്ലേ?"

ഉണ്ണൂണിച്ചന്റെ ചുവന്ന കണ്ണുകൾ കേശവൻകുട്ടിക്കുനേരെ തുറിച്ചു.

"അതോണ്ടല്ല."

"ഇജ്ജ് ബാങ്ങി ബലീന്ന്. പൊഹയൂതുമ്പം കുളിരു പമ്പകടക്കും. പടച്ചോനേ, ദുന്യാവീ പീടി ഇല്ലാർന്നെ മനുസേമ്മാര് പെടാപ്പാടുപെട്ടേനേം."

മൊയ്തു കേശവൻകുട്ടിയെ പ്രോത്സാഹിപ്പിച്ചു.

കേശവൻകുട്ടി ബീഡിവാങ്ങി വലിച്ചുപുകയൂതി. മാധവിക്കുനേരെ പുഞ്ചിരിച്ചു.

"ഇച്ച്. കുച്ച്. എന്നാപാശയാ... മൊയ്തുമേത്താ നിങ്ങള് തിരുവിതാം

കോട്ടെത്ത്യേട്ട് എത്രകാലായി? ഇദുവരെ പാശ പടിച്ചില്ലെ?'' അവർക്കരികിലെത്തിയ കാളവണ്ടിത്തങ്കൻ മൊയ്തുവിനെവിട്ട് കേശവൻകുട്ടിക്കു നേരെ തിരിഞ്ഞു. "പിന്നെ; കൊച്ചുപണിക്കാ.... നിങ്ങള് പണക്കാരന്റെ കൂടെക്കൂടി നടക്കെല്ല്. നിങ്ങളും ഒരു തൊയ്ലാളിയാ. അത്വാനിക്കുന്ന തൊയ്ലാളി. പാർട്ടീൽ ചേർന്നോണം.''

അസിസ്റ്റന്റ് സെക്രട്ടറി തങ്കൻ ബീഡിയൂതി.

ചെതലിവെട്ടി കാളവണ്ടിത്തൊഴിലാളി യൂണിയന്റെ അസിസ്റ്റന്റുസെക്രട്ടറിയാണ് തങ്കൻ. 'വെട്ടൊന്ന്, മുറിരണ്ട്' എന്ന പ്രമാണക്കാരനാകയാൽ അസിസ്റ്റന്റുസെക്രട്ടറി കാളവണ്ടിത്തങ്കൻ 'കാളത്തങ്കൻ' എന്ന ലോപനാമത്തിൽ അറിയപ്പെടുന്നു. സെക്രട്ടറി സഖാവ് ഉണ്ണൂണിച്ചനും.

ചെതലിവെട്ടിയിൽ പതിമൂന്ന് കാളവണ്ടിക്കാരുണ്ട്. എല്ലാവരും ഉണ്ണൂണിച്ചന്റെ യൂണിയനിലെ അംഗങ്ങളാണ്. മെയ്ദിനത്തിലും പാർട്ടിസമ്മേളനത്തിനും കാളവണ്ടിയിൽ ചെങ്കൊടികെട്ടും. ചെങ്കൊടി കെട്ടിയലങ്കരിച്ച കാളവണ്ടികളിലാണ് സഖാക്കൾ കുന്നത്തൂരിൽ സമ്മേളനത്തിന് പോയിരുന്നത്. സെക്രട്ടറി ഉണ്ണൂണിച്ചൻസഖാവിന്റെ കാളവണ്ടി നേതൃത്വം നല്കി ഏറ്റവും മുന്നിൽ, അസിസ്റ്റന്റുസെക്രട്ടറി സഖാവ് കാളത്തങ്കന്റെ വണ്ടി എല്ലാവരെയും സംരക്ഷിച്ച് ഏറ്റവുംപിന്നിൽ, അംഗസഖാക്കളുടെ വണ്ടികൾ യൂണിയനിൽ അവരുടെ സീനിയോറിറ്റിയനുസരിച്ച് സെക്രട്ടറിയുടേയും അസിസ്റ്റന്റുസെക്രട്ടറിയുടേയും കാളവണ്ടികൾക്കിടയിൽ; അതായിരുന്നു അജണ്ടവച്ച് കമ്മിറ്റിയിൽ ചർച്ചചെയ്തു പാസാക്കിയെടുത്ത കാളവണ്ടിയാത്രാക്രമം.

''ഇജ്ജ് ഒരീസം പാർട്ടീൽ വരും മൂപ്പരെ. കാങ്കരശ്, കമ്മൂണിട്ട്, പാസ, ദേസം, ചാതി..... ഇതൊന്നുവല്ല. മനുസേൻ മനുസനാകുന്നതാ പടച്ചോനു മൊഞ്ച്.''

മൊയ്തു കാളത്തങ്കനോട് സ്ഥിതിസമത്വം വാദിച്ചു.

"മൊയ്തുക്ക പറഞ്ഞതാ അതിന്റെ ശെരി. നമ്മുടെ പ്രവർത്തനം കണ്ടാ മറ്റുള്ളവർ പാർട്ടീൽ വരുന്നെ. ഒരിക്കൽ; നമ്മളുകൊയ്യും വയലെല്ലാം നമ്മുടേതാകും.''

കുഞ്ഞനന്തൻ ഉപസംഗ്രഹിച്ചു.

ആനക്കുളം പാർട്ടിസെക്രട്ടറി കുഞ്ഞനന്തനാണ്. കുഞ്ഞനന്തന്റെ വാക്കാണ് ആനക്കുളം പാർട്ടിയുടെ അവസാനവാക്ക്. ആനക്കുളത്തിന്റെ കുടിയേറ്റമനസ്സിൽ പാർട്ടിക്ക് വലിയ സ്വാധീനമില്ലെങ്കിലും തൊഴിലാളികളിൽ ഭൂരിഭാഗവും പാർട്ടിക്കാരാണ്. മഹാത്മാഗാന്ധിയും ജവഹർലാൽ നെഹ്രുവുമാണ് കുടിയേറ്റ കർഷകമനസ്സിൽ കുടിയിരിക്കുന്നത്.

"സമ്മേളനക്കാര്യം മറക്കരുത്. സഖാവ് തോപ്പിൽഭാസിയാ പങ്കെടുക്കുന്നത്. വല്യ നേതാക്കൾ വരുമ്പോൾ കേൾക്കാൻ ആളുകൂടണം. തോപ്പിൽഭാസിസഖാവിനെ കൊണ്ടുവരേണ്ട ചൊമതല ഉണ്ണൂണിച്ചൻസഖാവിനാ.''

"കമ്മറ്റീൽ എല്ലാം തീരുമാനിച്ചതല്ല്യോ? ഇനീം രണ്ടാഴ്ച ഒണ്ടല്ലോ.

താഴുക്കടവ് കടക്കാൻ ഇവിടുന്നേ മുണ്ടുംപൊക്കിപ്പോണൊ? ഉണ്ണൂണിച്ചന്റെ കൊടിവച്ച വണ്ടീൽ പാസിസഹാവെത്തും. ഉണ്ണൂണിച്ചനേറ്റാൽ ഏറ്റതാ."

ഉണ്ണൂണിച്ചൻ മാറിൽത്തട്ടി. ഉണ്ണൂണിച്ചന്റെ ഉണ്ടക്കണ്ണുതുറിച്ചു. കൊമ്പൻമീശ വിറച്ചു. വെറ്റക്കറപറ്റിയ വാപൊളിച്ച് മാധവിയെനോക്കി ചിറികോട്ടിച്ചിരിച്ചു.

"ഓർമ്മിപ്പിച്ചെന്നേയുള്ളു. മൊയ്തുക്ക ഇവിടുന്ന് ആളെകൂട്ടിക്കോളും."

ഗാന്ധിജിയെ സ്നേഹിക്കുന്ന, ഒരുപാർട്ടിയിലുംപെടാത്ത വെറുമൊരു മരപ്പണിക്കാരൻ മാത്രമായിരുന്നു കേശവൻകുട്ടി. അവരുടെ ചർച്ചയിൽ അവന് ഒട്ടും താല്പര്യം തോന്നിയില്ല. അവൻ കോട്ടുവായിട്ടു. റാന്തൽവെളിച്ചത്തിനു ചുറ്റുംപറക്കുന്ന കരിഞ്ചെള്ളുകളെ നോക്കിനിന്നു.

ബീഡിപ്പുകയും വാറ്റുചാരായത്തിന്റെ ഗന്ധവും ചൂട്ടുതീയിൽ കരിഞ്ഞുപൊട്ടിയ കരിഞ്ചെള്ളിന്റെ ഊച്ചുവാടയും വിരസമായ പാർട്ടിച്ചർച്ചയും കാറ്റൊടുങ്ങിയ തണുപ്പിൽ തങ്ങിക്കൂടി. മാധവിക്ക് ശ്വാസംമുട്ടി; മനംപുരട്ടി. അവൾ കാളവണ്ടികൾ എണ്ണുവാൻതുടങ്ങി.

ഒന്ന്. രണ്ട്. മൂന്ന്.......

മൂന്ന്

ഇരുളിന്റെ നിശ്ശബ്ദതയിൽ കാളവണ്ടിച്ചക്രം നാട്ടുപാതയിലമരുന്ന കടകട ശബ്ദം കാതിനെ അലോസരപ്പെടുത്തി. വണ്ടിക്കാളയിടുന്ന ചാണകം ചക്രംകയറി ഞെരിഞ്ഞുതെറിക്കുമ്പോൾ വല്ലാത്ത വാട. ആടിയുലയുന്ന റാന്തൽവെളിച്ചത്തിൽ കാളവണ്ടിച്ചക്രങ്ങളുടെ പാതിനിഴൽ നാട്ടുപാതയുടെ ഇരുവശങ്ങളിലേക്കുമായി പിന്നോട്ടുതിരിഞ്ഞ് ഇരുളിലേക്ക് മറയുന്നു. ഇരുമ്പുലാടംതറച്ച ഓരോ കാളക്കാലിനും രണ്ടുനിഴലുകൾ. ഒന്ന് പിന്നിലേക്കും മറ്റേത് മുന്നിലേക്കും നടക്കുന്നു. ഉറഞ്ഞുതുള്ളുന്ന കോമരത്തിന്റെ നെഞ്ചിലെ കുടമണിപോലെ മണികിലുക്കം. റാന്തലിൽ കരിഞ്ചെള്ള് പറ്റിപ്പിടിച്ചിരിക്കുന്നു. വെളിച്ചത്തിനുചുറ്റും പ്രാണികൾ പറക്കുന്നു. വണ്ടിക്കൈക്കു താഴെമാത്രമേ കാഴ്ചകളുള്ളു. പിന്നിലെ കാളവണ്ടിക്കാരനും കാളക്കൊമ്പുകളും വണ്ടിക്കൈക്കുമുകളിൽ അവ്യക്തമാണ്. ബാക്കിയെല്ലാം കൂരിരുൾ.

കാളവണ്ടികൾ എത്രയുണ്ടെന്ന് മാധവിക്ക് തിട്ടമില്ല. ഏഴെണ്ണം വരെയും എണ്ണിയതാണ്. ചാരായത്തിന്റെ ലഹരിയിലമർന്ന വണ്ടിക്കാർ. അവർ ഏതുതരക്കാരാണ്? ആരെയും മുമ്പ് കണ്ടുപരിചയംപോലുമില്ല. 'വണ്ടിക്കാരേയും വള്ളക്കാരേയും ആനക്കാരേയും വിശ്വസിക്കരുത്; അവർ മുട്ടാളന്മാരാണ്'– പഴമക്കാർ പറയാറുണ്ട്. ഉണ്ണൂണിച്ചന്റെ ഉണ്ടക്കണ്ണുകൊണ്ടുള്ള തുറിച്ചുനോട്ടവും കൊമ്പൻമീശയും വഷളൻ ചിരിയും..... കണ്ടാൽത്തന്നെ പേടിച്ചുപോകും. ഉണ്ണൂണിച്ചനെപ്പോലെയായിരിക്കുമോ മറ്റുള്ളവരും? ഏറ്റവും മുന്നിലുള്ള ഉണ്ണൂണിച്ചന്റെ കാളവണ്ടിയിലാണ് മാധവി. കേശവൻകുട്ടി ഏറ്റവും പിന്നിൽ– കാളത്തങ്കന്റെ വണ്ടിയിൽ.

നേരിയ നിഴലായി രാക്ഷസൻപാറ അകലത്തേക്ക് മാഞ്ഞുമാഞ്ഞുപോകുന്നു.

രാത്രിപുലരുവോളം കാളവണ്ടിയിൽ യാത്ര. അപരിചിതരായ ആണുങ്ങൾക്കൊപ്പം...... അപരിചിതമായ വഴിയിൽക്കൂടി....... ഇവർ എന്തെങ്കിലും ചെയ്താൽ? കേശവൻകുട്ടിക്കും തനിക്കുംകൂടി ചെറുക്കുവാൻ കഴിയുമോ? രാത്രിയുടെ വിജനതയിൽ നിലവിളിച്ചാൽ ആരുകേൾക്കാൻ! മാധവിയുടെ ഉള്ളം ഭീതികൊണ്ട് കനത്തു.

"ന്റീശരന്മാരേ.... സുബ്രമണ്യാ.... കാത്തുകൊള്ളേണമേ." കാളവണ്ടിക്കുള്ളിൽ സാധനങ്ങൾ ഒതുക്കിവച്ച് ഉണ്ണൂണിച്ചൻ ഒരുക്കിയ ഇത്തിരിപ്പോന്ന സ്ഥലത്ത് മാധവി പരദേവരോട് കേണപേക്ഷിച്ചു. അവൾ കാർത്തികേയനെ മാറോടുചേർത്തുപിടിച്ചു. രാത്രിയുടെ തണുപ്പിലും അവൾ ഉഷ്ണിച്ചു.

"കേശോൻകുട്ടി."

ചമ്രംപടിഞ്ഞിരുന്ന കേശവൻകുട്ടിക്ക് വസ്തിപ്പിഞ്ഞാണത്തിൽ മാധവി അത്താഴം വിളമ്പിക്കൊടുത്തു.

"മ്ഉം?"

"സുബ്രമണ്യനെ തൊഴാൻപോണം."

പേറ്റുതൈലമുഴിഞ്ഞ് വേതിട്ടുകുളിയും, അയമോദകപ്പൊടിയും ബലമരുന്നും കൂമ്പുകുറുക്കുംകഴിച്ച്, അമ്പഴവെള്ളം കുടിച്ച് അൻപത്താറുകഴിഞ്ഞിട്ടും മാധവിക്കൊരു ഉന്മേഷക്കുറവ്.

"കാർത്തികേയൻ ഉണ്ടായപ്പോൾ നേർച്ച പറഞ്ഞതല്ലെ. സുബ്രമണ്യസാമിയുടെ തിരുമുന്നിൽ കുളിച്ചുതൊഴുത് അർച്ചന നടത്താമെന്ന്. രണ്ടര വർഷംകഴിഞ്ഞു. അൻപത്താറുകുളിക്ക് നാണിപ്പതിച്ചി വന്നപ്പോഴും ഓർമ്മിപ്പിച്ചതാ."

"ഇത്രേംദൂരം നമ്മളെങ്ങനെ പോകും മാതൂ?"

"കുഞ്ഞനന്നനോടു പറഞ്ഞാൽ കാളവണ്ടീൽ...."

മാധവി ചോറിൽ കുറച്ചുകൂടി പുളിങ്കറിയൊഴിച്ചുകൊടുത്തു. കൺകോണിൽ തുളുമ്പിയ കണ്ണുനീർ വിരൽത്തുമ്പുകൊണ്ട് ഒപ്പി.

ചാണകംമെഴുകിയ തറയിൽവിരിച്ച തഴപ്പായയിൽ കാർത്തികേയൻ നല്ല ഉറക്കത്തിലാണ്. അവൻ സ്വപ്നംകണ്ട് ചിരിക്കുന്നു.

"ങ്ഹ. ശെരി."

കേശവൻകുട്ടി വെള്ളംകുടിച്ച് ഏമ്പക്കംവിട്ടു.

മാധവിയുടെ മാസക്കുളി തെറ്റിയപ്പോൾ കേശവൻകുട്ടിക്കും മാധവിക്കും സന്തോഷം പറഞ്ഞറിയിക്കാൻ പറ്റാത്തതായിരുന്നു. വിവാഹം കഴിഞ്ഞ് എട്ടുവർഷങ്ങൾ....... എത്ര സുന്ദരിയായാൽപ്പോലും ഒരുകുഞ്ഞിന് ജന്മംനല്കാൻ കഴിയാത്തവൾ സഹിക്കേണ്ടിവരുന്ന നൊമ്പരം, അപമാനം..... പിറന്ന വീട്ടിൽനിന്ന്, ഭർത്തൃഗൃഹത്തിൽനിന്ന്, ബന്ധുക്കളുടെയും നാട്ടുകാരുടെയും ഇടയിൽനിന്ന്..... എല്ലായിടങ്ങളിൽനിന്നും അകറ്റിനിർത്തി. വീട്ടിനുള്ളിൽത്തന്നെ തളയ്ക്കപ്പെട്ടു. മച്ചിയെന്ന വിളിപ്പേര്. ചെയ്യാത്ത നേർച്ചകളില്ല. എല്ലാ ദൈവങ്ങളേയും മനമുരുകിവിളിച്ചു. എന്നിട്ടും അനർത്ഥങ്ങൾ. മച്ചിയുണ്ടെങ്കിൽ വീട്ടിൽ അനർത്ഥങ്ങൾ

ഒഴിയില്ലത്രെ! പേറ്റുശേഷിയില്ലാത്ത പെണ്ണിനെ കാണുന്നതുപോലും ദുഃശ്ശ കുനമാണ്.

കുട്ടികളുണ്ടാകാതിരുന്നത് നാരായണൻകുട്ടിയേട്ടന്റെ കഴിവുകേടു കൊണ്ടായിരുന്നോ? അതോ, തന്റെ കുഴപ്പംകൊണ്ടായിരുന്നോ? അതു മല്ല; ഒരിപ്പുറത്തമ്മ കോപിച്ചതുകൊണ്ടായിരുന്നോ? മാധവി ചിന്തയി ലാണ്ടു.

"മാതൂ."

കേശവൻകുട്ടി അവളെ വാരിപ്പുണർന്നു.

"ങ്ഹേ..."

"നീയെന്തേ മിഴിച്ചുനില്ക്കണെ?"

"അത്.... ഞാൻ...."

"ഒന്നും ആലോചിക്കേണ്ട. കുട്ടികളൊണ്ടാകാതിരുന്നത് നിന്റെ കൊഴ പ്പംകൊണ്ടല്ലെന്ന് തെളിഞ്ഞല്ലോ."

ശരിയാണ്. പക്ഷേ,........

നാരായണൻകുട്ടിയേട്ടന്റെ ദാരുണമരണം എല്ലാം തകർത്തതാണ്. നാരായണൻകുട്ടിയേട്ടന്റെ ആത്മാവിന് ശാന്തികിട്ടുവാൻ ശേഷക്രീയ കൾകഴിഞ്ഞ്; സഞ്ചയനം വരെയെങ്കിലും...... അതുകഴിഞ്ഞ് എല്ലാം അവ സാനിപ്പിക്കണം. അവൾ നിശ്ചയിച്ചുറപ്പിച്ചതാണ്. കാര്യങ്ങൾ മാറിമറി ഞ്ഞത് പെട്ടെന്നായിരുന്നു. കേശവൻകുട്ടി അവളെ ജീവിതത്തിലേക്ക് കൈപിടിച്ചുനടത്തിയത് അവിചാരിതമായിട്ടായിരുന്നു.

മാധവി കേശവൻകുട്ടിയുടെ മാറിലേക്ക് പറ്റിച്ചേർന്നു. അവളുടെ കണ്ണുനീരിന്റെ ചൂട് അവന്റെ നെഞ്ചിലേക്കൊലിച്ചിറങ്ങി.

ഒരുപെണ്ണിന് എറ്റവുംകൂടുതൽ കരുതൽ വേണ്ട കാലം ഇതാണെന്ന് കേശവൻകുട്ടിക്ക് നന്നായറിയാം. കഠിനജോലികളൊന്നും മാധവിയെ ക്കൊണ്ട് അവൻ ചെയ്യിച്ചിരുന്നില്ല. വെളുപ്പിനേ അവൻ എഴുന്നേല്ക്കും. പാളയിലും മൺകലത്തിലും ചെമ്പുകുടത്തിലും വെള്ളം നിറച്ചുവയ്ക്കും. വിറകുകീറി ചായ്പ്പിനുള്ളിൽ അടുക്കിവയ്ക്കും. പീടികയിൽനിന്നും സാധ നങ്ങൾ വാങ്ങിക്കൊണ്ടുവരുന്നതും അവനാണ്. ചോറുപൊതിയും ഉളി സഞ്ചിയുമായി പണിക്കുപോകുംമുമ്പേ വീട്ടുജോലികൾ ഏതാണ്ടെല്ലാം ഒതുങ്ങിയിരിക്കും.

പറങ്കിയണ്ടി ചുട്ടുതല്ലിയതും, പുളിച്ചിമാങ്ങ പഴുത്തുകനിഞ്ഞതും, നേന്ത്രക്കുലയുടെ അടിപ്പടലയും അവൾക്ക് കൊണ്ടുക്കൊടുക്കും. കാട്ടി റച്ചി വെണ്ണയിൽ മൊരിച്ചതും, പുത്തരിയുടെ പാൽപ്പായസവുമുണ്ടാക്കി കുഞ്ഞനന്തന്റെ ഭാര്യ ഭാനുമതി അവളുടെ കൊതിതീർക്കും.

നാടുംവീടും ഉപേക്ഷിച്ച് ഓടിപ്പോന്നവരെ മറ്റാരുണ്ട് സഹായിക്കാൻ!

വീർത്തുന്തിയ വയറിനുള്ളിലെ ചലനവേഗങ്ങൾക്ക് കേശവൻകുട്ടി യുടെ സാമീപ്യം ചടുലത ഉളവാക്കുന്നതായി അവൾ തിരിച്ചറിഞ്ഞു.

"കേശോൻകുട്ടിയെ കാണുമ്പോഴാ ചെറുക്കന് കളികൂടുതൽ."

"ചെറുക്കനാണെന്ന് നീയെങ്ങനെയറിഞ്ഞു?"

"വയറ്റിലെ മേളം കണ്ടാലറിയില്ലെ."

"ഒന്നുകാണട്ടെ."

മണ്ണെണ്ണവിളക്കിന്റെ ചുവപ്പുകലർന്ന മഞ്ഞവെട്ടത്തിൽ നിറവയറിലേക്ക് അവൻ ഉറ്റുനോക്കി.

"ദേ.... ചെറുക്കൻ തൊഴിക്കുന്നു."

മുകളിലേക്കുതൊഴിച്ച കുഞ്ഞിക്കാലിൽ അവൻ മൃദുവായി ചുംബിച്ചു. അവൾ ഇക്കിളിപ്പെട്ടു.

മകരത്തിലെ കുളിരുപെയ്യുന്ന പൗർണ്ണമിരാത്രി. പാതിരായോടടുത്തിട്ടും മാധവിക്ക് ഉറക്കംവന്നില്ല. അവൾ തിരിഞ്ഞും മറിഞ്ഞും കിടന്നു. ഇരുട്ടിലും അവളുടെ അസ്വസ്ഥത അവൻ അറിയുന്നുണ്ടായിരുന്നു.

"മാതൂ. ഉറങ്ങിയില്ലേ?"

അവൻ വിളക്കുതെളിച്ചു. പായയിൽ എഴുന്നേറ്റിരുന്നു.

"വയറ്റിൽ വല്ലാത്ത നോവ്."

വയറുതപ്പിപ്പിടിച്ച് അവൾ നിലവിളിച്ചു.

"ഈ രാത്രീൽ......?"

അവൻ പകച്ചിരുന്നു.

"ഭാനൂനെ ഒന്നുവിളിക്ക്."

ചൂട്ടുമിന്നിച്ച് കണ്ണൻപിള്ളയിലേക്ക് അവനോടി.

കതകിൽ മുട്ടിയപ്പോൾത്തന്നെ കുഞ്ഞനന്തൻ ഉണർന്നു. കോലായിൽ റാന്തൽ തെളിഞ്ഞു. അപ്പോഴേക്ക് ഭാനുമതിയും അവിടേക്കുവന്നു.

"കുഞ്ഞനന്നാ... മാതൂന് നോവിളകി."

കേശവൻകുട്ടി കിതച്ചു.

"ഭാനൂ. ഇവൻ അച്ഛനാകാൻ പോകുന്നു. കേശവൻകുട്ടി, നീ നാണിപ്പതിച്ചിയെ വിളിച്ചോണ്ടുവാ. ഞാനും ഭാനൂം മാതൂനെ നോക്കിക്കോളാം. ഇവൾ കാര്യങ്ങൾ കണ്ടുപടിക്കട്ടെ. ഇവളുടെ വയറ്റിലുമുണ്ട്."

ഭാനുമതി വാപൊത്തി ഊറിച്ചിരിച്ചു.

"ഈനേരത്ത് നാണിപ്പതിച്ചി...... ?"

"ഞാൻ പറഞ്ഞിട്ടാണെന്നു പറ."

രാക്ഷസൻപാറയുടെ മൂക്കിലിരുന്ന് കുറുക്കക്കൂട്ടത്തിന്റെ ഓരിയിടൽ. അതുകേട്ട് നായ്ക്കൾ നീട്ടിമോങ്ങുന്നു.

ഒന്നര ഫർലോങ്ദൂരെ, മൊട്ടപ്പാറമലയുടെ ചെരിവിലാണ് നാണിപ്പതിച്ചിയുടെ താമസം. കണ്ണൻപിള്ളപ്പുരയിടത്തിന്റെ അതിരുതാണ്ടി, വയൽവരമ്പും കഴിഞ്ഞ്, മൊയ്തുവിന്റെ ഓത്തുപള്ളിയും പീടികയുംചുറ്റി, അയ്യപ്പൻപ്ലാവിന്റെ ചുവട്ടിൽനിന്നും ഒരു വിളിപ്പാടകലെവരെയും ചൂട്ടുവെട്ടത്തിൽ രാത്രിയിൽ തനിച്ചു പോകണമല്ലോയെന്നോർത്ത് കേശവൻകുട്ടി പേടിച്ചു. കൃഷിയിടങ്ങൾ കുത്തിയിളക്കുവാൻ കിഴക്കൻമലയിൽനിന്നും നിലാവെളിച്ചത്തിൽ കാട്ടുപന്നികൾ കൂട്ടത്തോടെയിറങ്ങും. അവറ്റകൾക്കുമുമ്പിലെങ്ങാനും എത്തിപ്പെട്ടാൽ തേറ്റകൊണ്ട് കുത്തിമ

ലർത്തും. അയ്യപ്പൻപ്ലാവിന്റെ ചുവട്ടിൽക്കൂടി പകൽനേരത്തുപോലും ആരും പോകില്ല.

കാണ്ടാമൃഗത്തെപ്പോലെ ബലിഷ്ഠനായിരുന്നു അയ്യപ്പൻകുറവൻ. അയ്യപ്പൻകുറവൻ പൗർണ്ണമിരാവിൽ പടർന്നുപന്തലിച്ച തേൻവരിക്കപ്ലാം ചോട്ടിലെ പരപ്പൻപാറയിൽ ഒറ്റമുലച്ചിയുമായി മുക്രയിട്ട് കാമകേളി നടത്തുമായിരുന്നു. കിഴക്കൻമല ഇറങ്ങിവന്ന ഇരുതലമറുതയ്ക്ക്, പാറപ്പരപ്പിലെ കേളികണ്ട് കലിയിളകി. ഇരുതലമറുത ഒറ്റയാൻപന്നിയുടെ രൂപം പൂണ്ട്, പാഞ്ഞടുത്ത് കുറവന്റെ നാഭിയിൽ തേറ്റകൊണ്ട് ആഞ്ഞുകുത്തി. പാറപ്പരപ്പിൽ അയ്യപ്പൻകുറവൻ നാഭിപൊട്ടിമരിച്ചു. ഒറ്റമുലച്ചി അവളുടെ മുടിപറിച്ചെടുത്ത് കയറുപിരിച്ച് പ്ലാവിൻകൊമ്പിൽ കെട്ടിത്തൂങ്ങി. എല്ലാ പൗർണമിയിലും, പ്ലാഞ്ചോട്ടിലെ നിലാവുവിരിച്ച പാറപ്പരപ്പിൽ അയ്യൻമറുതയും ഒറ്റമുലച്ചിയും ഒത്തുകൂടി ക്രീഡിക്കുന്ന മുക്രയിടീൽ നാട്ടുകാർ കേൾക്കാറുണ്ടത്രെ! അവരുടെ കേളി കണ്ണിൽപ്പെടുന്നവർ ഷണ്ഡരാകുമെന്ന് വിശ്വസിച്ചുപോരുന്നു.

അയ്യപ്പൻപ്ലാവിന്റെ ചുവട്ടിലെ പാറപ്പരപ്പിലേക്ക് അവൻ നോക്കിയില്ല.

കേശവൻകുട്ടിയുടെ ഓട്ടം നാണിപ്പതിച്ചിയുടെ കുടിലിനു മുന്നിലെത്തിയാണ് നിന്നത്.

ചെറ്റവാതിൽമാറ്റി നാണിപ്പതിച്ചി ചൂട്ടുവെട്ടത്തിലേക്കിറങ്ങിവന്നു. അഴിഞ്ഞുലഞ്ഞ കൈലിമുണ്ട് മുറുക്കിക്കുത്തി. നിതംബത്തോളം ചിതറിക്കിടന്ന ഇടതൂർന്ന മുടി വാരിക്കെട്ടി. അശക്കോലിൽനിന്നും റൗക്കയെടുത്ത് മാറുചുറ്റിമുറുക്കി. തിണ്ണയിൽ ചാരിവച്ചിരുന്ന ചില്ലുകുപ്പി തുറന്ന് രണ്ടുകവിൾ വാറ്റുചാരായം നാണിപ്പതിച്ചി കുടിച്ചു. ചില്ലുകുപ്പി കേശവൻകുട്ടിക്കുനീട്ടി. അവൻ ഒരുകവിൾ ഇറക്കി. നാണിപ്പതിച്ചി ബാക്കിതിട്ടപ്പെടുത്തി ചില്ലുകുപ്പി എളിയിൽ തിരുകിവച്ചു.

"വാ. പോകാം."

നാണിപ്പതിച്ചി ചൂട്ടിനുമുമ്പേ നടന്നു.

ചെറ്റവാതിലിനുപിന്നിൽ പതിച്ചിയുടെ കെട്ടിയോന്റെ മുഖംതെളിഞ്ഞു.

"അയ്യപ്പൻപ്ലാഞ്ചോടുകടക്കാൻ കൊച്ചുപണിക്കന് പേടിയില്ലാർന്നോ?"

"മ്ഉം."

"ഒറ്റമൊലച്ചീടെ പരപ്പമ്പാറ ഒരീസം കൊച്ചുപണിക്കനെ കാട്ടിത്തരാം."

നിലാവെളിച്ചത്തിൽ അയ്യപ്പൻപ്ലാവിന്റെ ചില്ലയനങ്ങി. കേശവൻകുട്ടി കണ്ണുചിമ്മി. അവന്റെ രോമങ്ങളെഴുന്നു.

"കൊച്ചുപണിക്കോ."

"ഓ."

"അമ്പത്താറുവരെ കൊച്ചിനെ ശല്യംചെയ്യരുത്."

"ങ്ഹ."

"പേറ്റുകാര്യേം കെട്ട്യോനേം അമ്പത്താറുവരേം പതിച്ചിയാ നോക്കുന്നെ. പെണ്ണിനെ അടുത്ത പേറിനായ് ഒതുക്കിയെടുക്കണം. കെട്ട്യോന്റെ പശിയുമടക്കണം."

നിലാവിന്റെ കുളിരിന് കാച്ചെണ്ണയുടെ മണം.

നാണിപ്പതിച്ചിയുടെ ത്രസിപ്പിക്കുന്ന വർത്തമാനവും വാറ്റുചാരായത്തിന്റെ ലഹരിയും കുളിരിൽപ്പരന്ന കാച്ചെണ്ണമണവും കേശവൻകുട്ടിയുടെ തണുപ്പകറ്റി. അവന്റെ സിരകൾ ചൂടുപിടിച്ചു.

"ഞങ്ങളുടെ കൊലത്തിലെ മച്ചികളാ പതിച്ചികളാകുന്നെ. എത്ര കെട്ടിയോമ്മാരുടെ വെശപ്പടക്കിയാലും പതിച്ചി പെറത്തില്ല."

നാണിപ്പതിച്ചിയെ, കൈയിൽ മുറുകെപ്പിടിച്ച് മടവരമ്പുകടത്തിയപ്പോൾ കേശവൻകുട്ടി ഉത്തേജിതനായി. അവൻ നാണിപ്പതിച്ചിയെ വരിഞ്ഞുമുറുക്കി.

"സമയമാകുമ്പോ ആവശ്യോള്ളത് കൊച്ചുപണിക്കനുതരാം." പതിച്ചി കുതറിമാറി. "ചെല വഷളമ്മാരുണ്ട്. അമ്പത്താറുകഴിഞ്ഞ് പെണ്ണിനെ മുച്ചൂടുകിട്ടിയാലും പിന്നേം പതിച്ചീടെപുറകേ മണപ്പിച്ചോണ്ടു നടക്കും. ശപ്പമ്മാരെ ചൂലെടുത്ത് ആട്ടിയോടിക്കും."

നാണിപ്പതിച്ചിക്കൊപ്പമെത്താൻ അവൻ വലിഞ്ഞുനടന്നു.

മാധവിയുടെ അശക്തമായ ഞരക്കം മുറിക്കുള്ളിൽ കേൾക്കുന്നു. ഭാനുമതി അവളെ ആശ്വസിപ്പിക്കാൻ ശ്രമിക്കുന്നുണ്ട്. കുഞ്ഞനന്തൻ നിലാവത്ത് വെരുകിനെപ്പോലെ ഉലാത്തി ബീഡിപുകയ്ക്കുന്നു.

നാണിപ്പതിച്ചി വീടിനുള്ളിലേക്കുകയറി. അവർ മാധവിയെ അടിമുടി നിരീക്ഷിച്ചു. ഇടിഞ്ഞുതാണ അടിവയർ പരിശോധിച്ചു. എന്തോ പന്തികേട്. കുട്ടി പുറത്തുവരേണ്ട നേരംകഴിഞ്ഞല്ലോ. പതിച്ചി മാധവിയുടെ വയറുഴിഞ്ഞു.

"കൊച്ചേ.... ഈശരമ്മാരെ വിളിച്ച് ആഞ്ഞുമുക്ക്."

"ന്റമ്മോ.... ഹെന്റീശരമ്മാരേ... സുബ്രമണ്യാാാ.... നിന്റെമുമ്പീ വരാമേ....മ്ഉഉംംം."

മാധവി ആഞ്ഞുമുക്കി.

പുറംലോകംകണ്ട അമ്പരപ്പിന്റെ വാകീറിക്കരച്ചിൽ. കേശവൻകുട്ടിയും കുഞ്ഞനന്തനും മുറിക്കുള്ളിലേക്ക് ആകാംക്ഷയോടെ നോക്കി. ഭാനുമതി വിരണ്ടു വിളറി മുറിക്കുവെളിയിലിറങ്ങി.

നാണിപ്പതിച്ചി വിരലുകൾ മടക്കിയെണ്ണി കണക്കുകൂട്ടി. ഉള്ളുകൊണ്ടുഗണിച്ച് പിറുപിറുത്തു. ചില്ലുകുപ്പിതുറന്ന് ഒരു കവിളിറക്കി വാതിലിനുനേരെ വിളിച്ചുപറഞ്ഞു: "കാർത്തികയാ നെക്ഷെത്രം. മകരത്തിലെ കാർത്തിക. കീർത്തിമാനാകും."

മാധവിക്ക് രണ്ടാമത് കുളിമുടങ്ങിയപ്പോൾ കേശവൻകുട്ടി പറഞ്ഞു: "ഒരു പെങ്കുഞ്ഞുമതി. നിന്നേപ്പോലെ സുന്നരി."

പണികഴിഞ്ഞ് കുത്തുകല്ല് കയറുമ്പോൾ പതിവില്ലാത്തനേരത്ത് വീട്ടുമുറ്റത്ത് ഭാനുമതിയെക്കണ്ട് കേശവൻകുട്ടി പരിഭ്രമിച്ചു. മാധവിക്കു

വല്ലതും....?!

"ഇതു വിതിച്ചില്ലെന്നു വെച്ചാമതി. ഒന്നിനെ ഒടേതമ്പുരാൻ തന്നല്ലോ." ഉമ്മറപ്പടിയിൽനിന്നും നാണിപ്പതിച്ചി മുറുക്കാൻതുപ്പൽ മുറ്റത്തേക്ക് നീട്ടിത്തുപ്പി. "കുഞ്ഞിനെ കിട്ടിയില്ലേലും തള്ളയ്ക്കുരെക്ഷവേണം. അമ്പത്താറുവരെ പേറ്റുപെണ്ണിനെ നോക്കണം. ചെറുക്കൻ മൊല കുടിച്ചോളും. തളന്തൻ വൈദ്യന്റെ പീടികേന്ന് പേറ്റുമരുന്ന് വാങ്ങിവാ."

"ങ്ഹ."

"ആദ്യത്തെ പേറിന്റെ നേർച്ചനടത്തിയോ കൊച്ചേ?"

"ഇല്ല."

മാധവി കണ്ണീരൊപ്പി.

"മ്ഉം."

നാണിപ്പതിച്ചി അമർത്തിമൂളി.

വൈദ്യന്റെ പീടികയിലേക്കുനടക്കുമ്പോൾ കേശവൻകുട്ടി ആകെ തളർന്നിരുന്നു.

കുടമണികിലുക്കി അലറിയുറയുന്ന വെളിച്ചപ്പാട് പെട്ടെന്ന് നിശ്ശബ്ദനായി. കാതടപ്പിക്കുന്ന ഇടിമുഴക്കത്തോടെ ഭൂമി പിളരുന്നു.

"കൊച്ചേ...."

മാധവി ഞെട്ടിയുണർന്നു.

ഉണ്ടക്കണ്ണുതുറിച്ച്, മറത്തുണിയുയർത്തി ഉണ്ണൂണിച്ചൻ നില്ക്കുന്നു. തന്നെ കീഴ്പ്പെടുത്തുവാൻ. അവൾ കാർത്തികേയനെ മാറോടുചേർത്ത് വല്ലത്തിനോടു പറ്റിയൊതുങ്ങി.

"അരുത്... എന്നെ..."

അവൾ ഉറക്കെ നിലവിളിച്ചു. പക്ഷേ; അവളുടെ നിലവിളി പേടിച്ചരണ്ട നായയുടെ മുരൾച്ചപോലെയാണ് പുറത്തുവന്നത്.

"കൊച്ചേ. പിച്ചുംപേയും പറയാണോ? ചന്തേലെത്തി."

ങ്ഹേ! താനെവിടെയാണ്?

അവൾ പുറത്തേക്കുനോക്കി. വണ്ടിക്കാളകൾ തന്നെനോക്കി കൊമ്പുകുലുക്കുന്നു. വണ്ടിക്കാരനെ കാണാനില്ല. പന്തവെളിച്ചത്തിൽ തിരക്കുകൂട്ടുന്ന ഒരുപറ്റം മനുഷ്യർ.

"കൊച്ചേ. എന്തൊരു കൂർക്കംവല്യാരുന്നു. നിക്ക് ഒരുപോള കണ്ണടക്കാൻ പറ്റീല." ഉണ്ണൂണിച്ചൻ കൊമ്പൻമീശപിരിച്ച് മറത്തുണി ഉയർത്തിവച്ചു. "ആളൊഴിഞ്ഞിടത്ത് തൂറുവോ, പെടുക്കുവോ ചെയ്യ്. പരപരാ വെളുക്കുമ്പം നെലുസൻവണ്ടി വിടും."

കടവായിലൂടെ ഒലിച്ചിറങ്ങിയ ഈത്ത ഇടതുകൈയിലൊപ്പി ഉണ്ണൂണിച്ചൻ മറത്തുണിയിൽതേച്ചു.

നാല്

കീറ്റിലയിൽ തൂകിയ അവലോസുപൊടി കേശവൻകുട്ടി കാർത്തികേയനു കൊടുത്തു. ഉറക്കം തികയാഞ്ഞതിന്റെ നീരസത്തിൽ കാർത്തികേയൻ ചിണുങ്ങി. മാധവി അവനെ മടിയിൽവച്ച് മുലകൊടുത്തു. ചിണുങ്ങൽനിന്നു. കീറ്റിലയിൽനിന്നും അവലോസുപൊടി അവൻ വാരിത്തിന്നു.

ഇലക്ട്രിക് വിളക്കിന്റെ മഞ്ഞവെളിച്ചത്തിനുതാഴെ നെടുനീളത്തിൽ കീറിയിട്ടിരുന്ന വിശ്രമക്കല്ലിൽ വണ്ടി പുറപ്പെടുന്നതുംകാത്ത് അവർ ഇരുന്നു. പുലരിക്കുമുമ്പേ വണ്ടി പുറപ്പെടുമെങ്കിലും അതിന് സമയമിനിയുമുണ്ട്. പന്തവെട്ടത്തിൽ കച്ചവടം തകൃതിയായി നടക്കുന്നു. വാഴക്കുല, ചേന, ചേമ്പ്, കാച്ചിൽ, വെറ്റില, കൊട്ടപ്പാക്ക്, പച്ചക്കറികൾ...... എല്ലാറ്റിനും വെവ്വേറെ സ്ഥലങ്ങളാണ്. കൂന്താലി, മൺവെട്ടി തുടങ്ങിയ കാർഷിക ഉപകരണങ്ങൾക്കും അവയ്ക്കാവശ്യമായ മരക്കൈകൾക്കും; തവി, ചിരവ, ചീനച്ചട്ടി, മൺകലം മുതലായവ വില്ക്കുന്നതിനും ചന്തയുടെ കിഴക്കേക്കോണാണ് ക്രമീകരിച്ചിരിക്കുന്നത്. റോഡിന്റെ മറുവശത്ത്, തെക്കുഭാഗത്താണ് കന്നുകാലിച്ചന്ത. ഉഴവിനും വണ്ടിക്കും ആവശ്യമായ കാളകൾ, പോത്തുകൾ; കറവക്കാർക്കുവേണ്ടി പശുക്കളും ആടുകളും; ഇറച്ചിക്കുള്ള മുട്ടന്മാരും ചന്തയുടെ പകുതിയിലധികവും കൈയടക്കിയിരിക്കുന്നു.

കൊണ്ടുവന്ന ഉല്പന്നങ്ങൾ വില്ക്കുന്നതിന്റേയും ആവശ്യമായ സാധനങ്ങൾ വാങ്ങി വണ്ടിയിൽ എടുത്തുവയ്ക്കുന്നതിന്റേയും തിരക്കിലാണ് കാളവണ്ടിക്കാർ. കാളകളെ അങ്ങിങ്ങായി മരങ്ങളിൽ കെട്ടിയിരിക്കുന്നു. പുല്ലുതിന്നുന്നതിന്റെയോ, വെള്ളം കുടിക്കുന്നതിന്റെയോ, ചാണകമിടുന്നതിന്റെയോ, തലയാട്ടി മണികിലുക്കിയും വാലുവളച്ചുചുഴറ്റിയും ഈച്ചകളെ ആട്ടിയോടിക്കുന്നതിന്റെയോ തിരക്കിലാണ് കാളക്കുട്ടന്മാർ.

ക്രയവിക്രയങ്ങൾക്കായി വില്ലീസ് ജീപ്പുകാരും എത്തിയിട്ടുണ്ട്.

അനന്തരാമപുരം ചന്തയിൽ കേശവൻകുട്ടി നേരത്തേ വന്നിട്ടുണ്ട് . പൂവരശിൽ തീർത്ത കട്ടിലും, കടഞ്ഞകാലിട്ട പ്ലാവിന്റെ മേശയും കസേരയും വില്ക്കുന്നതിനായി നാരായണൻകുട്ടിയേട്ടന്റെ കൂടെ ഉത്രാടച്ചന്തയ്ക്കാണ് വന്നിട്ടുള്ളത്. വേലുവും പൊടിയനും കൂട്ടിനുണ്ടാകും. ഈർച്ചവാളുകാർ കീറിയിട്ട ഉരുപ്പടികൾ അപ്പനും നാരായണൻകുട്ടിയേട്ടനും താനുംകൂടി പണിയും. അപ്പനും നാരായണൻകുട്ടിയേട്ടനും കൂടിയാണ് കടച്ചിൽവേല ചെയ്യുന്നത്. വേലുവും പൊടിയനും വീട്ടിൽ താമസിച്ചാണ് കട്ടിലുകൾക്ക് ചൂരൽ വള്ളിയിട്ട് വരിയുന്നത്. മിനുക്കി, മെഴുകുരുക്കി മണ്ണെണ്ണചേർത്ത് തേച്ചുപിടിപ്പിക്കുന്നതിന് അമ്മയും കൂടും. പറപ്പട്ടിയും ആനന്ദപ്പള്ളിയും താണ്ടി തലച്ചുവടായി ഫർണിച്ചറുകൾ ചന്തയിലെത്തിക്കും. വേലുവിന്റെയും പൊടിയന്റെയും തലയിലും മേശയോ കസേരയോ കാണും. ഉച്ചയ്ക്കുമുമ്പ് കച്ചവടം കഴിച്ച് ഓണസാധനങ്ങളും വാങ്ങി ഷാപ്പിൽകയറി വിസ്തരിച്ചൊരു കള്ളുകുടിയും കഴിഞ്ഞാണ് വേലുവും പൊടിയനും അവരുടെ വീടുകളിലേക്കു മടങ്ങുന്നത്.

ചുറ്റിനടന്ന് ചന്തത്തിരക്ക് കാണണമെന്ന് കേശവൻകുട്ടിക്ക് മോഹമുണ്ട്. പക്ഷേ; മാധവിയേയും മോനേയും ഇവിടെ ഇരുത്തിയിട്ട് പോകുന്നത് എങ്ങനെയാണ്?

“നല്ലയാളാ. രാത്രീൽ ഒരു പരിചയവുമില്ലാത്ത ആണുങ്ങടെകൂടെ യാത്രചെയ്തിട്ട്..... അവരുടെ ചാരായം വാങ്ങിമോന്തി.... എന്റേയും കുഞ്ഞിന്റേയും കാര്യം കേശോൻകുട്ടിയോർത്തോ? എന്തൊരു വാട.”

മാധവി മൂക്കുപൊത്തി. പരിഭവം കൂറി.

“അത്.... കാളത്തങ്കൻ കുടിച്ചപ്പോ ലേശംതന്നു. അവന്റെ വണ്ടീൽകേറീട്ട് വേണ്ടാന്ന് പറയാൻ പറ്റ്വോ? കുടിച്ചെന്നു വിജാരിച്ച് നിന്നേം മോനേം മറക്വോ? ഞാൻ ഉറങ്ങിയതേയില്ല.”

കേശവൻകുട്ടി കോട്ടുവായിട്ടു.

“കണക്കായി.”

“മാതൂന് അനന്തരാമപുരം ചന്തയെപ്പറ്റി അറിയ്യോ?”

അവൻ അരിയുണ്ടയെടുത്ത് അവൾക്കുകൊടുത്തു.

കേശവൻകുട്ടി സ്നേഹവും വിവരവുമുള്ളവനാണ്– മാധവിക്കറിയാം. ഒരിപ്പുറത്തമ്മയുടെ പറയെടുപ്പിനും, ഉത്സവത്തിനും, സപ്താഹത്തിനും കരക്കാരുടെകൂടെ അവൻ ഉണ്ടാകും. വായനശാല കെട്ടിമേയുന്നതിനും പുസ്തകശേഖരണത്തിനും കമ്മിറ്റിയംഗമായ കേശവൻകുട്ടി ഓടിനടക്കും. കെ പി എ സിയുടെ നാടകഗാനപുസ്തകവും കുഞ്ചൻനമ്പ്യാരുടെ കല്യാണസൗഗന്ധികം ഓട്ടൻതുള്ളലും രമണനും കേശവൻകുട്ടി കൊണ്ടുത്തന്നാണ് വായിച്ചിട്ടുള്ളത്.

“കേക്കട്ടെ.”

അവൾ അരിയുണ്ടവാങ്ങി അവനോട് ചേർന്നിരുന്നു.

ഞാറ്റുപാട്ടും മരമടിയൊച്ചയുംകൊണ്ട് മുഖരിതമായ കാർഷിക

ഗ്രാമത്തെ അനന്തരാമപുരം ചന്തയാക്കിയത്- തെക്കൻകേരളത്തിലെ രണ്ടാമത്തെ വലിയ ചന്തയാക്കി മാറ്റിയത് - തിരുവിതാംകൂർ ദിവാൻ രാജാകേശവദാസനായിരുന്നു. കിഴക്കൻ മലയിൽനിന്നും കാട്ടുതേനും, കാട്ടുകുരുമുളകും, തിപ്പലിയും, പേറ്റുവേതിന് നാല്പാമരവും, തേച്ചുകുളിക്ക് ഇഞ്ചത്തോല് ചതച്ചുണക്കിയതും മലമ്പളിയന്മാർ കൊണ്ടുവരും. കാർഷിക ഉല്പന്നങ്ങൾ, കാർഷിക ഉപകരണങ്ങൾ; ഉരുക്കളും ഉഴവുസാധനങ്ങളും, പാണ്ടിക്കരിപ്പോട്ടിയും വാഴമുട്ടം ശർക്കരയും.... എന്നുവേണ്ട; എല്ലാസാധനങ്ങളുടെയും കച്ചവടത്തിനായി വിദൂര ദേശങ്ങളിൽനിന്നുപോലും ആളുകൾ വന്നിരുന്നു. പണ്ടുകാലത്ത് ആനകളെ വില്ക്കുന്നതിനും വാങ്ങുന്നതിനും നാട്ടുരാജാക്കന്മാർ അനന്തരാമപുരം ചന്തയിലാണ് എത്തിയിരുന്നത്.

കഴുകിത്തുടച്ച വണ്ടി യാത്രപുറപ്പെടുവാൻ കാത്തിരിപ്പുകല്ലിന് സമീപമെത്തി.

NELSON MOTORS

പറക്കോട് ഹരിപ്പാട്

നെൽസൺ മോട്ടേഴ്സ് യാത്ര തുടങ്ങുന്നത് അനന്തരാമപുരം ചന്തയിൽ നിന്നാണ്. പടിഞ്ഞാറുനിന്നും തലച്ചുവടായി സാധനങ്ങൾ കൊണ്ടുവരുന്നവരുടെ തിരികെ യാത്ര ഈ ബസിലാണ്. വട്ടിയും കുട്ടയും വല്ലവും ചെളിയും കള്ളിന്റെ വാടയുംനിറഞ്ഞ തിരക്കുമായിട്ടായിരിക്കും പടിഞ്ഞാട്ടുള്ള വെളുപ്പാൻകാലയാത്ര. കാർത്തികേയനെ ഒക്കത്തുവച്ച മാധവിയും തോളിൽത്തൂക്കിയ തുണിസഞ്ചിയുമായി കേശവൻകുട്ടിയും വണ്ടിയിൽ കയറി. ഡ്രൈവറുടെ സമീപത്തുള്ള സീറ്റിൽത്തന്നെ അവർ ഇരുന്നു. യാത്രക്കാർ എത്തിത്തുടങ്ങിയിട്ടേയുള്ളു. കാർത്തികേയൻ ഉത്സാഹത്തിലാണ്. അവൻ അവലോസുപൊടി വാരിത്തിന്ന് ബസിനുള്ളിൽ ഓടിനടന്നു. വണ്ടിയുടെ ഗീയർലിവറിലും ഹോണിലും അവൻ തൊട്ടു. ഹോണടിച്ച് ഡ്രൈവർ അവനെ പ്രോത്സാഹിപ്പിച്ചു.

പോം.... പോം....

ബസിനുള്ളിൽ തിരക്കുകൂടി. കണ്ടക്ടർ ധൃതിപ്പെട്ട് ടിക്കറ്റ് കൊടുത്തു. കേശവൻകുട്ടിക്ക് മുറിച്ചുകൊടുത്ത ടിക്കറ്റ് കാർത്തികേയന്റെ കീശയിൽ തിരുകിവച്ചു. വണ്ടി പുറപ്പെടാൻ നേരമായി. ലിവറുവലിച്ചുകറക്കി ഡ്രൈവർ വണ്ടി സ്റ്റാർട്ടുചെയ്തു. വലിയശബ്ദത്തിൽ വണ്ടി കുലുങ്ങിവിറച്ചു. ഉത്സാഹത്തിമിർപ്പിലായിരുന്ന കാർത്തികേയൻ പേടിച്ച് വാകീറിക്കരഞ്ഞു. അവൻ മാധവിയുടെ മടിയിൽക്കയറി. ബ്ലൗസിന്റെ കുടുക്കഴിച്ച് മാധവി അവന് മുലകൊടുത്തു. വെളുത്തുതുടുത്ത മുലയിലേക്ക് ഡ്രൈവർ ഉറ്റുനോക്കി. അയാൾ ആവേശത്തോടെ ഹോണടിച്ചു; പോം...... പോം......

മാധവിക്കു നാണംവന്നു. അവൾ നേര്യതുവലിച്ച് മാറുമറച്ചു.

കണ്ടക്ടർ വിസിലൂതി. കുലുക്കത്തോടെ വണ്ടി പുറപ്പെട്ടു.

വലിയകുളത്തിൽ മുങ്ങിക്കുളിച്ച്, സുബ്രഹ്മണ്യസന്നിധിയിൽ തൊഴു

തുനിന്നപ്പോൾ കേശവൻകുട്ടിയും മാധവിയും നിർവൃതിയിലാണ്ടു.

തന്റെ പിതാമഹന്മാരുടെ കരവിരുതിൽ തീർത്ത ക്ഷേത്രചാരുതയിൽ, മയിൽവാഹനനിൽ എല്ലാമർപ്പിച്ച് അവൻ ലയിച്ചുനിന്നു. പഞ്ചപ്രാകാരങ്ങളോടുകൂടിയ മഹാക്ഷേത്രത്തിന്റെ തച്ചുശാസ്ത്ര നിപുണതയിലും ചുറ്റമ്പലത്തിലെ ദാരുശില്പങ്ങളുടെ മനോഹാരിതയിലും തന്റെ കുലത്തിന്റെ മഹിമയോതുന്ന ശില്പസൗന്ദര്യത്തെ കേശവൻകുട്ടി നമിച്ചു.

നൂറ്റാണ്ടുകൾക്കുമുമ്പ് കുമാരപുരത്ത് സുബ്രഹ്മണ്യന്റെ തൃക്കോവിലമ്പലം ഉണ്ടായിരുന്നു. അതിനടുത്തായി ഒരു മഹാക്ഷേത്രം നിർമ്മിക്കുവാൻ രാജാവ് തീരുമാനിച്ചു. ഗണിച്ചൊഴിവുകണ്ട വിദഗ്ദ്ധ വിശ്വകർമ്മജരുടെ നേതൃത്വത്തിൽ മാസങ്ങൾ നീണ്ടുനിന്ന കഠിനാദ്ധ്വാനത്തിനൊടുവിൽ പഞ്ചപ്രാകാരങ്ങളോടുകൂടിയ മഹാക്ഷേത്രം ഉയർന്നുവന്നു. ദേവശില്പിയായ വിശ്വകർമ്മാവുപോലും തന്റെയംശങ്ങളുടെ വാസ്തുവിദ്യാവൈദഗ്ദ്ധ്യംകണ്ട് അതിശയിച്ചുപോയി. പരശുരാമൻ പൂജിച്ച ചതുർബാഹു മയിൽവാഹനവിഗ്രഹം ജലാധിവാസം ചെയ്യുന്നുണ്ടെന്നും, ആ വിഗ്രഹം ക്ഷേത്രത്തിൽ പ്രതിഷ്ഠിക്കണമെന്നും രാജാവിന് ദിവ്യദർശനമുണ്ടായി. കായൽച്ചുഴിയിൽനിന്നും മുങ്ങിയെടുത്ത വിഗ്രഹം പായിപ്പാട്ടാറ്റിലൂടെ ഘോഷയാത്രയായി കുമാരപുരത്തെത്തിച്ചു. ഒരു വൃശ്ചികത്തിലെ കാർത്തികയും പൗർണ്ണമിയും കൂടിയ നട്ടുച്ചയ്ക്ക് താന്ത്രികവിധിപ്രകാരം പ്രതിഷ്ഠിച്ച വിഗ്രഹത്തിൽ പരശുരാമൻ ജീവകലശാഭിഷേകം നടത്തി. ഹരിയുടെ അവതാരമായ പരശുധാരിയുടെ പാദസ്പർശത്താൽ കുമാരപുരം ഹരിപ്പാദപുരമായതാണെന്ന് മുത്തശ്ശി പറഞ്ഞുതന്നത് മാധവിയോർത്തു.

ഉച്ചതിരിയുമ്പോൾ മടക്കയാത്രയ്ക്ക് നേരമാകുമെന്നാണ് ഉണ്ണൂണിച്ചൻ പറഞ്ഞത്. എങ്കിലേ അന്തിയോടെ ആനക്കുളത്തെത്താൻ കഴിയുകയുള്ളു. കേശവൻകുട്ടി ആകാശത്തേക്കുനോക്കി. ഇല്ല. ഉച്ചയായിട്ടില്ല. എങ്കിലും ചോറുകഴിച്ച് തിരിച്ചുപോകുവാൻ അവർ തീരുമാനിച്ചു. വലിയകുളത്തിൽ കൈകഴുകി. മയിൽപ്പുരത്തിണ്ണയിൽ ചോറുപൊതിയഴിച്ച് അവർ ഇരുന്നു. അരിയുണ്ട മയിലുകൾക്ക് എറിഞ്ഞുകൊടുത്ത് കാർത്തികേയൻ ഓടിനടന്നു.

ആൺമയിലിന്റെ കൊക്കുരുമ്മി മയിൽപ്പെണ്ണ് കിന്നരിക്കുന്നു.

"മാതൂ."

"ങ്ഹാ?"

"അക്കാണുന്ന അനന്തപുരം കൊട്ടാരത്തിലാണ് കേരളവർമ്മ വലിയകോയിത്തമ്പുരാനെ തടവിൽ ഇട്ടിരുന്നത്."

"ഹെന്തിന്?"

കേശവൻകുട്ടിക്ക് മാധവി ഇടിച്ചമ്മന്തി തൂകി.

"രാജ്യദ്രോഹത്തിന്. വിരഹവേദന പ്രിയതമയോട് പറയാൻ മയിലിനോടാണ് തമ്പുരാൻ കേണപേക്ഷിച്ചത്."

"ങ്ഹാ! കേക്കട്ടെ."

ചെറിയൂർ മല്ലപ്പള്ളി നാരായണൻ നമ്പൂതിരിയുടേയും പൂരംനാൾ ദേവിയംബത്തമ്പുരാട്ടിയുടേയും മകനായി ചങ്ങനാശ്ശേരി ലക്ഷ്മിപുരം കൊട്ടാരത്തിൽ ജനിച്ച കേരളവർമ്മ, ഉത്രാടംതിരുനാൾ തിരുമനസ്സ് ദത്തെടുത്ത മൂത്തശേഷകാരി ഭരണിത്തിരുനാൾ ലക്ഷ്മിഭായിയെ പരിണയിച്ച് തിരുവിതാംകൂറുമായി അടുത്തബന്ധം സ്ഥാപിച്ച് അനന്തപുരിയിൽ കഴിഞ്ഞു. സാഹിത്യത്തിലും സംഗീതത്തിലും നിപുണനായ തമ്പുരാൻ ബഹുഭാഷാവിദഗ്ദ്ധനും കായികപ്രേമിയുമായിരുന്നു. വെള്ളക്കാരോടൊത്ത് ക്രിക്കറ്റുകളിച്ചു. ദർബാർഹാളിൽ ആംഗലേയത്തിൽ തർക്കിച്ചു. ശ്രീപത്മനാഭഭക്തിയിലും സേവകസ്തുതിയിലും മയങ്ങിയ തമ്പുരാക്കന്മാരെ കണ്ടുമടുത്ത തമ്പുരാട്ടിമാരുടെ അന്തരംഗത്തിൽ അരോഗദൃഢഗാത്രനായ തമ്പുരാൻ അശ്വമേധംനടത്തി. മധുരസംഗീതമാലപിച്ച് തമ്പുരാട്ടിമാരുടെ ഹൃദയതമ്പുരുമീട്ടി. മഹാറാണിയും അന്തപ്പുരവാസികളും ഇളമുറ തമ്പുരാക്കന്മാരും വലിയകോയിയെ പുകഴ്ത്തി. തന്റെ മാനസതോഴന്റെ പ്രശസ്തി ആയില്യം തിരുനാളിന്റെ തിരുമനസ്സിൽ സംശയങ്ങൾ അങ്കുരിപ്പിച്ചു. തമ്പുരാൻ തിരുമനസ്സിന്റെ ശത്രുതയ്ക്ക് പാത്രീഭൂതനായി. രാജ്യദ്രോഹക്കുറ്റംചാർത്തി വലിയകോയിയെ ബന്ധനസ്ഥനാക്കി നാടുകടത്തി. ഇവിടെ; അനന്തപുരം കൊട്ടാരത്തിൽ വീട്ടുതടങ്കലിൽ പാർപ്പിച്ചു.

മയിൽപ്പുരയിൽ സുബ്രഹ്മണ്യവാഹനം കാർമുകിലിനെ സാക്ഷിനിർത്തി ഇണയോടു രമിക്കുമ്പോൾ, തന്റെ പ്രാണപ്രേയസി തമ്പുരാന്റെ അന്തരംഗത്തിൽ അണയും. വലിഞ്ഞുമുറുകിയ കമ്പികളിൽ വിരൽതൊടുവിച്ച് വീണവാദനം പഠിപ്പിച്ചത്... മദനരാഗം തുളുമ്പിനിന്ന കരിനീലമിഴികളിൽനിന്നും കർണ്ണാടക സംഗീതത്തിന്റെ അനുപല്ലവികൾ ഒപ്പിയെടുത്തത്.... തമ്പുരാൻ മയൂരത്തിനോട് കേണുചൊല്ലി:-

ദൂനം ദൂരസ്ഥിതദയിതനായേതുമാശ്വാസമില്ലാ-
തേനം ദീനം ജനമനുകനിഞ്ഞൊന്നു ചെയ്താലുമിപ്പോൾ
സ്യാനന്ദൂരം പുരവരമതിൽചെന്നു മൽപ്രാണനാഥ-
യ്ക്കാനന്ദം നീയരുളുക പറഞ്ഞെന്റെ സന്ദേശവാക്യം.

"കുറുമ്പകരേലെത്തേണ്ട നേരമായി."

ചാട്ടചുഴറ്റി ഉണ്ണൂണിച്ചൻ കാളകളെ ഉത്സുകരാക്കി:- "കാളേ... ക്ലൂ... ക്ലൂ...."

കൊമ്പാട്ടി, മണികിലുക്കി, വാലുവളച്ച് വായുവിലുയർത്തി കാളകൾ വണ്ടിവലിച്ചുപാഞ്ഞു.

ഉണ്ണൂണിച്ചന്റെ വണ്ടിയിൽ സാധനങ്ങൾ ഒന്നും കയറ്റിയിട്ടില്ല. തിരികെ യാത്ര ഉണ്ണൂണിച്ചന്റെ വണ്ടിയിലാണ്. തങ്ങൾക്കുവേണ്ടി വണ്ടി ഒഴിച്ചിട്ടതാകാം. കേശവൻകുട്ടി മാധവിക്കരികിൽ ഉറക്കംതൂങ്ങി. കാർത്തികേയൻ അവളുടെ മടിയിൽ കയറിയിരുന്നു. സന്ധ്യക്കുമുമ്പ് വീട്ടിലെത്താമല്ലോ. ഭാഗ്യം. ഇങ്ങോട്ടുള്ള യാത്രയിൽ ഒരുപാട് പേടിച്ചതാണ്. കുറ്റാക്കൂരിരുട്ടിൽ അപരിചിതരായ ആണുങ്ങൾക്കൊപ്പം യാത്രചെയ്താൽ

ഏതു പെണ്ണാണ് പേടിച്ചുപോകാത്തത്. ഒന്നും സംഭവിക്കാഞ്ഞത് ആരുടെയോ നേരുകൊണ്ടാണ്.

പടിഞ്ഞാറൻവെയിലിന്റെ ചൂട് ചാഞ്ഞുചാഞ്ഞ് വണ്ടിക്കുള്ളിലേക്ക് കയറിവരുന്നു. മാധവി മറത്തുണി താഴ്ത്തിയിട്ടു. വല്ലാത്ത ഉഷ്ണം. നേര്യതുവീശി ചൂടാറ്റി.

കാളവണ്ടിയുടെ കടകട ശബ്ദത്തിന് ഒരു പ്രത്യേക താളം. അത് മസ്തിഷ്കചലനത്തിൽ അനുരണനമുണ്ടാക്കി. കേശവൻകുട്ടി കൂർക്കം വലിക്കുന്നു. കാർത്തികേയൻ അവളുടെ മടിയിൽ നല്ല ഉറക്കത്തിലാണ്.

മാധവിയുടെ കൺപോള അടഞ്ഞടഞ്ഞുവന്നു.

"കൊച്ചേ..."

ഉണ്ണൂണിച്ചൻ ചാട്ടചുഴറ്റി.

"മ്ഉം?"

"ഞങ്ങടെ കൂടെവരാൻ കൊച്ചിന് പേടിയാര്ന്നോ?"

"ഇല്ല."

മാധവി കള്ളംപറഞ്ഞു.

"അതുചുമ്മാതാ. ഞങ്ങടെ രൂപോം വർത്താനോം രീതീം കണ്ടാൽ ആരാ പേടിക്കാത്തെ. പച്ചേങ്കില് ഞങ്ങള് കമ്മൂണിട്ടുകളാ."

കാളവണ്ടി നിന്നു.

"കഴുവേറികള്. വേണ്ടാത്തെടത്തേ വന്നുനിക്കൂ."

ഉണ്ണൂണിച്ചൻ കാളകളെ തഴുകി, വഷളൻചിരി പാസാക്കി താഴേക്കുചാടി.

മാധവി മറത്തുണിയുയർത്തി.

നീലംകൊണ്ട് ചെറ്റപ്പലകയിൽ എഴുതിവച്ചത് അവൾ വായിച്ചു; 'പൂതങ്കര കള്ളുഷാപ്പ്.'

അഞ്ച്

"ഉച്ചതിരിഞ്ഞു. ഒന്നും കഴിക്കണ്ടെ? അച്ചനും മോനൂടെ കളിച്ചോണ്ടിരുന്നോ."

"നീകഴിച്ചോ. നിക്കുവെശപ്പില്ല."

"നിങ്ങളെ നോക്കീരുന്നാൽ ന്റെ വെശപ്പു മാറുവ്വോ? ഞാങ്കഴിച്ചു. ചെറുക്കന് വെശപ്പുകാണില്ല. എപ്പോഴും മൊലകുടിയല്ല്യൊ."

"മോന്റെകൂടെയിരുന്നാൽ വെശപ്പറീല്ല. അവന്റെകൂടെ ഇരിക്കാൻ ഞായറാഴ്ചയല്ലേ കിട്ടുവ്വൊള്ളൂ."

"ചെറുക്കനെ കേശോൻകുട്ടിയാ കൊഞ്ചിച്ചു വഷളാക്കുന്നെ."

"ഒന്നല്ലേ ഒള്ളോ മാതൂ."

"ഒന്നു മതിയോ?"

മാധവി സങ്കടംമറച്ച് തലകുനിച്ചു.

"അത് ഒടേതമ്പുരാന്റെ നിശ്ചയാ. നമ്മളെന്തുചെയ്യും?"

കേശവൻകുട്ടി കാർത്തികേയനെ ചേർത്തുതലോടി.

ആനക്കുളത്ത് മരപ്പണിക്കാർ കുറവാണ്. ആകെ മൂന്നുപേർ. കേശവൻകുട്ടി കഴിഞ്ഞാൽ കുന്നിടമുരുപ്പിൽ ഒരു ഗോപാലൻ പണിക്കനും അയാളുടെ മകൻ ഗോവിന്ദനും. കേശവൻകുട്ടിക്ക് പണികൾ ധാരാളമുണ്ട്; വിശ്വസ്തനും. പത്താമുദയത്തിനടുപ്പിച്ചും ഓണക്കാലത്തും മെനക്കേടില്ലാതെ പണിയായിരിക്കും. ചില ദിവസങ്ങളിൽ രാത്രിയിൽപ്പോലും വീട്ടിൽ വരുവാൻ കഴിയുകയില്ല. തിരക്കില്ലാത്തപ്പോൾ ഞായറാഴ്ച തച്ചിനുപോകില്ല. ആഴ്ചയിൽ ഒരുദിവസമെങ്കിലും ഒഴിവുവേണമല്ലോ. ഒഴിവുദിവസങ്ങളിൽ രാവിലെ കാന്താരിമുളകുടച്ച് വിസ്തരിച്ചൊരു പഴംകഞ്ഞിമോന്തി കാർത്തികേയനുമായി കളിതുടങ്ങും. ഉച്ചതിരിഞ്ഞേ അന്ന് ഊണുള്ളൂ. ഒരു മയക്കവും കുളിയുംകഴിഞ്ഞ് നേരെ ഗ്രാമോദയം വായ

നശാലയിലേക്ക്. കൂട്ടുകാരുമൊത്ത് കുണുക്കുവച്ച് ഇരുപത്തിയെട്ടുകളി. മാധവിക്ക് ഏതെങ്കിലും പുസ്തകവുമെടുത്ത്, ആറ്റൻചോവന്റെ ചാരായത്തിന്റെ ലഹരിപിടിച്ച് അന്തികഴിഞ്ഞേ വീട്ടിലെത്താറുള്ളൂ.

അദ്ധ്വാനത്തിന്റെ ക്ഷീണമകറ്റാനോ, സന്തോഷം പങ്കുവയ്ക്കാനോ, സങ്കടം പമ്പകടത്താനോ ആനക്കുളത്തെ സകലമാന ആണുങ്ങളും– നാണിപ്പതിച്ചിയെപ്പോലെ ചുരുക്കം ചിലപെണ്ണുങ്ങളും –ലഹരിനുണഞ്ഞിരുന്നു. ഹോട്ടൽകോശിമുതലാളി വില്ലീസ്ജീപ്പിൽ മേരിവില്ല എസ്റ്റേറ്റിന്റെ ഔട്ട്ഹൗസിലെത്തുമ്പോൾ ഫ്രാൻസിലെയോ, ഇംഗ്ലണ്ടിലെയോ രാജാക്കന്മാരുടെ ചിത്രംപതിച്ച ചില്ലുകുപ്പിയിൽ ചോരനിറമുള്ള വിദേശ നിർമ്മിതമദ്യം കൊണ്ടുവരും. രാജാക്കന്മാരുടെ ചിത്രംപതിച്ച ചില്ലുകുപ്പിയിലെ ചോരനിറത്തിന്റെ ലഹരി നുണയാൻ ആനക്കുളത്തെ പ്രമാണിമാർക്കും നാണിപ്പതിച്ചിക്കുമല്ലാതെ മറ്റാർക്കും ഭാഗ്യം ലഭിച്ചിരുന്നില്ല. അതും ആണ്ടിൽ ഒന്നോരണ്ടോ തവണ; ദൈവപുത്രന്റെ തിരുപ്പിറവിക്കും, മൂന്നാംനാളിലെ ഉയർത്തെഴുന്നേല്പിനും. ആനക്കുളത്തുകാരുടെ കള്ളുഷാപ്പ്; താന്നിമൂട്ടിൽ, ആനക്കുളം ഇറങ്ങിച്ചെല്ലുന്നിടത്താണ്. മീങ്കറി മുക്കി കപ്പതിന്നുമ്പോൾ ദാഹമകറ്റാനോ, ക്രിസ്ത്യാനിപ്പെണ്ണുങ്ങൾ പെസഹാപ്പത്തിൽ ചേർക്കുന്നതിനോ, വാഴമുട്ടം ശർക്കരകലക്കി ചാരായം വാറ്റുന്നതിന് ആവശ്യമായ മൂത്തകള്ളിനോ വേണ്ടിയാണ് കള്ളുഷാപ്പിനേയും ചെത്തുകാരൻ പിറിഞ്ചിച്ചാന്നാരേയും ആനക്കുളത്തുകാർ ആശ്രയിച്ചിരുന്നത്.

എന്നാൽ ആറ്റൻചോവന്റെ അക്ഷീണപരിശ്രമമാണ് ആനക്കുളത്തിനെ ലഹരിയുടെ സ്വയം പര്യാപ്തതയിലെത്തിക്കുവാൻ സഹായകരമായത്. സത്യക്രിസ്ത്യാനി ഗീവറുഗീസ് സാറും ഇടവകയിലെ പ്ലാക്കാട്ടച്ചനും സമ്പൂർണ്ണ ലഹരിമുക്തരായിരുന്നു.(അവർ ഇരുവരും കർത്താവിന്റെ തിരുരക്തമായ വീര്യംപതയുന്ന വീഞ്ഞുമാത്രമേ പാനം ചെയ്തിരുന്നുള്ളൂ.)

ആനക്കുളത്തെ മൊത്ത, ചില്ലറ ചാരായവില്പന ആദിച്ചനെന്ന ആറ്റൻചോവനായിരുന്നു. ആനക്കുളത്തിനു വെളിയിലും ആറ്റൻചോവന് ഫ്രാഞ്ചൈസികളുണ്ടായിരുന്നു. ആനക്കുളം കോട്ടയെന്ന് അറിയപ്പെട്ടിരുന്ന, ഒരാൾപൊക്കത്തിൽ അൻപതു ചുവട്ടടിയോളം നീളം കാട്ടുകല്ലിൽ പണ്ടെങ്ങോ പണിതതും, ഇടിഞ്ഞുപൊളിഞ്ഞതുമായ ഇരുവാപ്പടയുടെ കിഴക്കുചേർന്ന ഇടവഴിയിലാണ് ആറ്റന്റെ മൊത്ത–ചില്ലറ വ്യാപാരകേന്ദ്രം. ടിപ്പുസുൽത്താന്റെ ആക്രമണത്തെ ചെറുക്കുവാൻ വേണാട്ടരചൻ പടുത്തുയർത്തിയതാണ് ആനക്കുളം കോട്ടയെന്നും, അതല്ല നൂറ്റാണ്ടുകൾക്കുമുമ്പ് ആനക്കുളം ജനവാസകേന്ദ്രമായിരുന്നുവെന്നും, അവർ ആരാധന നടത്തിയിരുന്ന വലിയൊരുക്ഷേത്രം ഇവിടെയുണ്ടായിരുന്നുവെന്നും, പറയോളം വലുപ്പമുള്ള പാറ്റകൾ അവരെ ആക്രമിച്ച് നാമാവിശേഷമാക്കിയെന്നും, ആ ക്ഷേത്രത്തിന്റെ അവശിഷ്ടത്തെയാണ് ഇന്നത്തെ കോട്ടയായി കണക്കാക്കിപ്പോരുന്നതെന്നും രണ്ടുപക്ഷമുണ്ട്.

ആനക്കുളത്തിന് പറക്കുളമെന്നും പേരുണ്ടായിരുന്നുവത്രെ!

ഒരിക്കൽ ആദിച്ചനെ പിടികൂടുവാൻ നാരായണപുരം സ്റ്റേഷനിലെ ഏഡ്ഡുമത്തായി വില്ലീസ്ജീപ്പ് താന്നിമൂട്ടിലൊതുക്കി ആനക്കുളം കയറി വന്നു. കോട്ടയുടെ പടിഞ്ഞാറുനിന്ന് ഏഡ് ഇങ്ങനെ പറഞ്ഞു:– "ആദിച്ച ങ്കുഞ്ഞേ, കാക്കാശിന് മോന്താൻതാ. ചങ്കരൻകൊറവനാ..." സംസാര ത്തിലെ, പള്ളീലച്ചന്റേതുപോലുള്ള ഈണം മനസ്സിലാക്കിയ ആദിച്ചൻ പന്തികേട് മണത്തറിഞ്ഞു. "കൊറവച്ചാരെ, കുപ്പിപിടി. ഞാൻ ഗിളാസ് എടുക്കട്ടെ." അരനാഴിക കഴിഞ്ഞിട്ടും ആളനക്കം കാണാതെ ഏഡ്ഡുമ ത്തായി കുപ്പിയുമായി എത്തിവലിഞ്ഞ് കോട്ടയ്ക്കപ്പുറം നോക്കി. ആദി ച്ചന്റെ പൊടിപോലുമില്ല. വാഴക്കച്ചി തിരുകിയടച്ച നിറചാരായസ്ഫടിക ക്കുപ്പിയുടെ കഴുത്തിനുപിടിച്ച് ഏഡ് കള്ളുഷാപ്പിലെത്തി. "പിറിഞ്ചിയേയ്, ഒരു ഗിളാസുതാ." അയാൾ ഷാപ്പിന്റെ ചെറ്റയിൽ തൊപ്പിതൂക്കി. തിരുകി വച്ച വാഴക്കച്ചി വലിച്ചൂരി, സ്ഫടികക്കുപ്പിയിൽനിന്നും പിറിഞ്ചികൊണ്ടു വന്ന ഗ്ലാസുനിരക്കെ പകർന്ന വാറ്റുചാരായം ഒറ്റവലിക്ക് അകത്താക്കിയ ഏഡ്ഡുമത്തായി ചാളക്കറി തൊട്ടുനക്കി, ലഹരിയൂതി ചിറിതുടച്ച് ഉറക്കെ പ്രഖ്യാപിച്ചു; "ഇവൻ വാറ്റുചാരായമല്ല. ആറ്റംബോമ്പാണ്. അമേരിക്കേടെ ബോമ്പിനേക്കാൾ വീര്യോള്ളത്. അവൻ ആദിച്ചൻ ചോവനല്ല. ആറ്റൻചോ വനാ."

ആനക്കുളത്തെ താന്തോന്നികൾക്കിടയിൽ പ്രചാരത്തിലുണ്ടായി രുന്ന കുഴിക്കിട്ടന്റെ കഞ്ചാവുവച്ച തെറുപ്പുബീഡി കേശവൻകുട്ടി നാളി തുവരേയും ലഹരിക്കായി ഉപയോഗിച്ചിട്ടില്ല.

ഉണക്കുവാൻ കീറിയിട്ടവിറക് പെറുക്കിക്കൂട്ടുകയായിരുന്നു മാധവി. പതിവില്ലാത്തനേരത്ത് ഇടവഴിയിൽക്കൂടി ആരോവരുന്നു. അവൾ സൂക്ഷി ച്ചുനോക്കി. നാണിപ്പതിച്ചി. നാണിപ്പതിച്ചി ഈ നേരത്ത് ഇതുവഴി? അടു ത്തെങ്ങും ഗർഭിണികൾ ഇല്ലല്ലോ! ഭാനുമതിയായിരുന്നു അടുത്തുണ്ടാ യിരുന്ന ഏക ഗർഭിണി. അവളുടെ പേറുകഴിഞ്ഞു. കൊച്ചിന്റെ നൂലുകെ ട്ടുംകഴിഞ്ഞു.

"കൊച്ചുപണിക്കോ, മീറ്റിങ്ങിനുവരുന്നോ? തോപ്പീപ്പാസി സഹാവ് വരുന്നൊണ്ട്."

നാണിപ്പതിച്ചി ഇടവഴിയിൽനിന്നും മുറുക്കാൻതുപ്പി മന്ദഹസിച്ചു.

"ഇവിടുന്നാരും വരുന്നില്ല. നാണിപ്പതിച്ചി പൊക്കാട്ടെ."

മറുപടി പറഞ്ഞത് മാധവിയാണ്.

കാച്ചെണ്ണമണംതൂകി നാണിപ്പതിച്ചി നടന്നുപോയി.

"കൊച്ചുപണിച്ചോ മീറ്റിഞ്ഞിനുവരുന്നോ! അവളുടെയൊരു ശ്രിങ്ങാരം."

മാധവി കേശവൻകുട്ടിക്കുനേരെ കൊഞ്ഞണംകുത്തി.

"മാതൂ, വെശക്കുന്നു. ചോറുവെളമ്പ്. ഞാൻ മീറ്റിങ്ങിനുപോണില്ല."

കേശവൻകുട്ടി മാധവിയെ അനുനയിപ്പിക്കുവാൻ നോക്കി.

നാണി പേരുകേട്ട വയറ്റാട്ടിയാണ്. അതിനു രണ്ടുപക്ഷമില്ല. ആന

ക്കുളത്തിനു വെളിയിലും നാണിയുടെ പേറെടുപ്പ് പ്രശസ്തമാണ്. ബന്ധു വീട്ടിലെ പ്രസവശുശ്രൂഷയ്ക്ക് ആനക്കുളം പ്രമാണിമാർ നാണിയെ കൊണ്ടുപോയിരുന്നു. ഏതു ഗർഭിണിയേയും നാണി പെറീക്കും. പേറെടുപ്പിൽ നാണിയുടെ കൈപ്പുണ്യം ഒന്നു വേറെതന്നെയാണ്. എന്നാൽ.... നാണിയുടെ നോട്ടവും വർത്തമാനവും നടത്തവും ശൃംഗാരവും... ഏതു പുരുഷനേയും വീഴ്ത്തും. ഒടയതമ്പുരാൻ എല്ലാം കനിഞ്ഞുകൊടുത്തിരിക്കുകയല്ലെ. ചന്തീം, മൊലേം, മുടീം, നെറോം, അതിനൊത്ത ആകാര വടിവും..... ഏതുപാതിരായ്ക്കും ആണുങ്ങളുടെകൂടെ ഇറങ്ങിപ്പോകും. അവളോടൊത്ത് പൊറുക്കാത്ത ഒരാണുപോലുമില്ല ഈ നാട്ടിൽ; തേവിടിശ്ശി.

ഗർഭം അലസിയപ്പോൾ വേതിട്ടുകുളിക്കുവന്ന നാണിപ്പതിച്ചിക്ക് എന്തെല്ലാം അറിയണം. നാണമില്ലാത്ത ഒരുമാതിരി വർത്തമാനം.

“കൊച്ചിന്റെ ഭാഗ്യാ. കൊച്ചുപണിക്കൻ മിടുക്കനാ.”

മറപ്പുരയിൽ ജനിച്ചപടിനിന്ന മാധവിയുടെ ദേഹത്ത് പേറ്റുതൈലമുഴിഞ്ഞ് നാണിപ്പതിച്ചി കിഴികുത്തി.

“ങ്ഹാ?”

“കൊച്ചിനെ പെറീച്ചല്ലോ. കൊച്ചുപണിക്കനും ഭാഗ്യോണ്ട്. പൂവമ്പഴംപോലുള്ള കൊച്ചിനെത്തിന്നാൻ നരന്തുപോലെത്തെ കൊച്ചുപണിക്കനാ വിതിച്ചെ.”

നല്ല തെറിപറയാൻ നാവു ചൊറിഞ്ഞുവന്നതാ. എന്നാൽ, നാണിപ്പതിച്ചിയുടെ തലോടലിലും കൊഞ്ചലിലും അവൾ ലയിച്ചുപോയി.

“കൊച്ചിന്റെ കല്യാണം കഴിഞ്ഞിട്ട് എത്രയായി.”

“പത്താണ്ടുകഴിഞ്ഞു.”

“ഇത്രേംകാലം നനയാതേം കുതിരാതേം കെടന്നതല്യോ. കൊച്ചു പണിക്കന്റെ മിടുക്കുകൊണ്ട് ഒന്നേലുമുണ്ടായി. അതുതന്നെ ഭാഗിയം.”

എന്തോക്കെയായലെന്താ.... നാണിപ്പതിച്ചിയുടെ തൈലംപുരട്ടലും കിഴികുത്തലും അടിമുടിയുഴിച്ചിലും വേതിട്ടുകുളിയും കഴിയുമ്പോൾ ഏതു പെണ്ണും എത്രയുംപെട്ടെന്ന് ഒന്നുകൂടി പ്രസവിക്കണമെന്ന് കൊതിച്ചു പോകും.

“മീറ്റിങ്ങിന് പോകുന്നില്ലേ?”

ഉച്ചമയക്കം കഴിഞ്ഞെത്തിയ കേശവൻകുട്ടിയോട് മാധവിചോദിച്ചു.

“ഇല്ല.”

അവൻ കള്ളംപറഞ്ഞു.

“പോകാം. ഞാനുംവരുന്നു. പതിച്ചി വിളിച്ചോണ്ടല്ല.”

“പിന്നെ?”

“കുഞ്ഞനന്നൻ എത്രതവണ വിളിച്ചതാ. അവൻ വിളിച്ചാൽ ഒഴ്യാനൊക്കോ? തോപ്പിൽഭാസിയേം കാണാം.”

ചക്കരപ്പന്തലിൽ തേന്മഴചൊരിയും ചക്രവർത്തികുമാരാ
നിന്മനോരാജ്യത്തെ രാജകുമാരിയായ്

വന്നുനില്ക്കാനൊരു മോഹം.
ദാഹിച്ചു മോഹിച്ചു നിൻപ്രേമയമുനയിൽ താമരവള്ളം തുഴയാൻ
കരളിലുറങ്ങും കതിർകാണാക്കിളി
കാത്തിരിപ്പൂ നിന്നെ... കാത്തിരിപ്പൂ നിന്നെ.....
അവൾ നാടകഗാനം മൂളി.

തോപ്പിൽഭാസിയെ കാണണമെന്ന് അവൾ തീരുമാനിച്ചതാണ്. കെ പി എ സിയുടെ നാടകഗാനങ്ങൾ മിക്കതും അവൾക്കറിയാം. അവൾ പാടാറുമുണ്ട്. ഉണ്ണൂണിച്ചനും തങ്കനുമൊക്കെ കുഞ്ഞനന്തനോട് എന്തു വിനയമാണ്. അവർക്കുമാത്രമല്ല, എതിർപാർട്ടിക്കാർക്കുപോലും കുഞ്ഞനന്തൻ സമ്മതനാണ്. അതുമാത്രമോ; എല്ലാം ഉപേക്ഷിച്ച് കേശവൻകുട്ടിക്കൊപ്പം യാതൊരു പരിചയവുമില്ലാത്ത ഈ നാട്ടിലെത്തിയപ്പോൾ കുഞ്ഞനന്തനല്ലെ താങ്ങും തണലുമായത്. കുഞ്ഞനന്തൻ പറഞ്ഞാൽ ഒഴിവാക്കുന്നതെങ്ങനെ.

നാരായണൻകുട്ടിയേട്ടന്റെ സഞ്ചയനദിവസം എല്ലാം അവസാനിപ്പിക്കുവാൻ തീരുമാനിച്ചതാണ്. സഞ്ചയനകർമ്മങ്ങൾ കഴിഞ്ഞ് പനമുകളിലെ കേശുപ്പൂജാരിയും ബന്ധുമിത്രാദികളും ആഹാരം കഴിച്ച് ഉച്ചതിരിയും മുമ്പേപോയി. നാരായണൻകുട്ടിയേട്ടന്റെ അപ്പനും അമ്മയും കരഞ്ഞുതളർന്ന് സന്ധ്യക്കേയുറങ്ങി. കേശവൻകുട്ടിയെ പൊലീസുകാർ പിടിച്ചുകൊണ്ടുപോയതാണ്. അവൻ ഇനിയും വന്നിട്ടില്ല.

കാർമേഘം മൂടിയ രാത്രിക്ക് കനം കൂടിക്കൂടിവന്നു. വെളിക്കിറങ്ങാനെന്ന ഭാവേന മാധവി വീടിനുപുറത്തിറങ്ങി.

തൊഴുത്തിൽ കിടാരി പുള്ളിപ്പശുവിന്റെ പാലുകുടിക്കുന്നു. പശുവിന്റെ കയർബലം നാട്ടുവെട്ടത്തിൽ അവൾ തിട്ടപ്പെടുത്തി. തനിക്കുവേണ്ടി നാരായണൻകുട്ടിയേട്ടൻ കരുതിയതാകാം ഈ കയർ. കുറച്ചുകൂടി ഇരുട്ടട്ടെ. തേന്മാവിന്റെ താഴേച്ചില്ലയിൽ.......

"മാതുവേടത്തി......"

"ങ്ഹേ! കേശോൻകുട്ടി!!"

അവൾ ഞെട്ടിത്തരിച്ചു.

കനൽപ്പൊള്ളലിന്റെ വിരൽസ്പർശത്തിൽനിന്നും, അവളിലാകെ പടർന്നുകിടന്ന സിരാതന്തുക്കൾ ചുടുചോരയേറ്റുവാങ്ങി. ആകാശത്തിന്റെ അതിരിനുകുറുകെ വെള്ളിവെളിച്ചംവിതറി മിന്നൽരേഖ ചിന്നിച്ചിതറി. നേർത്തുപോയ ഇടിമുഴക്കം വിദൂരതയിലേക്ക് അലിഞ്ഞലിഞ്ഞുചേർന്നു.

"ഏടത്തീ. പോകാം."

അവളുടെ വലതുകൈയിൽ അവൻ മുറുകെപ്പിടിച്ചു.

"എങ്ങോട്ട്...?"

അവളുടെ തേങ്ങൽ തൊണ്ടയിൽ കുടുങ്ങിപ്പോയി.

"എങ്ങോട്ടെങ്കിലും. എനിക്കും ഏടത്തിക്കും ഇവിടെ നിക്കാൻ പറ്റില്ല."

അവൾ മറുത്തൊന്നും പറഞ്ഞില്ല. അകിടുചപ്പുന്ന കിടാരിയെ പുള്ളി

പ്പശു നാവുകൊണ്ട് നക്കിത്തുടയ്ക്കുന്നു.

നിലയറ്റ കയത്തിൽപ്പെട്ട കുഞ്ഞുറുമ്പിനുകിട്ടിയ കച്ചിത്തുരുമ്പു പോലെ ഇരുട്ടിന്റെ മറപറ്റി അവൾ അവനോടുചേർന്ന് എങ്ങോട്ടെന്നി ല്ലാതെ വലിഞ്ഞുനടന്നു. ശരീരവും ജഡത്വവും നഷ്ടപ്പെട്ട മനസ്സ് മാലാ ഖയെപ്പോലെ ഒഴുകുകയായിരുന്നു.

ആനക്കുളം കയറിവരുമ്പോൾ സൂര്യൻ രാക്ഷസൻപാറയ്ക്കും താഴെയായിരുന്നു. അവന്റെ പിടുത്തം അവളുടെ കൈയിൽനിന്നും അപ്പോഴും അയഞ്ഞിരുന്നില്ല.

പുലരിയുടെ വരവറിയിച്ച് സമയബോധമുള്ള പക്ഷി ഉറക്കെ കൂവി.

"ഏടത്തി കളപ്പുരത്തിണ്ണയിൽ നില്ക്ക്. ഞാൻ കുഞ്ഞനന്നനെ കണ്ടിട്ടുവരാം."

"കുഞ്ഞനന്നൻ?"

കേശവൻകുട്ടി പുലരിക്കുനേരെ നടന്നു.

ഏതുസ്ഥലത്താണ് എത്തിപ്പെട്ടത്. ഇവിടെ കേശവൻകുട്ടിക്ക് ബന്ധു ക്കൾ വല്ലവരും? ആരാണ് കുഞ്ഞനന്തൻ? കളപ്പുരയും അക്കാണുന്ന അറപ്പുരയും ആരുടേതാണ്?

എന്തിനുവേണ്ടിയാണ് കേശവൻകുട്ടിയുടെകൂടെ ഇവിടേക്കുവന്നത്? അവൻ തന്റെയാരാണ്? ഒരു പരിചയവുമില്ലാത്ത നാട്ടിലേക്ക് പോരുവാൻ തക്കവണ്ണം അവനുമായി തനിക്കുള്ള ബന്ധമെന്താണ്? അവൻ അവി വാഹിതൻ. താനോ വിധവ. ഭർത്താവ് മരിച്ചിട്ട് ഒരാഴ്ചപോലും തിക ഞ്ഞിട്ടില്ല. ഇവിടുത്തുകാർ തന്നേക്കുറിച്ച് എന്തായിരിക്കും വിചാരിക്കുക? തന്നോടുള്ള സമീപനം എന്തായിരിക്കും? അവിവാഹിതനായ ചെറുപ്പ ക്കാരനെ മയക്കിയെടുത്തവൾ. ഭർത്താവിന്റെ ചിതയുടെ ചൂടാറുംമുമ്പേ കാമുകനുമായി ഒളിച്ചോടിയ ഒരുമ്പെട്ടവൾ. പേരുകേട്ട ഒരു കുടുംബം ശിഥിലമാക്കിയ താന്തോന്നി...... ഹോ! എന്റീശ്വരന്മാരേ.... വേണ്ടായിരു ന്നു. കേശവൻകുട്ടിയോടൊപ്പം പോരേണ്ടിയിരുന്നില്ല. നാരായണൻകുട്ടി യേട്ടന്റെ ലോകത്തേക്ക്......

മാധവിയുടെ ശരീരം തണുത്തുമരവിക്കുന്നതുപോലെ....

കളപ്പുരത്തിണ്ണയിൽ അവൾ തളർന്നിരുന്നു. അവളുടെയുള്ളിൽ ഭയാ നകമായ ഒരു ശൂന്യത വളർന്നുവന്നു.

ഇനിയെന്ത്......?

കേശവൻകുട്ടി തിരികെവന്നു. അവന്റെകൂടെ രണ്ടുപേരുണ്ട്. ഒരു പുരുഷനും ഒരു സ്ത്രീയും. പുരുഷൻ കുഞ്ഞനന്തനാകാം. സ്ത്രീ..? കുഞ്ഞനന്തന്റെ ഭാര്യ?

ആനക്കുളത്തിനുമീതെ പുലരിവെട്ടം വീണുതുടങ്ങി.

"ഏടത്തീ. കുഞ്ഞനന്നൻ."

മാധവിയെണീറ്റ് കളപ്പുരത്തൂണിന് മറപറ്റിനിന്നു.

"ഈ നാടിന് ഒരാശാരിയുടെ കുറവുണ്ടായിരുന്നു. പുര പിന്നെ ക്കെട്ടാം. തല്ക്കാലം നിങ്ങൾ കളപ്പുരയിൽ താമസിക്ക്."

കുഞ്ഞനന്തൻ താക്കോൽ കേശവൻകുട്ടിയെ ഏല്പിച്ചു.

"കുഞ്ഞനന്നാ... അത്...?"

"ഒന്നും പറയേണ്ട. ആകെ പൊടിയും മാറാലയുമാ. പ്രാതലുകഴിഞ്ഞ് അടിച്ചുവാരാം. ഭാനു വേണ്ട സഹായംചെയ്യും. രണ്ടാളും വാ. വിശ്രമിക്കാം."

കുഞ്ഞനന്തൻ മാധവിയെനോക്കി പുഞ്ചിരിച്ചു.

ഭാനുമതി കേശവൻകുട്ടിയേയും മാധവിയേയും മാറിമാറിനോക്കി പുഞ്ചിരിച്ചു.

കഞ്ഞികുടികഴിഞ്ഞ് ഭാനുമതികൊടുത്ത ചൂലും മുറവുമായി മാധവിയും കേശവൻകുട്ടിയും കളപ്പുരയിലെത്തി. അവൻ കളപ്പുരതുറന്നു. ആകെ പൊടിയും ചിലന്തിവലയുംകൊണ്ട് നിറഞ്ഞിരിക്കുന്നു. കേശവൻകുട്ടിക്ക് ശ്വാസംമുട്ടി. അവൻ തുമ്മി.

മാധവി ഒരു യുദ്ധത്തിനുള്ള പുറപ്പാടിലായിരുന്നു. അവൾ മുണ്ടിന്റെ കോന്തലയുയർത്തി അരയിൽ തിരുകി. അനാവൃത കണങ്കാലിലേക്ക് അവൻ നോക്കി.

"ഏടത്തിയുടെ ശത്രുവാണോ ചെലന്തി? അവറ്റകളോട് യുദ്ധം പ്രെഖ്യാപിച്ചപോലെ." ചിലന്തിയെത്തല്ലുന്ന മാധവിയെനോക്കി അവൻ ചിരിച്ചു.

"ങ്ഹാ. ശത്രുവാ."

അവൾ വാശിയോടെ ചൂലാഞ്ഞുവീശി.

"ചെലന്തിദേവിയെ ആരാദിക്കുന്നോരുണ്ട്."

ആയുർവ്വേദത്തെ ജീവനുതുല്യം സ്നേഹിച്ച ചെന്നീർക്കരസ്വരൂപം രവീന്ദ്രവിക്രമന് മൂന്നു പുത്രിമാരായിരുന്നു. തന്റെ മരണശേഷം ചെന്നീർക്കരസ്വരൂപവും, താൻ നട്ടുവളർത്തിയ ആയുർവ്വേദസസ്യങ്ങളും, തന്റെ അപൂർവ്വ ഔഷധക്കൂട്ടുകളും സംരക്ഷിക്കുവാൻ പുത്രന്മാരില്ലാത്തതിൽ അദ്ദേഹം ദുഃഖിതനായിരുന്നു. മൂത്ത കുമാരിയിൽ ഭഗവതി പ്രസാദിച്ചു. മസൂരിപൊട്ടി അവൾ തീപ്പെട്ടു. രണ്ടാമത്തവൾ അകാലത്തിൽ ഇഹലോകവാസം വെടിഞ്ഞു. ഇളയകുമാരി കുലത്തിന്റെ വിധിയോർത്ത് പള്ളിയറയിൽ തപസ്സനുഷ്ഠിച്ചു. കുമാരിയുടെ ഉടലിൽ എപ്പോഴും ഒരു ചിലന്തി പറ്റിപ്പിടിച്ചിരുന്നു. കഠിനതപസാൽ കുമാരി പള്ളിയറയിൽ സമാധിപ്രാപിച്ചു. കാലങ്ങൾ കടന്നുപോകവെ ഒരുപ്രഭാതത്തിൽ പള്ളിയറ തനിയെ തുറക്കപ്പെട്ടു. ചിലന്തിരൂപത്തിൽ തേജോമയ ദേവിയായി കുമാരിയതാ പള്ളിയറയിൽ. കൊട്ടാരവളപ്പിലെ കിണറ്റിൽനിന്നും ഔഷധമണമുള്ള തെളിനീര് പൊന്തിവന്നു. ചിലന്തിദേവിയെ ധ്യാനിച്ച് പുണ്യതീർത്ഥം മൊത്തി ഭക്തരിന്നും അസുഖം ശമിപ്പിച്ചുപോരുന്നു.

മാധവിയുടെപക്ഷം മറ്റൊന്നാണ്.

തേവിടിശ്ശിപ്പെണ്ണുങ്ങളാണത്രെ പെൺചിലന്തിയായി പിറക്കുന്നത്. തിളങ്ങുന്ന വലവിരിച്ച്, നീളൻ കാലുനിവർത്തി, ഇഷ്ടപ്പെട്ട പുരുഷനെ കണ്ണുകളിൽ കാമംപുരട്ടി തുറിച്ചുനോക്കും. നോക്കിനോക്കി, അവൾ പുരു

ഷനെ ഉരുണ്ടുവീർത്ത ആൺചിലന്തിയാക്കും. രാത്രിയുടെ യാമങ്ങളിൽ തന്റെവലയിൽ ആണിനുമുകളിൽ അവൾ ആധിപത്യം സ്ഥാപിക്കും. കാലുകളാൽ വരിഞ്ഞുമുറുക്കി അവനെ ആനന്ദനൃത്തത്തിലാറാടിക്കും. അണ്ഡകടാഹം ഇളകിയുലയുന്ന ആനന്ദനൃത്തത്തിനൊടുവിൽ; അവന്റെ ജീവരസം മുച്ചൂടും തന്നിലേക്കൂറ്റിയെടുത്ത്, അവളവന്റെ ശിരസ്സുമുഴുവനും കടിച്ചുതിന്നും. അടുത്ത ഇരയ്ക്കായി, അവൾ വർണ്ണവലനെയ്യുമ്പോൾ ആണിന്റെ തലയറ്റയുടൽ പൊട്ടിയവലയിൽ തൂങ്ങിയാടും.

"തേവിടിച്ചി. കേശോൻകുട്ടിയെ നോക്കുന്നതുകണ്ടോ. കേശോൻകുട്ടി പൊക്കോ. ഇവളെ ഞാൻ കൈകാര്യംചെയ്തോളാം."

രക്ഷപ്പെടാൻശ്രമിച്ച പെൺചിലന്തിയെ അവൾ ആഞ്ഞുതല്ലി. ചലം പൊട്ടിയചിലന്തി കാലുചുരുട്ടി ചലനമറ്റു.

കേശവൻകുട്ടിക്ക് ചിരിയടക്കാൻ കഴിഞ്ഞില്ല. അവൻ കളപ്പുരത്തിണ്ണയിൽനിന്നുമിറങ്ങി പുറത്തേക്കുനടന്നു.

സന്ധ്യമയങ്ങിയപ്പോഴാണ് കേശവൻകുട്ടി തിരികെവന്നത്. ചെരാതിൽ തിരിതെളിച്ചു കളപ്പുരത്തിണ്ണയിൽ ചമ്രംപടിഞ്ഞിരുന്ന് നാമംജപിക്കുന്ന മാധവിയെ ദൂരെനിന്നേ അവൻകണ്ടു. അവന്റെ ചങ്കിൽ, ഉമിയിട്ടു തിരുമ്മിവെളുപ്പിച്ച ലക്ഷ്മിവിളക്കിലെ തിരിനാളമായി അവൾ മിഴിതുറന്നു.

"എവിടാരുന്നു ഇതുവരേം? ഞാനൊണ്ടെന്നുള്ള വിജാരം?"

അവൾ എഴുന്നേറ്റ് ഭവ്യതയോടെ ഒതുങ്ങിനിന്നു.

"ഏടത്തി. അത്.... കുഞ്ഞനന്നനുമായി ഒന്നുകറങ്ങി."

"കറക്കോക്കെ മതി. ഓ... കള്ളിന്റെവാട."

അവൾ മൂക്കുപൊത്തി പരിഭവംകൂറി.

"അത്...."

"മതിമതി. ചെന്നുകുളിക്ക്. വെള്ളം അനത്തിയിട്ടിട്ടൊണ്ട്. മേലാകെ വേദനേം അഴുക്കുമായിരിക്കും. വാ... പൊറം തേച്ചുതരാം."

അവൾ പുറംതേച്ചുകൊടുത്തു. അവൻ കുളിച്ചുതോർത്തി കളപ്പുരയിലെത്തി. അവൾ അത്താഴംവിളമ്പി. അവൻ അത്താഴമുണ്ണുവാനിരുന്നു.

കേശവൻകുട്ടിയോട് എന്തോ ഒരടുപ്പം- ഒരുപ്രതീക്ഷ. വികാരങ്ങളെല്ലാം തളയ്ക്കപ്പെട്ട്... എല്ലാപ്രതീക്ഷകളും അറ്റപ്പോൾ... പ്രത്യാശയുടെ വെള്ളിവെളിച്ചമായി, അവൻ കൈപിടിച്ചപ്പോൾ.......

കേശവൻകുട്ടിക്ക് തന്നോട്......?

ഇപ്പോഴും ഏടത്തിയെന്നാണ് അവൻ വിളിക്കുന്നത്.

"ചോറും കറിയുമൊക്കെ വെക്കാൻ പാത്രോം അരിയുമൊക്കെ എവിടുന്നുകിട്ടി?"

മാധവിവിരിച്ച പായയിൽ അവൾക്കരികിലിരുന്ന് അവൻ ഏമ്പക്കം വിട്ടു.

"ഭാനു തന്നതാ. അവളെ നേരത്തെ അറ്യോ?"

"ഇല്ല."

"ഹോ...ഭാഗ്യം." അവൾക്ക് ആശ്വാസമായി. "കേശോൻകുട്ടിയെ തെരക്കലും ഉത്സാഹവുമൊക്കെ കണ്ടപ്പം ഞാൻവിജാരിച്ചു നേരത്തേ..."

"ഏടത്തീടെ ഒരു വിജാരമെ."

"കേശോൻകുട്ടിയേ."

അവൾ ആർദ്രയായി.

"ഉ്മം?"

"എന്നേ.....?"

"ചാവോളം നോക്കും."

അവൻ അവളുടെ നെറുകയിൽ മുത്തി.

"ടാ......കേശോൻകുട്ടീീീ..."

അവൾ അവന്റെ മാറിലേക്കുചാഞ്ഞു.

"ടീ... മാതുവേടത്തിയേ..."

അവൻ അവളെ അവനോടുചേർത്തു.

റാന്തലിൻതിരി അവൾ താഴ്ത്തി.

റാന്തലിൻ തിരിയിൽനിന്നുമുയർന്ന വെളുത്ത പുകച്ചുരുളുകൾ കെട്ടുപിണഞ്ഞ് ഇരുളിലേക്ക് അലിഞ്ഞുചേർന്നു.

ആറ്

ഭാനുമതിക്ക് രണ്ടുകുട്ടികളാണ്. നന്ദഗോപനും സുനന്ദയും. സുനന്ദയുടെ നൂലുകെട്ടുകഴിഞ്ഞിട്ട് രണ്ടാഴ്ച ആയതേയുള്ളു. നന്ദഗോപനും കാർത്തികേയനും സമപ്രായക്കാരാണ്. കാർത്തികേയനേക്കാൾ ഒന്നരമാസത്തെ ഇളപ്പമേ നന്ദഗോപനുള്ളു. അടുത്ത പൂജയെടുപ്പിന് രണ്ടാളേയും എഴുത്തിനിരുത്തണമെന്ന് തീരുമാനിച്ചിരിക്കുകയാണ്. ആനക്കുളത്തെ കുട്ടികളെ എഴുത്തിനിരുത്തുന്നത് മൂക്കിലാശാൻ എന്നറിയപ്പെടുന്ന കേളുക്കണിയാന്റെ കുടിപ്പള്ളിക്കൂടത്തിലാണ്. മൊയ്തുവിന്റെ പീടികയ്ക്കുപോകുംവഴി വയലരികത്ത്, കണിയാരുടെ ചായ്പ്പിലാണ് കുടിപ്പള്ളിക്കൂടം. വറുത്തുപൊടിച്ച് ഡപ്പിയിലാക്കിയ ജാപ്പാണൻ പുകയില മൂക്കിൽത്തിരുകി അക്ഷരങ്ങൾക്കൊപ്പം 'ഹായ്ചീ' എന്നു തുമ്മി, നാരായത്തിനും വലതുകൈയിലെ പെരുവിരലിനുമിടയിൽ കുട്ടികളുടെ കാതുവച്ച് തിരുമ്മുന്നത് കേളുവാശാന്റെ ശീലമായതുകൊണ്ട് പൂർവ്വവിദ്യാർത്ഥികൾ ബഹുമാനപൂർവ്വം ചാർത്തിനല്കിയതാണ് മൂക്കിലാശാനെന്ന വിശേഷനാമം. നിലത്തെഴുത്തുകഴിഞ്ഞ് കാർത്തികേയനെ ആനക്കുളത്തെ സർക്കാർ പള്ളിക്കൂടത്തിൽ ചേർത്തുപഠിപ്പിക്കണമെന്നാണ് മാധവിയുടെ അഭിപ്രായം.

കുഞ്ഞിരാമൻനായർ വകഞ്ഞെടുത്ത സ്ഥലത്ത്, ഓലകെട്ടിമേഞ്ഞ ഷെഡ്ഡുകൾ ചെറ്റകുത്തിമറച്ച് അതിൽ കുട്ടികളെ അക്ഷരവും കണക്കും പഠിപ്പിച്ചു. ശ്രീമൂലംതിരുനാൾ തിരുമനസ്സിന്റെ കാലത്ത്; നാട്ടുകാരുടെ അപേക്ഷപരിഗണിച്ച്, ശ്രീപത്മനാഭന്റെ സ്കൂളായി പത്മനാഭദാസൻ ആനക്കുളം പള്ളിക്കൂടത്തിനെ പ്രഖ്യാപിച്ചുത്തരവായി. തേർഡുഫോറം വരെയേ ഇപ്പോൾ ക്ലാസുകളുള്ളു. പള്ളിക്കൂടത്തിന്റെ മികവുവിലയിരുത്തി സിക്സ്ത്ത് ഫോറം അനുവദിച്ച്, ഹൈസ്കൂളായി സർക്കാർ

ഉയർത്തുമെന്നാണ് കുഞ്ഞനന്തൻ പറയുന്നത്.

പ്ലാക്കാട്ടച്ചന്റെ ഇടവകയിലെ പ്രാർത്ഥനാലയത്തിൽ പ്രൈവറ്റായി ഒരു മിഡിൽസ്കൂൾ ഉണ്ട്. പ്ലാക്കാട്ടച്ചൻ മാനേജർ. ഗീവറുഗീസുസാറ് ഹെഡ്മാസ്റ്റർ. ഇംഗ്ലീഷുഭാഷയിലാണ് അവിടുത്തെ പഠനം. ആനക്കുളത്തെ സമ്പന്നർ ജാതിമതഭേദമെന്യേ, ഇംഗ്ലീഷ് പള്ളിക്കൂടമെന്നറിയപ്പെടുന്ന ഇടവക മിഡിൽസ്കൂളിലാണ് അവരുടെ കുട്ടികളെ പഠിപ്പിക്കുവാൻ വിട്ടിരുന്നത്. തൊഴിലാളികളുടേയും സാധാരണക്കാരുടേയും മക്കളെ വിട്ടിരുന്നത് മലയാളം പള്ളിക്കൂടമെന്ന അപരനാമത്തിൽ അറിയപ്പെട്ടിരുന്ന ആനക്കുളം സർക്കാർ സ്കൂളിലാണ്.

നന്ദഗോപനെ ഇംഗ്ലീഷ് സ്കൂളിലാണോ മലയാളം പള്ളിക്കൂടത്തിലാണോ ചേർത്തുപഠിപ്പിക്കുന്നതെന്ന് ഭാനുമതിക്കറിയില്ല. അത്തരം കാര്യങ്ങളിൽ കുഞ്ഞനന്തനാണ് തീരുമാനം എടുക്കേണ്ടത്. വേണ്ടസമയത്ത് കുഞ്ഞനന്തൻ ഉചിതമായ തീരുമാനം എടുത്തുകൊള്ളുമെന്ന് ഭാനുമതിക്കറിയാം.

കുഞ്ഞനന്തൻ ഭാനുമതിയെ വിവാഹംകഴിച്ചുകൊണ്ടുവന്നിട്ട് നാലുവർഷംകഴിഞ്ഞു. ഭാനുമതി കുഞ്ഞനന്തന്റെ അകന്നബന്ധത്തിൽപ്പെട്ട മുറപ്പെണ്ണാണ്. മുടിയനായപുത്രനെ നേരെയാക്കുവാൻ കണ്ണൻപിള്ളി കാർണവർകണ്ട മാർഗ്ഗമായിരുന്നു പെണ്ണുകെട്ടിക്കൽ. കീക്കൊഴൂരിലെ വേലുപ്പിള്ളയുടെ ഏഴുമക്കളിൽ നാലാമത്തവളായിരുന്നു ഭാനുമതി. കണ്ണൻപിള്ളിൽ വീടുമായുള്ളബന്ധം വേലുപ്പിള്ളയ്ക്ക് ചിന്തിക്കുവാൻ കഴിയുന്നതിനും അപ്പുറത്തായിരുന്നു. മൂത്ത രണ്ടു പെൺമക്കളേയും നാട്ടുനടപ്പനുസരിച്ച് സ്ത്രീധനംകൊടുത്താണ് കുഞ്ഞിരാമൻനായർ വിവാഹംകഴിപ്പിച്ചുവിട്ടത്. രണ്ടുപേരേയും ചേന്ദമംഗലത്താണ് കെട്ടിച്ചയച്ചത്. അഴകൊത്ത, ആഢ്യ നായർയുവാക്കൾക്ക്. കണ്ണൻപിള്ളി കുടുംബത്തിന്റെ ഇക്കാണുന്ന സ്വത്തിന്റെയെല്ലാം ഏക അവകാശി കുഞ്ഞിരാമൻനായരുടെ ഒരേയൊരുമകനായ കുഞ്ഞനന്തനാണ്. ഭാനുമതിക്കുതാഴെ, പുരനിറഞ്ഞുനില്ക്കുന്ന രണ്ടുപെൺമക്കളെ വേലുപ്പിള്ളയ്ക്ക് ഇനിയും അന്യവീട്ടിൽ പറഞ്ഞുവിടാനുമുണ്ട്.

ഭാനുമതി സുന്ദരിയാണ്. കുഞ്ഞനന്തന് ഭാനുമതിയെ ഇഷ്ടമാണ്. അവൾക്ക് മറിച്ചും. കുഞ്ഞനന്തന്റെ കമ്യൂണിസമൊന്നും ഭാനുമതിക്കറിയില്ല. എന്നാൽ; കുഞ്ഞനന്തന്റെ വഴികളിലെല്ലാം അവളുടെ പിന്തുണയുണ്ട്. അവൻ നേരുള്ളവനാണെന്ന് അവൾക്കറിയാം. പൊലീസുകാർ കുഞ്ഞനന്തനെ പിടിച്ചുകൊണ്ടുപോകല്ലേയെന്ന് താഴൂരമ്മയുടെ തിരുമുന്നിൽ അവൾ കേണുവീഴും. പൊലീസുകാർ താഴൂരമ്മയെ തോല്പിക്കും. 'സർവ്വഥാ കമ്യൂണിസ്റ്റും തെമ്മാടിയുമായ' കുഞ്ഞനന്തനെ കള്ളക്കേസിൽ കുടുക്കി പൊലീസുകാർ പിടിച്ചുകൊണ്ടുപോകും. ലോക്കപ്പിലിട്ട് തല്ലിച്ചതയ്ക്കും. പച്ചമുട്ടയും മീറയും സേവിപ്പിച്ച് പിണ്ഡതൈലംതിരുമ്മി ഒരാഴ്ച ഭാനുമതി ചൂടുവെള്ളത്തിൽ കുളിപ്പിക്കുമ്പോഴാണ് കുഞ്ഞനന്തൻ പഴയപടിയാകുന്നത്.

മാധവി ആനക്കുളത്തുവന്നന്നുമുതൽ ഭാനുമതിയുമായി നല്ല അടുപ്പത്തിലാണ്. ഉടുതുണിക്കു മറുതുണിയില്ലാതെ രായ്ക്കുരാമാനം കേശവൻകുട്ടിക്കൊപ്പം ഇറങ്ങിത്തിരിച്ച് ഇവിടെയെത്തിയപ്പോൾ എന്തുചെയ്യണമെന്നറിയാതെ പകച്ചുപോയതാണ്. അരിയും പാത്രവുമൊക്കെ കടം വാങ്ങാം. പക്ഷേ; എവിടെ പാചകംചെയ്യും? അന്തിയുറങ്ങുന്നത് എവിടെ? ഈറൻപകരാൻ മറ്റൊരുതുണി? ഒന്നും ചോദിക്കേണ്ടിവന്നില്ല. ഒരു സഹോദരിയെപ്പോലെ ആവശ്യമുള്ളതെല്ലാം അവൾ മാധവിക്കുകൊടുത്തു. കണ്ണൻപിള്ളിപ്പുരയിടത്തിൽ; കുഞ്ഞിരാമൻനായരെക്കൊണ്ട് കുഞ്ഞനന്തൻ ഇഷ്ടദാനം ചെയ്യിപ്പിച്ച അഞ്ചുസെന്റിൽ, ദണ്ഡികപ്പുറത്തുവച്ച കൂരമേയാൻ ഓലമെടയുന്നതിനും ഭാനുമതിയുടെ സഹായമുണ്ടായിരുന്നു. താഴൂരമ്മയ്ക്ക് വിളക്കുകൊളുത്തുന്നതും സൂര്യപ്പൊങ്കാലയിടുന്നതും ഭാനുമതിയും മാധവിയും കൂടിയായിരുന്നു.

എന്നാൽ; കേശവൻകുട്ടിയും കുഞ്ഞനന്തനും തമ്മിലുള്ള സൗഹൃദം ഉണ്ടായതെങ്ങനെയെന്ന് മാധവിക്കറിയില്ല.

"കേശോൻകുട്ടി."

"ന്താ മാതൂ?"

മീറ്റിങ്ങിൽ പങ്കെടുക്കുന്നതിന് അവർ ഇടവഴിയിലിറങ്ങി. ഉത്സാഹത്തിലായിരുന്ന കാർത്തികേയൻ കേശവൻകുട്ടിയുടെ വിരലിൽത്തൂങ്ങി നടന്നു.

"പലപ്പോഴും ചോദിക്കണോന്നു വിജാരിച്ചതാ. കേശോൻകുട്ടീം കുഞ്ഞനന്തനും തമ്മിൽ....?"

"ഓ! അതോ. പറയാം."

മീനവെയിലിന്റെ ചൂടകറ്റാൻ അവർ മരത്തണൽപറ്റി നടന്നു.

"താഴൂരിലെ കണ്ണമ്പിള്ളി തറവാട്ടിലെയാ കുഞ്ഞിരാമൻനായർ. കുഞ്ഞിരാമൻനായർ ഒരുപാട് കൊറവരേം പെലയരേയുമായിട്ടാ ഇവിടെവന്നത്. അവരെക്കൊണ്ട് ആവുന്നത്ര കാടുവെട്ടിച്ചിട്ടു. ഇരുപതേക്കർ കരയും അൻപതുപറ നെലവും. കുടിയാമ്മാർ എന്തിനും തയ്യാറായി അയാൾക്കൊപ്പമുണ്ടായിരുന്നു. അയാൾ തന്റേടിയായിരുന്നു. കാട്ടുരാജാവെന്നായിരുന്നു ആളുകൾ അയാളെ വിളിച്ചിരുന്നത്. താഴൂരമ്മയെ ആനക്കൊളത്ത് കുടിയിരുത്താൻ നായർക്കുമോഹം. അമ്പലമ്പണിക്ക് കവടി നെരത്തി ഒഴിവുകണ്ടത് അപ്പനെയായിരുന്നു. കൈയാളായിട്ട് ഞാനാ വന്നത്. അഞ്ചാണ്ടുമുമ്പ്. മാതൂന് ഓർമ്മേല്ലേ?"

"ആരുപറഞ്ഞിട്ടാ? മച്ചിയെ അടച്ചിട്ടിരിക്കല്ലാര്ന്നോ."

"ഇപ്പം മച്ചിയല്ലെന്ന് തെളിഞ്ഞില്ലേ."

"കേശോൻകുട്ടീടെ മിടുക്കുകൊണ്ടാന്നാ എല്ലാരും പറയണെ."

"ഞാൻ മിടുക്കുകാണിച്ചിട്ട് പിന്നേം ഒണ്ടാകാത്തതെന്താ?"

"അത്...."

"ആണുങ്ങൾ മിടുക്കുകാണിച്ചിട്ട് കാര്യോല്ല. എല്ലാം പെണ്ണിന്റെ കൈയിലാ. ആണു മിടുക്കനാകണേൽ പെണ്ണു വിജാരിക്കണം."

"ആണിന്റെ കഴിവുകേടും പെണ്ണു സഹിക്കണം."

"ന്താ മാതുയിത്?"

കേശവൻകുട്ടി ധർമ്മസങ്കടത്തിലായി.

"ഓ...... അതുപോട്ടെ. കുഞ്ഞനന്നനെപ്പറ്റിപ്പറ."

അവൾ അവനോട് ചേർന്നുനടന്നു.

"കണ്ണമ്പള്ളിക്കാര് ദേശാഭിമാനികളാ. ധീരമ്മാരാ. വേലുത്തമ്പിക്ക് മണ്ണടീലേക്ക് വഴിതെളിച്ചത് കണ്ണമ്പള്ളീലെ കാർന്നോരാ. ദളവകൊടുത്ത വാളാ കണ്ണമ്പള്ളീൽ തൂക്കിയിട്ടിരിക്കുന്നെ."

കമ്പനിക്കെതിരെ ആയുധമെടുക്കുവാൻ ധീരദേശാഭിമാനി വേലുത്തമ്പി 984–ാമാണ്ട് മകരം ഒന്നിന് കുണ്ടറയിൽ വിളമ്പരംചെയ്തു. നാലു നാൾകഴിഞ്ഞ്; കേണൽ ചാമേഴ്സിന്റെ കമ്പനിപ്പട കൊല്ലത്തുവച്ച് വേലുത്തമ്പിയുടെ സൈന്യത്തെ വളഞ്ഞു. ആറുമണിക്കുർ കമ്പനിപ്പടയോട് വേലുത്തമ്പി പൊരുതിനിന്നു. പരാജയപ്പെട്ട വേലു, അനുജൻ പത്മനാഭനുമായി വേണാടിന്റെ അധീനതയിലല്ലാത്ത പന്തളം രാജ്യത്തേക്ക് പലായനംചെയ്തു. അച്ചൻകോവിലാറിന്റെ തെക്കേക്കരയിലൂടെ അവർ കിഴക്കോട്ടുയാത്രചെയ്തു. തൃപ്പാറ ക്ഷേത്രത്തിലെത്തിയ തമ്പിമാർ ഭക്ഷണംകഴിച്ച് ഇല ആറ്റിലിട്ടു. രണ്ടുനാക്കിലകൾ ഒന്നിച്ചൊഴുകിവരുന്നത് പിൻതുടർന്ന പട കണ്ടു. രണ്ടിലയിലുണ്ണുന്നത് വേലുത്തമ്പിയാണെന്ന് തിരിച്ചറിഞ്ഞ പട അച്ചൻകോവിലാറിന്റെ തീരത്തുകൂടി കിഴക്കോട്ടുതിരിച്ചു. പടയാളികൾ പിൻതുടരുന്നുണ്ടെന്നു മനസ്സിലാക്കിയ തമ്പിസഹോദരന്മാരെ, അച്ചൻകോവിലാറ്റിൽ മുങ്ങിക്കുളിക്കുവാനെത്തിയ കണ്ണൻപിള്ളി കാർണവർ വനത്തിൽക്കൂടി വള്ളിക്കോട്ടെത്തിച്ചു. കണ്ണൻപിള്ളി കാർണവരുടെ ഉറ്റതോഴൻ നേന്ത്രപ്പിള്ളിൽ കാർണവർ വേലുത്തമ്പിക്ക് അഭയംനല്കി. മണ്ണടിയെന്നദേശത്ത് അരവക്കച്ചാണിയെന്ന ഗുഹാമാർഗ്ഗമുണ്ടെന്നും അത് ഒളിപ്പോരിന് പറ്റിയതാണെന്നും കാർണവർ വേലുത്തമ്പിയെ ധരിപ്പിച്ചു. ബ്രിട്ടീഷുപട്ടാളം വള്ളിക്കോട്ടേക്കുവരുന്നതറിഞ്ഞ് നേന്ത്രപ്പിള്ളിൽ കൃഷിയിടംകിഴക്ക് മ്ലാന്തടം സുരക്ഷിതമാണെന്നു ധരിച്ച കാർണവർ തന്റെ പരിചാരകനെക്കൂട്ടി തമ്പിമാരെ അവിടേക്കയച്ചു. വേലുത്തമ്പിയുടെ 'സുരക്ഷിതമായി അവിടെയെത്തി'യെന്ന കുറിമാനം വായിച്ച് അറപ്പുരപ്പടിയിൽനിന്ന നേന്ത്രപ്പിള്ളിൽ കാർണവരെ പട്ടാളം പിടികൂടി. മ്ലാന്തടം എവിടെയാണെന്നു പറഞ്ഞുകൊടുക്കാതിരുന്ന കാർണവരെ കമ്പനിപ്പട വെട്ടിക്കൊന്നു.

മ്ലാന്തടത്തിലേക്ക് പട പുറപ്പെട്ടതറിഞ്ഞ കണ്ണൻപിള്ളി കാർണവർ സേവകരുമായി കാട്ടിലെ കുറുക്കുവഴിയിലൂടെ അവിടെയെത്തി. അവിടെനിന്നും വഴിതെളിച്ച്– ആനക്കുളവുംകടന്ന്– കാർണവർ തമ്പിമാരെ കാട്ടുപത്തനാപുരത്തെത്തിച്ചു. വേലുത്തമ്പിയും പത്മനാഭൻതമ്പിയും കാട്ടുപത്തനാപുരത്തുനിന്നും രാജപാത പടിഞ്ഞാട്ടുതാണ്ടി അരവക്കച്ചാണി ഗുഹാമാർഗ്ഗംതേടി മണ്ണടിയിലേക്കുപോയി.

രാജകോപം ഭയന്ന കണ്ണൻപിള്ളി കാർണവർ കൈയിൽക്കിട്ടിയ

സ്വത്തുക്കളുമായി പലദേശത്തും അലഞ്ഞു. കാർണവരുടെ പിൻമുറക്കാരൻ കുഞ്ഞിരാമൻനായർ പരിവാരസമേതം, വേലുത്തമ്പിക്ക് കണ്ണൻപിള്ളി കാർണവർ തെളിച്ച വഴിയിലൂടെ ആനക്കുളം കയറിവന്നു.

അന്നിവിടം ചതുപ്പും വെള്ളക്കെട്ടുനിറഞ്ഞതുമായിരുന്നു. വേനൽക്കാലത്ത് കാട്ടാനകൾ കൂട്ടമായി കുളിച്ചുതിമിർക്കുന്നതിന് ഇവിടെ വന്നിരുന്നു. താഴൂരിൽനിന്നും പരമുക്കൊല്ലനെ കൊണ്ടുവന്ന് ആലകെട്ടിച്ച് തോക്കുണ്ടാക്കിച്ച് ഉന്നംപിടിച്ചു. പന്നിക്കുരുക്കം കൊടുവാളും കൊയ്ത്തരിവാളും പണിയിച്ചു. കാട്ടാനകളേയും കാട്ടുപന്നികളേയും വെടിവച്ചു വിരട്ടിയോടിച്ചു. ചത്തുവീണ പന്നികളെ കൊടുവാളിനുവെട്ടി കറിവച്ച് നാട്ടുകാർക്കുകൊടുത്തു. കുടിയാന്മാരേക്കൊണ്ട് വൻമരങ്ങൾ വെട്ടിയിടുവിച്ച് ചെളികുത്തി ചതുപ്പുനിലം കൃഷിയോഗ്യമാക്കി. പടിഞ്ഞാറുനിന്നും വാസ്തുശാസ്ത്രം ഗണിക്കുന്ന തച്ചന്മാരെവരുത്തി, തേക്കും മരുതും തേൻപാവും വെട്ടിയിട്ട് വിധിപ്രകാരം അറയും നിലയും പണികഴിപ്പിച്ചു. ശുഭമുഹൂർത്തത്തിൽ പാലുകാച്ചി പൊറുതികൂടി. കുളിതെറ്റി ആനക്കുളംകയറിവന്ന കുഞ്ഞിരാമൻനായരുടെ കെട്ട്യോൾ കാർത്ത്യായനിയമ്മ കണ്ണൻപിള്ളിയിലെ നിലവറയിൽ നൊന്തുപെറ്റു. കാർത്ത്യായനിയമ്മ മൂന്നുവട്ടംകൂടി കുഞ്ഞിരാമൻനായരിൽനിന്നും ഗർഭംധരിച്ചു. രണ്ടാമത്തേത് ചാപിള്ളയായിരുന്നു. അങ്ങനെ ആ ദമ്പതികൾക്ക് മൂന്നുമക്കൾ; രണ്ടു പെണ്ണും ഒരാണും. മൂന്നാമത്തെ സന്തതി; ആനക്കുളത്തുകരയിൽ കണ്ണൻപിള്ളിൽവീട്ടിൽ കുഞ്ഞിരാമൻനായർമകൻ കുഞ്ഞനന്തൻ.

മകനെ വക്കീലാക്കണമെന്നായിരുന്നു കുഞ്ഞിരാമൻനായരുടെ ആഗ്രഹം. തേർഡ്ഫോറം ജയിച്ച കുഞ്ഞനന്തനെ തറവാട്ടുവീട്ടിൽ നിർത്തി തുടർന്നുപഠിപ്പിച്ചു. സിക്സ്ത്ത്ഫോറംപാസായ അവനെ ഇന്റർമീഡിയറ്റിന് പട്ടണത്തിലെ കോളേജിൽചേർത്തു. പുന്നപ്ര-വയലാർസമരം കഴിഞ്ഞകാലം. അവൻ വിദ്യാർത്ഥികളെ സംഘടിപ്പിച്ച് സി പിക്കെതിരെ മുദ്രാവാക്യംവിളിച്ചു. അവനെ പൊലീസ് അറസ്റ്റുചെയ്ത് ആലപ്പുഴ ജയിലിലടച്ചു. മുറിമൂക്കൻ സി പി മൈലാപ്പൂർക്കുപോയപ്പോൾ അവൻ ജയിൽമോചിതനായി. ആലപ്പുഴയിൽനിന്നും അവൻ ആനക്കുളംകയറിവരുമ്പോൾ അവന്റെ സഞ്ചിനിറയെ മോസ്കോ പ്രോഗ്രസ് പബ്ലിഷേഴ്സിന്റെ ചുവന്ന പുറംചട്ടയുള്ള പുസ്തകങ്ങളായിരുന്നു.

കണ്ണൻപിള്ളി തറവാട്ടിന്റെ ആഢ്യത്വം കാത്തുസൂക്ഷിക്കുവാൻ വക്കീലാക്കാൻവിട്ടിട്ട് പഠിപ്പുംമുടക്കി ജയിലിലും കിടന്നിട്ട് വന്നിരിക്കുന്നു..... അവനെ നായർ വീട്ടിൽ കയറ്റിയില്ല. പള്ളിക്കൂടം മാഷന്മാരായ മെഴുവേലി നാണുവും, പാറപ്പുറത്ത് കുമാരനും ആനക്കുളത്ത് സോഷ്യലിസത്തിന്റെ വിത്തുകൾ അപ്പോഴേക്കും പാകിയിരുന്നു. ആനക്കുളത്തെ പല വീടുകളിലും പള്ളിക്കൂടത്തിലും അവൻ കഴിച്ചുകൂട്ടി. അവന്റെ ചുവന്ന പുസ്തകങ്ങൾ അവർ പള്ളിക്കൂടത്തിൽ സൂക്ഷിച്ചുവച്ച് വായിച്ചു മനഃപാഠമാക്കി. മാഷന്മാരുടെ മദ്ധ്യസ്ഥതയിൽ, വിവാഹം കഴിച്ചുകൊള്ളാമെന്ന വ്യവസ്ഥയിൽ കുഞ്ഞനന്തനെ കുഞ്ഞിരാമൻനായർ കണ്ണൻപി

ള്ളിയിൽ പ്രവേശിപ്പിച്ചു.

കുഞ്ഞനന്തന്റെ ചുവന്നപുസ്തകങ്ങളും മാഷന്മാരുടെ പുസ്തകങ്ങളുംചേർത്ത് പള്ളിക്കൂടത്തിൽ അവർ ഒരു വായനശാല തുടങ്ങി. അവർ പുസ്തകങ്ങൾവായിച്ച് ആനക്കുളത്ത് കമ്യൂണിസം പ്രചരിപ്പിക്കുവാൻ തുടങ്ങി.

"അപ്പന്റെകൂടെ അമ്പലംപണിക്കുവരുമ്പോൾ അവനെ വീട്ടിൽ കയറ്റിയിട്ടേയുള്ളു. അവനും ഞാനുമായിരുന്നു കൂട്ട്. പണികഴിഞ്ഞ് വല്യതോട്ടിൽ മുങ്ങിക്കുളിക്കും. കുളികഴിഞ്ഞ് ഞങ്ങൾ ചെറിയൊരു കറക്കത്തിനിറങ്ങും."

"ചാരായം മോന്താനായിരിക്കും."

"അങ്ങനെയില്ല. ചെലപ്പം ലേശം."

"മതിയല്ലോ."

"ചുട്ടരച്ച ചമ്മന്തിനക്കി, കാർത്ത്യാനിയമ്മ വിളമ്പുന്ന കഞ്ഞികുടിച്ച്, കളപ്പുരയിൽ പായവിരിക്കും. ഓരോന്ന് പറഞ്ഞുപറഞ്ഞ് കെടന്നുറങ്ങും."

"നല്ല കൂട്ടുകാര്. നിന്നെ കമ്യൂണിസ്റ്റാക്കിയില്ലേ?"

"ഇല്ല. എനിക്കതിൽ താല്പര്യോല്ലെന്ന് അവനു മനസ്സിലായി. സ്നേഹോള്ളോനാ.... ഇപ്പോഴും അതൊണ്ട്."

"നേരാ."

കാർത്തികേയനെ കേശവൻകുട്ടിയെടുത്തു. മാധവി നേര്യതുവീശി.

സൂര്യൻ പടിഞ്ഞാട്ട് ചാഞ്ഞിട്ടുണ്ട്. വെയിലിന്റെ ചൂടാറിത്തുടങ്ങി. മരത്തണലിന് കനംവച്ചു.

ഉച്ചഭാഷിണിയിൽനിന്നും ഗാനം ഒഴുകിവന്നു.

ബലികുടീരങ്ങളേ.... ബലികുടീരങ്ങളേ...
സ്മരണകളിരമ്പും രണസ്മാരകങ്ങളേ
ഇവിടെ ജനകോടികൾ ചാർത്തുന്നു നിങ്ങളിൽ
സമരപുളകങ്ങൾതൻ സിന്ദൂരമാലകൾ
ബലികുടീരങ്ങളേ.......

കാളത്തങ്കനും മറ്റുവണ്ടിക്കാരും തോരണംകെട്ടുന്ന തിരക്കിലാണ്. നാണുമാഷും കുമാരന്മാഷും നേതാക്കൾക്ക് ഇരിപ്പിടം ഒരുക്കുന്നു. ചുവന്ന ബ്ലൗസും കൈലിമുണ്ടും ധരിച്ച കർഷകത്തൊഴിലാളിപ്പെണ്ണുങ്ങൾ കൈയിൽ രക്തപുഷ്പങ്ങളുമായി രണ്ടുവരിയിൽ നില്ക്കുന്നു. അവർക്കരികിൽ നാണിപ്പതിച്ചി നില്പുണ്ട്; മുറുക്കിച്ചുവപ്പിച്ച്. മൊയ്തുക്ക സഖാക്കളുമായി എത്തിയിട്ടേയുള്ളു. എല്ലാറ്റിനും മേൽനോട്ടംവഹിച്ച് കുഞ്ഞനന്തൻ ഓടിനടക്കുന്നു.

ആനക്കുളംകവല കൊടിതോരണങ്ങൾകൊണ്ട് ചുവന്നിരിക്കുന്നു. അവിടെക്കൂടിയവർ ആവേശഭരിതരാണ്.

"ഓ. കേശവൻകുട്ടിയെത്തിയോ."

കുഞ്ഞനന്തൻ കുശലംചോദിച്ചു.

മാധവി പുഞ്ചിരിച്ചു.

ചെങ്കൊടി വച്ചുകെട്ടിയലങ്കരിച്ച കാളവണ്ടി യോഗസ്ഥലത്തുവന്നു നിന്നു. ആൾക്കൂട്ടം ഇളകി.

"ഇങ്കിലാബ് സിന്ദാബാദ്."

കുഞ്ഞനന്തൻ ഉറക്കെവിളിച്ചു.

"ഇങ്കിലാപ് ശിന്താബാാാ..."

ഉണ്ണൂണിച്ചനുംകൂട്ടരും തൊണ്ടകീറി.

"പാർട്ടിക്കോൺഗ്രസ് സിന്ദാബാദ്."

പാർട്ടിസമ്മേളനത്തിൽ 'കോൺഗ്രസിന്റെ' ഔചിത്യം ദഹിക്കാതെ, തൊണ്ടകീറിയവർ, ആ പദം വിട്ടുകളഞ്ഞുവിളിച്ചു:- "പാർട്ടി പാർട്ടി ശിന്താബാാാ..."

"തോപ്പിൽഭാസി സിന്ദാബാദ്."

"തോപ്പീപ്പാസീ ശിന്ദാബാ...."

"സഖാവുഭാസി സിന്ദാബാദ്."

"സഹാവുപാസീ ശിന്ദാബാ..."

കാളവണ്ടിയിൽനിന്നും തോപ്പിൽഭാസി ഇറങ്ങി.

തോപ്പിൽഭാസി......!!

കേശവൻകുട്ടിക്ക് തന്റെ കണ്ണുകളെ വിശ്വസിക്കുവാൻ കഴിഞ്ഞില്ല.

ലോക്കപ്പിൽ; പിന്നിൽ കൂച്ചിക്കെട്ടിയ കൈയുമായി, നാഭിയിൽ ഇൻസ്പെക്ടറുടെ ഷൂസിന്റെ ഊക്കേറിയ ചോദ്യത്തിനുമുന്നിൽ നിലത്തു ചുരുണ്ട ചെറുപ്പക്കാരൻ.

ഏഴ്

ശൂരനാടു സംഭവത്തിലെ പ്രതി!

സബ്ബ്ഇൻസ്പെക്ടർ കളപ്പുരയ്ക്കൽ പി ജെ മാത്യൂ, കുഴിക്കര വാസുപിള്ള, കുഞ്ഞുപിള്ളയാശാരി, ദാനിയേൽ എന്നീ നാലു പൊലീസ് ഉദ്യോഗസ്ഥർ കൊലചെയ്യപ്പെട്ട കേസിലെ പ്രധാനപ്രതികളിലൊരാൾ! തലയ്ക്ക് സർക്കാർ ആയിരംരൂപ ഇനാം പ്രഖ്യാപിച്ചിട്ടുള്ള പിടികിട്ടാപ്പുള്ളി.....! സർക്കാരിന്റേയും ജന്മിമാരുടേയും പേടിസ്വപ്നം....! തോപ്പിൽഭാസി.

അങ്ങനെയുള്ള ഒരാളിന്റെകൂടെ ഒരുരാത്രി ലോക്കപ്പിൽ കഴിയുക! കേശവൻകുട്ടിയുടെ കാലിന്റെ പെരുവിരലിൽനിന്നൊരു തരിപ്പ് മുകളിലേക്ക് ഇഴഞ്ഞുകയറി. ഹൃദയമിടിപ്പ് കൂടിവന്നു. സിരകളിൽ ചുടുചോര പ്രവഹിച്ചു. അവന്റെ ദേഹമാസകലം രോമം എഴുന്നുവന്നു.

ശ്രീഭവനത്തുകുടുംബത്തിലെ മൂത്താശാരിയായിരുന്നു ഒരിപ്പുറത്തു ദേവസ്വത്തിലെ വിശ്വകർമ്മജരുടെ പ്രതിനിധി. മീനഭരണിക്ക് ദേവിയുടെ കൊടിയേറ്റുന്നത് മൂത്താശാരിമുറിച്ച കൊടിമരത്തിലാണ്. ഇഷ്ടസന്താനലബ്ധിക്ക് നരബലിസങ്കല്പത്തിൽ ഗരുഡൻതൂക്ക നേർച്ചയ്ക്ക് വില്ലുപണിത് ചട്ടത്തിലുറപ്പിക്കുന്നതിനും, ഭഗവതിക്കും പടിഞ്ഞാറുകരയുടെ ഇരുപത്തിയൊന്നേകാൽക്കോൽ ഉയരമുള്ള തേരുകെട്ടി പന്തിയിലിറക്കുന്നതിനുമുള്ള അവകാശം ശ്രീഭവനത്തുകുടുംബത്തിലെ മൂത്താശാരിക്കായിരുന്നു. അപ്പൂപ്പന്റെ മരണശേഷം ദേവസ്വംപ്രതിനിധിയായത് നാരായണൻകുട്ടിയുടെ അപ്പനായിരുന്നു. ദേവിയുടെ ജീവിതം കൊത്തിയൊരുക്കുന്നതിനും കൊടിമരം അളന്നുകുറിച്ചു മുറിക്കുന്നതിനും തൂക്കുവില്ലു പണിയുന്നതിനും തേരുകെട്ടുന്നതിനും അപ്പനുകൈയാളായിരുന്നത് നാരായണൻകുട്ടിയായിരുന്നു.

ഏഴുകരയിലും പുറംദേശത്തും തനിക്കുശേഷം തച്ചുശാസ്ത്രത്തിൽ

തലയുയർത്തിനില്ക്കുവാൻ കുടുംബത്തിൽ ആളുവേണമല്ലോ. വാസ്തു പൂജയും കാലഗണനവും രാശിഫലവും അപ്പൻ നാരായണൻകുട്ടിയെ പഠിപ്പിച്ചു. കുംഭഭരണിനാളിൽ ആചാരപ്രകാരം ദേവസ്വംതന്ത്രി നൂറ്റൊന്നാവർത്തി മന്ത്രമുഴിഞ്ഞ് പ്രസാദംതൊട്ട പൂണൂലണിഞ്ഞാൽപ്പിന്നെ ദേവീചിന്തയല്ലാതെ മറ്റൊന്നുംപാടില്ല. അമ്പലക്കുളത്തിൽ മുങ്ങിനിവർന്ന് നിർമ്മാല്യംതൊഴുത് തിരുനടയിൽ ഭജനമിരിക്കണം. ഭഗവതിയുടെ പട ച്ചോറുണ്ട് തിരുനാളുവരേയും തിരുനടയിൽത്തന്നെ. ആശാരിക്കും കൈയാളിനും ആ ദിവസങ്ങളിൽ പുലയും വാലായ്മയും ഉണ്ടാകില്ല. അപ്പൂപ്പന്റെ കൈയാളായിട്ട് അപ്പന്റെകൂടെ നാരായണൻകുട്ടിയും പോയി ട്ടുണ്ട്.

മൂത്താശാരിയുടെ വീടും ശുദ്ധവൃത്തിയുള്ളതായിരിക്കണം. തീണ്ടാരിയായാൽ സ്ത്രീകൾ വീടും തൊടിയും കിണറും കിടാരിയും തൊട്ട് അശുദ്ധമാക്കുവാൻ പാടില്ല. തീണ്ടാരിദിവസങ്ങളിൽ പെണ്ണുങ്ങൾ വീടിന്റെ തെക്കുപുറത്തെ വെളിപ്പുരയിൽ കഴിഞ്ഞുകൂടണം. ആണിന്റെ ചിന്ത പാടില്ല. സ്വയം ആഹാരം പാകംചെയ്തു കഴിക്കണം. പ്രഭാതത്തിലും പ്രദോഷത്തിലും അടിച്ചുകുളിച്ച് വെളുത്തതുടുത്ത് പ്രാർത്ഥനയിൽ മുഴു കണം. വീടും തൊടിയും കിണറും പുണ്യാഹംകുടഞ്ഞ് ശുദ്ധിവരുത്ത ണം. ഏഴുകുളികഴിഞ്ഞ് വെളിപ്പുരവിട്ടുവരുന്ന പെണ്ണ് ദേവിയുടെ പുണ്യ തീർത്ഥം ഭുജിച്ച് തലയിൽപ്പൊത്തി, ഓട്ടടനേദിച്ച് വലതുകാൽവച്ച് വീട്ടിൽക്കയറണം.

പക്കാനാളിൽ ആചാരപ്രകാരം മൂത്താശാരിയും കൈയാളും ദേവി യുടെ തിരുമുന്നിൽ പൂണൂലണിഞ്ഞാൽ തിരുനാളുവരെയും വീട്ടിലുള്ള എല്ലാവരും വ്രതമെടുക്കണം. പുലരിക്കുമുമ്പ് അടിച്ചുകുളിച്ച് വെളുത്ത തുടുത്ത് ദേവിയെ സാഷ്ടാംഗംപ്രണമിച്ച് പുണ്യാഹംതളിച്ചേ പെണ്ണു ങ്ങൾ അടുക്കളയിൽ കയറുകയുള്ളു. സന്ധ്യക്ക് തുളസിത്തറയിൽ മൂശേ ട്ടയ്ക്ക് കനലുവച്ച്, കോലായിൽ തിരികൊളുത്തി പ്രാർത്ഥിക്കണം. മത്സ്യ -മാംസാദികളും പഴകിയ ആഹാരപാനീയങ്ങളും പൂർണ്ണമായും വർജ്ജി ക്കണം. ദേവീനാമമല്ലാതെ മറ്റൊന്നും ഉരുവിടരുത്. ആണും ആഡംബ രവും അല്ലലും മനസ്സിൽ കുടിയേററരുത്. എല്ലാം ഒരിപ്പുറത്തമ്മയിലർപ്പിച്ച് ഒരുമാസക്കാലം.

നാരായണൻകുട്ടി പാവമായിരുന്നു. ദുഃസ്വഭാവങ്ങൾ ഒന്നുംതന്നെ യില്ല. ഭഗവതിക്കും പടിഞ്ഞാറുകരയിൽ ചെത്തുകാരൻ ചന്തുച്ചാന്നാരുടെ ഷാപ്പിൽനിന്നും അന്തിക്കള്ളുമോന്താത്ത ഒരേയൊരു ചെറുപ്പക്കാരൻ നാരായണൻകുട്ടി മാത്രമായിരുന്നു. തച്ചുകഴിഞ്ഞ് കുളിച്ചുതോർത്തി ഒരി പ്പുറത്തമ്മയെ തൊഴുത് കളഭംചാർത്തും. വീട്ടിലെത്തി നാമംജപിച്ച് അത്താഴമുണ്ണുംവരേയും തച്ചുശാസ്ത്രഗ്രന്ഥങ്ങൾ പഠിച്ചുകൊണ്ടിരിക്കും. അപ്പൂപ്പന്റേയും അപ്പന്റേയും ശിക്ഷണത്തിൽ വാസ്തുശാസ്ത്രവും ലക്ഷ ണശാസ്ത്രവും അഭ്യസിച്ചു. *മനുഷ്യാലയചന്ദ്രിക, തന്ത്രസമുച്ചയം* തുട ങ്ങിയ തച്ചുശാസ്ത്രഗ്രന്ഥങ്ങൾ ഉരുവിട്ട് മനഃപാഠമാക്കി. നാലുകെട്ടും

എട്ടുകെട്ടും ദേവാലയവും ഗണിച്ച് ആരൂഢമുറപ്പിക്കുവാൻ അവന് നിശ്ച യമുണ്ടായിരുന്നു. വിവാഹത്തിനുമുമ്പുതന്നെ നാരായണൻകുട്ടിയുടെ തച്ചുശാസ്ത്രപ്പെരുമ അന്യനാടുകളിലും പരന്നിരുന്നു.

ദേവസ്വംതന്ത്രി കീഴൂട്ടുമനയിൽ മിത്രൻതിരുമേനിയാണ് മാധവിയുടെ ആലോചനകൊണ്ടുവന്നത്. “ചാങ്ങേത്തെ പരമനാശാരിയുടെ ഇളയപുത്രി എന്തുകൊണ്ടും നാരായണൻകുട്ടിക്കു യോഗ്യയാണ്. ആ കുട്ടിയെ ദൃഷ്ടി യിലുറപ്പിച്ച് നാരായണൻകുട്ടി ഒരു ശില്പംതന്നെ സൃഷ്ടിക്കും. നിശ്ച യം.”

നാരായണൻകുട്ടി മാധവിയെ പുടവകൊടുത്തുകൂട്ടിക്കൊണ്ടുവന്ന പ്പോൾ കരക്കാർ താടിക്കുകൈതാങ്ങി മൂക്കത്തുവിരൽവച്ചു: “ഹോ! എന്തൊരുചന്തം! ഇത്രയുംസുന്ദരി ഇക്കരയിൽ വേറെയില്ല.”

മാധവി ശ്രീഭവനത്തുവന്നതിന്റെ പതിനഞ്ചാംപക്കമായിരുന്നു നാരാ യണൻകുട്ടിയുടെ ഇളയസഹോദരി പാർവ്വതിയുടെ വിവാഹം. മണിമാ ലയും മൂക്കുകുത്തിയും ഞാത്തുകമ്മലും യാതൊരുമടിയുംകൂടാതെ മാധവി പാർവ്വതിക്ക് ഊരിക്കൊടുത്തു. പട്ടന്തറയിലെ ഗോപി കൊച്ചുനാ ത്തൂനെ താലികെട്ടി കൊണ്ടുപോയപ്പോൾ ഏറെ സന്തോഷിച്ചത് മാധ വിയായിരുന്നു. നാരായണൻകുട്ടിയും അപ്പനും അമ്മയും അഭിമാനത്തോ ടെയാണ് അവളെക്കുറിച്ച് അയൽക്കാരോടു പറഞ്ഞിരുന്നത്. നാരായ ണൻകുട്ടിക്ക് അവളെ ജീവനായിരുന്നു. കേശവൻകുട്ടി ‘ഏടത്തി’യെ ന്നാണ് അവളെ വിളിച്ചിരുന്നത്. മറ്റുള്ളവരെ ബഹുമാനിക്കുന്നതിലും സ്നേഹിക്കുന്നതിലും മാധവി ഭഗവതിക്കും പടിഞ്ഞാറുകരയിലെ പെണ്ണു ങ്ങൾക്ക് മാതൃകയായിരുന്നു.

ഈറൻമുടിയിൽ തുളസിക്കതിർചൂടിയ മാധവി ശ്രീകോവിലിനു വലംവയ്ക്കുമ്പോൾ, യുവഭക്തർ ദേവീദർശനത്തിനായി ചുറ്റമ്പലത്തിൽ കാത്തുനിന്നിരുന്നു.

ആഹ്ലാദം അധികനാൾ നീണ്ടുനിന്നില്ല.

ഒന്നരയാണ്ടുകഴിഞ്ഞിട്ടും മാധവിയുടെ മാസക്കുളിതെറ്റിയില്ല.

“വെളുത്തുകിരിഞ്ഞ സുന്നരിക്കോത! മച്ചിയാണേൽ ഫലമെന്താ?”

പേറ്റിന് ശ്രീഭവനത്തുവിളിച്ചുകൊണ്ടുവന്ന പാർവ്വതി ഓണസദ്യക്ക് നാക്കിലയിൽ കിച്ചടി വിളമ്പി.

“ന്റെ കുഞ്ഞിന്റെ വിധി! അല്ലാണ്ടെന്താ. ഭഗോതീ കുഞ്ഞിനെ കാക്ക ണേ....”

അമ്മ കണ്ണുനീർതൂകി.

“ഭാരതി. നല്ലദിവസ്വായിട്ട്......”

അപ്പൻ അമ്മയെ വിലക്കി.

“ഒള്ളതുപറയുന്നേന് ദെവസം നോക്കണൊ അപ്പ? വല്യേട്ടന്റെ വെഷമം കാണുമ്പോ.... മുടിക്കാൻവന്ന മൂതേവി.”

ഗൗരി അനുജത്തിക്ക് പിന്തുണയേകി.

നാരായണൻകുട്ടി ഒന്നുംമിണ്ടാതെ നാക്കിലയിൽനോക്കി കുനിഞ്ഞി

രുന്നു. മാധവി തേങ്ങിക്കരഞ്ഞ് വാതിലിനുമറഞ്ഞു. ഗൗരിയുടെ കെട്ടിയവൻ ചെല്ലപ്പനും പാർവ്വതിയുടെ കെട്ടിയവൻ ഗോപിയും ഇതിൽ തങ്ങൾക്കെന്തുകാര്യം എന്നമട്ടിൽ പായസത്തിൽ പൂവൻപഴം ഞെവിടി. ഗൗരിയുടെ മക്കൾ – സുലോചനയും മോഹനനും – പിന്നെയും പപ്പടത്തിനായി മൂക്കളയൊലിപ്പിച്ചു.

"പെങ്ങളേ. ഏടത്തി ആരെ മുടിച്ചെന്നാ?"

കേശവൻകുട്ടി ഇടപെട്ടു.

"കൊച്ചേട്ടനെന്താ. നോവുന്നോ?" പാർവ്വതി വിടുന്നമട്ടില്ല.

"ഏടത്തിയെപ്പറഞ്ഞാൽ എനിക്കുനോവും."

"എങ്ങനാ നോവാതിരിക്കണെ. നെറോം നോട്ടോം...... പനങ്കൊലപോലെത്തെ മുടീം. എക്ഷിയല്ലിയൊ. എക്ഷി! വല്യേട്ടന്റെ ചോരകുടിച്ച് ഒരു പരുവമാക്കി. ഇപ്പം കൊച്ചേട്ടന്റെ ചേരകുടിക്വാ. മച്ചി ആരേപ്പൊറുപ്പിച്ചാലും വയറ്റിലൊണ്ടാകത്തില്ലല്ലോ."

"തോന്ന്യാസം പറയുന്നോടീ...."

കേശവൻകുട്ടിയുടെ എച്ചിലുകൈ പാർവ്വതിയുടെ കരണത്ത് ആഞ്ഞുപതിച്ചു.

പാർവ്വതി മാറത്തടിച്ചുനിലവിളിച്ചു. ഗൗരി മാധവിയെ പ്രാകി.

ഓണമുണ്ണൽ മുടങ്ങി.

നാരായണൻകുട്ടിയുടെ വിങ്ങുന്നനെഞ്ചിൽ തലചായ്ച്ച് മാധവി പുലരിയോളം തേങ്ങിക്കരഞ്ഞു. മകന്റെയും വീടിന്റെയും വിധിയോർത്ത് ഭാരതിയമ്മ മനമുരുക്കി. കണ്ണടച്ചുകിടന്നെങ്കിലും മൂത്താശാരിക്കും ഉറക്കംവന്നില്ല.

കേശവൻകുട്ടി ചന്തുച്ചാന്നാരുടെ ഷാപ്പിൽ കള്ളുകുടിച്ച് ബോധം കെട്ടുറങ്ങി.

മാധവി വെളിപ്പുരയിലേക്കുപോകുമ്പോൾ നാരായണൻകുട്ടി ഒരിപ്പുറത്തമ്മയോട് ചങ്കുപൊട്ടിക്കരയും. ചുറ്റുവഴിക്കുംപുറത്ത് കമിഴ്ന്നുവീണ് നെഞ്ചുരുക്കും. 'നാരായണൻകുട്ടി വെളിക്കായി' എന്ന് കരക്കാർ അവനെ കളിയാക്കാറുണ്ട്. കള്ളുഷാപ്പിലും ചന്തപ്പുറത്തും ഞാറ്റടിയിലും മാധവിയുടെ വന്ധ്യത നാട്ടുകാർ പിറുപിറുത്തു.

"കൊച്ചുപണിക്കോ...."

കള്ളുകുടവും ചെണ്ടമുറിയനും കേശവൻകുട്ടിക്കുമുമ്പിൽ ചന്തുച്ചാന്നാർ കൊണ്ടുവച്ചു.

"ന്താ ചാന്നാരെ?"

"മാതുക്കൊച്ച് വെളിക്കായി; വ്വോ?"

"അതെന്താ?" കേശവൻകുട്ടി മുളകുടച്ചത് നാവിൽതൊട്ടു.

"അല്ല. വല്യപണിക്കൻ അമ്പലപ്പറമ്പീ കമന്നുവീണ് നെലവിളിക്കുന്നു."

"ചാന്നാരേ. കാശുതന്നിട്ടാ കള്ളുകുടിക്കുന്നെ. ചക്കാത്തിനു മൂഞ്ചുവല്ല. വേണ്ടാത്തതു വെളമ്പേണ്ടാ." കേശവൻകുട്ടിക്ക് ദേഷ്യംവന്നു.

"ഓ! വല്യപണിക്കന്റെ വെഷമംകണ്ടപ്പം...!"

ചന്തുച്ചാന്നാർ വാപൊത്തി ചിരിയടക്കി.

"കേശോങ്കുട്ടിയേ. നീയൊരു കൈനോക്ക്. മച്ചിയെ മാറ്റിക്കെട്ടിയാൽ ചെലപ്പം ചെനപിടിക്കും."

ശങ്കുപ്പിള്ള കള്ളരിച്ച മീശതടവി.

കേശവൻകുട്ടിക്ക് അരിശം അടക്കാൻകഴിഞ്ഞില്ല. അവൻ കള്ളുകുടം എറിഞ്ഞുടച്ചു. ഷാപ്പിൽനിന്നും ഇറങ്ങിപ്പോയി.

മാധവി തീണ്ടാരിയായാൽ, തച്ചുകഴിഞ്ഞ് കേശവൻകുട്ടി മറ്റെങ്ങും പോകാതെ വീട്ടിൽത്തന്നെ ചടഞ്ഞുകൂടുവാൻതുടങ്ങി. ചെത്തുകാരൻ ചന്തുച്ചാന്നാരുടേയും കറിക്കാരൻ തേവൻപുലയന്റേയും കരയിലെ ആസ്ഥാന കുടിയന്മാരുടേയും പരിഹാസം കേൾക്കാതിരിക്കാമല്ലോ.

"അവളു വെളിക്കായതിന് നീയെന്തിനാ അടയിരിക്കണെ?"

അമ്മയുടെ ചോദ്യംകേട്ടപ്പോൾ കേശവൻകുട്ടിക്ക് ദേഷ്യവും സങ്കടവും അടക്കുവാൻ കഴിഞ്ഞില്ല. കോലായിൽതെളിച്ച തിരിക്കുമുന്നിൽ അവൻ നാമംജപിച്ചു.

ശ്രീഭവനത്തുവീടിനെ മൂശേട്ട അപഹരിച്ചെന്നാണ് നാട്ടുകാരും ബന്ധുക്കളും പറയുന്നത്. അല്ലെങ്കിൽ ഭഗവതി ഒഴിവുകണ്ട ശില്പികുടുംബത്തിന് ഈ ഗതി വരുമോ? എങ്ങനെ കഴിഞ്ഞവരായിരുന്നു. മൂത്താശാരി ഗണിക്കാത്ത വാസ്തുരൂപങ്ങളില്ല. മൂത്താശാരി നിർണ്ണയിക്കാത്ത വാസ്തുസ്ഥാനങ്ങളില്ല. വിശേഷദിവസങ്ങളിൽ എല്ലാവരും ഒത്തുകൂടുന്നതും ഒരുമിച്ചു സദ്യയുണ്ണുന്നതും നിലാവത്തുകൊളുത്തിയ നിലവിളക്കിനുചുറ്റും പെണ്ണുങ്ങൾ തിരുവാതിരകളിക്കുന്നതും....... ദേവിചൊരിഞ്ഞ അനുഗ്രഹംകണ്ട് ശ്രീഭവനത്തുകാരോട് കരക്കാർ അസൂയകുത്തിയിരുന്നു.

ഒരിപ്പുറത്തമ്മ ലക്ഷ്മിദേവിയുടെ അവതാരമാണ്. ലക്ഷ്മിദേവിയുടെ സഹോദരിയാണ് മൂശേട്ട. സുന്ദരിയെങ്കിലും ദുർവ്വിധികളുടെ ദേവതയാണത്രെ മൂശേട്ട! തന്റെ മാനസശില്പിയുടെ ദുർവ്വിധികളെ ഭഗവതി തടുക്കാത്തത് ഭഗവതിക്ക് സഹോദരിയോടുള്ള സ്നേഹംകൊണ്ടാണു പോലും! സന്താന സൗഭാഗ്യമില്ലാത്ത സുന്ദരിയായ മാധവി മൂശേട്ടയുടെ പുനർജന്മമത്രെ! കുടുംബത്തിന്റെ ഒരുമയും മനഃശാന്തിയും എന്നേ നഷ്ടമായി. ഇപ്പോൾ; ജീവതയിലേറി പന്തിയിൽ നിരക്കുന്ന കൊട്ടുപടികൾ ദർശിച്ച് ശ്രീകോവിലിൽ കുടിയേറുന്ന ദേവിക്കുചുറ്റും തേരുവലിച്ച് മൂന്നു വലംകഴിഞ്ഞ് തിരുമുന്നിലെത്തി വീണുമരിക്കണമെന്ന് മനസ്സിൽ ഗണിച്ചുനടന്ന മൂത്താശാരി തളർവാതംവന്ന് കിടപ്പിലായി.

തനിക്ക് ഇനിയും എഴുന്നേറ്റുനില്ക്കുവാൻ പറ്റുമെന്നു തോന്നുന്നില്ല. ഇലന്തൂർമൂസ്സത് ആവുംവിധം നോക്കിയതാ. കിഴി, ഉഴിച്ചിൽ, ഔഷധസേവ, ഓതിക്കെട്ടൽ..... മരണംവരേയും ഈ കിടപ്പുതന്നെ. ഇക്കൊല്ലം കൊടിമരം ആരുമുറിക്കും? തേര് ആരുകെട്ടും? നാരായണൻകുട്ടിയോട് പറഞ്ഞാൽ....? കേശവൻകുട്ടി കൈയാളാകുമോ? "ഭഗോതീ കൈവി

ടല്ലേ....” പക്കനാളടുക്കുന്തോറും മൂത്താശാരിക്ക് ആധികൂടി.

“നാരായണങ്കുട്ടിയോട്.... കേശവങ്കുട്ടി കൂട്ടിനുപോകുമോ ഭാരതി?” കിടക്കപൊട്ടാതെ പുറംതിരുമ്മുന്ന ഭാര്യയോട് മൂത്താശാരി ചോദിച്ചു.

“പറഞ്ഞുനോക്ക്.”

കെട്ട്യോന്റെ നീറ്റലുകണ്ട് അവർ തേങ്ങി.

“നാരായണങ്കുട്ടീ....”

“ന്താ അപ്പാ...”

കോലായിൽ നക്ഷത്രച്ചിമ്മൽനോക്കിനിന്ന നാരായണൻകുട്ടി അപ്പന്റെ അരികത്തുവന്നു.

“ദേവീടെ കൊടിമരം... തേര്... നീ ചെയ്യുമോ...?”

“ചെയ്യാമപ്പാ... ഞാൻ. പക്ഷേ; കൈയാള്...?”

“കേശവങ്കുട്ടിയോട് നീയൊന്നു പറഞ്ഞുനോക്ക്.”

“ങ്ഹ...”

നാരായണൻകുട്ടിയും കൈയാള് കേശവൻകുട്ടിയും വ്രതമെടുത്ത് തേരുപടിക്ക് ഉളികുത്തിയപ്പോൾ; വെളിപ്പുരയിലിരുന്ന് അവർക്കുവേണ്ടി ഭഗവതിയോട് മാധവി നെഞ്ചുരുകി പ്രാർത്ഥിക്കുകയായിരുന്നു.

എട്ട്

ലക്ഷണമൊത്ത താന്നിത്തടിയിൽത്തീർത്ത വലിയചക്രങ്ങൾ ഇരുമ്പുപട്ടചുറ്റി വിളക്കിച്ചേർക്കണം. ഇരുമ്പുപട്ടചുറ്റിയ ചക്രങ്ങൾ, വിളഞ്ഞ തേക്കുചട്ടങ്ങളിൽ ജലനിരപ്പുവച്ച് നെല്ലിടമാറ്റമില്ലാതെ ഭൂമിക്കുതിരശ്ചീനമായി തുളച്ചിടണം. ചട്ടത്തിലെ നേർതുളയിൽ നൂൽവണ്ണത്തിന് ഉലവില്ലാതെ തേരിന്റെ നീളൻകാലുകൾ മട്ടംവച്ച് ഉറപ്പിച്ചുയർത്തണം. കർണ്ണങ്ങളിലും വികർണ്ണങ്ങളിലും പടികളുറപ്പിച്ച് പന്തിക്കുലംബമായി ഇരുപത്തിയൊന്നേകാൽ കോലുയരത്തിൽ തട്ടുകളായി തേരുകെട്ടണം. അപ്പൻ മനഃപാഠമാക്കിച്ച കണക്കുവച്ച് നാരായണൻകുട്ടി കെട്ടുപടി പണിതുയർത്തി. താത്തിവെള്ളേടത്തി അലക്കി വെടിപ്പാക്കിക്കൊണ്ടുവന്ന തൂവെള്ളശീലചുറ്റി തേരുവിതാനിക്കുന്നതിനും, അലുക്കുകളും കണ്ണാടിച്ചില്ലുകളും പതിച്ച് തേര് മനോഹരമാക്കുന്നതിനും, കുരുത്തോലച്ചീന്തുകൊണ്ട് തേരുതട്ട് ചുറ്റിയലങ്കരിക്കുന്നതിനും.... എല്ലാറ്റിനും ചുറുചുറുക്കോടെ കൈയാള് കൂടെത്തന്നെ.

വടക്കുംനാഥന്റെ തിരുമുമ്പിലെ കുടമാറ്റംപോലെ, കരകളൊരുക്കുന്ന തേരിന്റെ പ്രൗഢി മകുടത്തിന്റെ മാറ്റനുസരിച്ചാണ്. മകുടത്തിന്റെ മനോഹാരിത വ്യത്യസ്തമാക്കുവാൻ കരക്കാർ മത്സരിച്ചിരുന്നു. മകുടമൊരുക്കൽ മറ്റുകരക്കാരിൽനിന്നും മറച്ചുവയ്ക്കുവാൻ ഓരോരുത്തരും പരമാവധി ശ്രമിക്കും. അതുകൊണ്ട് മകുടം അലങ്കരിച്ചുറപ്പിക്കുന്നത് അശ്വതി അവസാനിച്ച് ഭരണിനാൾ തുടങ്ങുന്ന രാത്രിയുടെ യാമങ്ങളിലാണ്.

ഇതുവരേയും ദർശിച്ചിട്ടില്ലാത്ത മകുടം എന്നേ മനസ്സിലൊരുക്കി നാരായണൻകുട്ടി മീനഭരണിക്കായി കാത്തിരിക്കുകയായിരുന്നു.

നാരായണൻകുട്ടിയുടെ വാസ്തുവിദ്യാനിപുണതയിലും ജീവസ്സുറ്റ ശില്പചാരുതയിലും കേശവൻകുട്ടിക്ക് അഭിമാനവും അതിശയവും തോന്നി. ജ്യേഷ്ഠന്റെ ഓരോപണികളും അവൻ സസൂക്ഷ്മം നിരീക്ഷി

ക്കുന്നുണ്ടായിരുന്നു. മനുഷ്യാലയം, ദേവാലയം, കെട്ടുപടി... എല്ലാത്തിലും വർണ്ണിക്കുവാൻ പറ്റാത്ത മനോഹാരിത. കൗതുകമുണർത്തുന്ന വ്യത്യസ്തത.

"ഏട്ടാ...."

"ന്താ കേശവങ്കുട്ടിയേ."

"ഏട്ടന്റെ പണികളെല്ലാം മനോഹരമാണ്. ജീവൻതുടിക്കുന്നു."

"മൂത്താശാരിക്ക് എല്ലാശാസ്ത്രങ്ങളിലും നല്ല പാണ്ഡിത്യമുണ്ടായിരിക്കണം.

സർവ്വശാസ്ത്രവിഹിതക്രിയാപടുഃ
സർവ്വദാവഹിതമാനസശ്ശുചിഃ
ധാർമ്മികോ വിഗതമത്സരാദികോ
യസ്സ ച സ്ഥപതിരസ്തു സത്യവാക്.

ഗൃഹനിർമ്മാണത്തിലും ഓർമ്മശക്തിയിലും നല്ല സാമർത്ഥ്യമുണ്ടായിരിക്കണം. കായ–വാങ്–മാനസികമായ പരിശുദ്ധിയും കർമ്മനിഷ്ഠയും ഉണ്ടായിരിക്കണം. മാത്സര്യം, ഡംഭം മുതലായ ദോഷങ്ങൾ ലവലേശം തൊട്ടുതീണ്ടരുത്."

ചിമ്മിണിവെട്ടത്തിൽ, മകുടമൊരുക്കുന്നതിൽനിന്നും ശ്രദ്ധവിടാതെ നാരായണൻകുട്ടി പറഞ്ഞു.

പോക്കുവെയിൽശോഭയിൽ, കന്നിമൂലയിലെ ആൽത്തറയ്ക്കുമുന്നിലുള്ള വിശാലപന്തിയിൽ നിരക്കുന്ന ഏഴുകരയുടേയും കെട്ടുപടി ദർശിക്കുവാൻ ഒരിപ്പുറത്തമ്മ പക്കമേളത്തിന്റെ അകമ്പടിയോടെ ജീവതയിലേറി എത്തും. തനിക്കുവേണ്ടി കരകളൊരുക്കിയ കെട്ടുപടികൾ കൺനിറയെക്കണ്ട് സംതൃപ്തയായ ഭഗവതി ശ്രീകോവിലിൽ തിരികെ കുടിയിരിക്കും. തിരുമുന്നിൽനിന്നും ഏഴുകരയുടേയും പ്രതിനിധികൾ ശ്രീകോവിലിനു മൂന്നുവലംവച്ചോടി, കരയുടെ പേരുവിളിച്ചുചൊല്ലി, ആൽത്തറച്ചുവട്ടിൽ തേങ്ങയുടച്ച് കെട്ടുകാഴ്ചകൾ കളിപ്പിക്കാനായി ദേവിയുടെ അനുമതിവാങ്ങി കരയറിയിക്കും. ആൽമരച്ചുവട്ടിൽ തേങ്ങയുടച്ച് കരയറിയിക്കുന്ന ക്രമത്തിലാണ് കരക്കാരുടെ തേരുകൾ പ്രദക്ഷിണം വയ്ക്കുന്നത്.

ആൽമരച്ചുവട്ടിൽ ആദ്യം തേങ്ങയുടച്ച് കരയറിയിച്ചത് ഭഗവതിക്കുംപടിഞ്ഞാറുകരയുടെ പ്രതിനിധി കേശവൻകുട്ടിയായിരുന്നു. ഈയാണ്ടിൽ കെട്ടുകാഴ്ച കളിപ്പിക്കുവാൻ ഒരിപ്പുറത്തമ്മ ഒന്നാമതായി തെരഞ്ഞെടുത്തതിന്റെ ആഹ്ലാദത്തിൽ നാരായണൻകുട്ടിയെ തോളിലേറ്റി ഭഗവതിക്കുംപടിഞ്ഞാറുകരക്കാർ ആരവമുയർത്തി.

കെട്ടുപടികളുടെ പ്രദക്ഷിണാനുമതി കരക്കാർക്കുനല്കി ഏഴുകതിനകൾ മുഴങ്ങി. ഇളകിപ്പറന്ന പക്ഷികൾ ആകാശത്തുവട്ടമിട്ട് ആൽമരത്തിൽ തിരികെപ്പറ്റി. ചിന്തുകച്ചവടക്കാരും സ്ത്രീകളും ക്ഷേത്രവളപ്പിൽനിന്നും മൈതാനവശങ്ങളിലേക്ക് ഒഴിഞ്ഞുനിന്നു.

ആർപ്പുവിളികളോടെ ഭഗവതിക്കും പടിഞ്ഞാറിന്റെ ഇരുപത്തിയൊ

ന്നേകാൽ തലയെടുപ്പുള്ള തേര് പ്രദക്ഷിണത്തിനായി കരക്കാർ പന്തി യിൽനിന്നും വലിച്ചിറക്കി. നാരായണൻകുട്ടി കരക്കാർക്കുമുന്നിൽ, നേതൃ ത്വംനല്കി നെഞ്ചുവിരിച്ച് നടന്നുനീങ്ങി. തേരുവലിയുടെ ആരവത്തിൽ കേശവൻകുട്ടി അലിഞ്ഞുചേർന്നു. മറ്റുതേരുകൾ ഭഗവതിക്കുംപടിഞ്ഞാ റിനു പിന്നിൽ കരയറിയിച്ച ക്രമത്തിൽ അണിചേർന്നു.

ഭക്തിയുടെ ആരവത്തിൽ ക്ഷേത്രപരിസരം മുഖരിതമായി. അത്യു ത്സാഹത്തോടെ, ആർപ്പുവിളിച്ച് ഒരു പ്രദക്ഷിണം പൂർത്തിയാക്കി ഈശാ നകോണിലെത്തിയപ്പോൾ ഭഗവതിക്കും പടിഞ്ഞാറിന്റെ തലയുയർത്തി നിന്ന മകുടം തേരിൽനിന്നും ഉലഞ്ഞുതാണു. അവരുടെ ആർപ്പുവിളിയും തേരിന്റെ വേഗവും നിലച്ചു. മറ്റുകരക്കാർ അവർക്കുപിന്നിൽ ആരവംമുഴ ക്കുന്നു. അവരുടെ ആരവവും ഉത്സാഹത്തിമിർപ്പും നാരായണൻകുട്ടിക്കും കൂട്ടർക്കും സഹിക്കുവാൻകഴിഞ്ഞില്ല. പരിഹസിക്കുന്നതുപോലെ. എന്തു പറ്റിയെന്നറിയാതെ കേശവൻകുട്ടി അന്ധാളിച്ചു.

തോളിൽ തൂക്കിയ സഞ്ചിയിൽനിന്ന് കൊട്ടുവടിയും മെല്ലുളിയുമായി നാരായണൻകുട്ടി കർണ്ണപടികൾ ചവിട്ടി തേരിന്റെ മുകളിലേക്കുകുതിച്ചു. അവൻ മെല്ലുളികൊണ്ട് ഇളകിയ കുന്തക്കാൽ തിക്കി. കൊട്ടുവടി മുട്ടി കുന്തക്കാൽ തുളയിലേക്കുതാഴ്ത്തി. ഉലഞ്ഞുതാണ മകുടം തേരുപടി യിൽ തലയുയർത്തി ഉറച്ചു. കർണ്ണപടികളിലൂടെ ആർപ്പുവിളിച്ച്, ആവേ ശത്തിൽ അവൻ ചട്ടത്തിലെത്തി. ഭക്തിയുടേയും അഭിമാനത്തിന്റേയും ഉന്മാദത്തിൽ വടത്തിൽ കൈമുറുക്കി കരക്കാർ തേരാഞ്ഞുവലിച്ചു.

ഇരുമ്പുപട്ട ചുറ്റിവിളക്കിയ ലക്ഷണമൊത്ത താന്നിമരച്ചക്രങ്ങൾ, വിളഞ്ഞതേക്കിന്റെ ചട്ടത്തിൽനിന്നും വഴുതിവീണ നാരായണൻകുട്ടി യേയും മറികടന്ന് ഉരുണ്ടുനീങ്ങിയത് അവർ അറിഞ്ഞില്ല.

പൊട്ടിത്തകർന്ന ഉടലിൽനിന്നുംതെറിച്ച ചുടുചോരയേറ്റുവാങ്ങി ചക്ര വാളം കൂടുതൽ ചുവന്നു. ഏഴുകുളികഴിഞ്ഞ് ദേവിയുടെ പുണ്യതീർത്ഥം ഭുജിച്ച് വലതുകാൽവച്ച് വീട്ടിൽക്കയറിയ മാധവിയുടെ ദിക്കുപൊട്ടുന്ന നിലവിളി ആരുംകേട്ടില്ല.

ആവേശത്തിൽ തേരുവലിച്ചപ്പോൾ ചട്ടത്തിൽനിന്നും കാലുവഴുതി നാരായണൻകുട്ടി അബദ്ധത്തിൽ തേരിനടിയിൽ പെട്ടതാണെന്നും; അതല്ല കെട്ടുപടിവിദ്യ നല്ലവണ്ണം അഭ്യസിച്ച നാരായണൻകുട്ടി കുട്ടികളുണ്ടാ കാത്ത ദുഃഖത്തിൽ ദേവിക്കുമുന്നിൽ സ്വയം അർപ്പിച്ചതാണെന്നും കര ക്കാർ പറയുന്നു. നാരായണൻകുട്ടിയുടെ ദാരുണമായ മരണകാരണം മൂശേട്ടയുടെ ജന്മമായ മാധവിയാണെന്ന് മറ്റൊരുകൂട്ടർ വിശ്വസിക്കുന്നു.

ജ്യേഷ്ഠന്റെ അകാല വേർപാട് കേശവൻകുട്ടിക്ക് താങ്ങുവാൻ കഴി യുന്നതിനും അപ്പുറത്തായിരുന്നു.

"കൊച്ചുപണിക്കോ..."

"ന്താ ചാന്നാര്യേ....?" കേശവൻകുട്ടിയുടെ നാവുകുഴഞ്ഞു.

"മതിയാക്ക്. പോയതുപോയി."

"ത്ര നോക്ക്യേട്ടും സഹിക്കാമ്പറ്റുന്നില്ലടോ. ഒരു കൊടോങ്കൂടിയെട്."

"കൊച്ചുപണിക്കോ."

കള്ളുകുടം ചന്തുച്ചാന്നാർ കൊണ്ടുവച്ചു.

"...ന്താ....?"

"മാതുക്കൊച്ചിന്റെ കാര്യോർത്തിട്ട്..."

"ഏടത്തി എന്നാപെഴച്ചെന്നാ ചാന്നാരു പറ്യേണെ?"

പോയതു പോയെന്നുവയ്ക്കാം. പക്ഷേ; ഏടത്തി എന്തുപിഴച്ചു? തോന്ന്യാസം പറയുന്നതിന് അതിരുവേണ്ടേ.

മൂത്തകള്ളിന്റെ ലഹരിയിൽ കേശവൻകുട്ടിക്ക് അരിശംവന്നു.

"കേശോങ്കുട്ടിയേ...."

ശങ്കുപ്പിള്ള മീശകൊണ്ട് കള്ളരിച്ചു.

"–ന്താ പിള്ളേ?"

"നാറാണങ്കുട്ടി പോയി."

"ങ്ഹാ...."

"മാതുക്കൊച്ച് എന്തുസുന്നരിയാ!"

ശങ്കുപ്പിള്ള മുളകുടച്ചതിന്റെ എരിവുപിടിച്ചു.

"അതിന്...?"

"ഞാനാരുന്നേൽ..."

"പിള്ളേ....ന്താ?"

കേശവൻകുട്ടി ശങ്കുപ്പിള്ളയെ തുറിച്ചുനോക്കി.

"നീ നോക്കി പേടിപ്പിക്കാതെടാ. ഞാനാരുന്നേൽ കള്ളുകുടിച്ചു ചങ്കു വാട്ടാതെ മാതുക്കൊച്ചിനെ പൊറുപ്പിച്ചേനേം."

"പോക്രിത്തരം പറയുന്നോടാാ..."

കേശവൻകുട്ടിയുടെ കൈ ശങ്കുപ്പിള്ളയുടെ കരണത്തുവീണു. ചന്തുച്ചാന്നാരുടെ ചെത്തുതേറ് ഓലച്ചെറ്റയിൽനിന്നും വലിച്ചൂരി ശങ്കുപ്പിള്ള അവന്റെനേരെ വീശി. അവൻ കള്ളുകുടമെടുത്ത് അയാളെ ആഞ്ഞെറിഞ്ഞു.

ചെറ്റയിൽചാഞ്ഞ ശങ്കുപ്പിള്ളയിൽനിന്നും ലഹരിപതഞ്ഞ വെളുത്ത കള്ള് ചോരനിറംചാലിച്ച് താഴോട്ടൊഴുകി.

ചെത്തുകാരൻ ചന്തുച്ചാന്നാർ, കറിക്കാരൻ തേവൻപുലയൻ, വെളിച്ചപ്പാടുപോലെയുറഞ്ഞ് തേറുമായി ശങ്കുപ്പിള്ള.... അവർ തനിക്കുനേരെ പാഞ്ഞടുക്കുന്നു.

കേശവൻകുട്ടി ഷാപ്പിൽനിന്നുമിറങ്ങി പടിഞ്ഞാട്ടോടി. മംഗലത്തുതറവാടായിരുന്നു അവന്റെ ലക്ഷ്യം. ഭഗവതിക്കും പടിഞ്ഞാറുകരയുടെ ജന്മിയാണ് മംഗലത്തുകാർണവർ ബാലകൃഷ്ണൻ ഉണ്ണിത്താൻ. കരക്കാരുടെ ജന്മിയായ കാർണവർ 'വല്യേമാൻ' എന്നാണ് അറിയപ്പെട്ടിരുന്നത്. വല്യേമാൻ പറയുന്നതിനപ്പുറം മറ്റൊന്നും ആ കരയിൽ നടക്കില്ല. ദേവസ്വംപ്രസിഡന്റിന്റെ പ്രൗഢിയും വല്യേമാന് സ്വന്തം. ദേവസ്വത്തിൽ വിശ്വകർമ്മജരുടെ പ്രതിനിധി അപ്പനാണല്ലോ. കാളപ്പന്തിയിളക്കി പുതുക്കിവച്ചതിന് കണക്കുകുറിച്ചതും തച്ചുകാർക്ക് മേൽനോട്ടം വഹിച്ചതും

അപ്പനായിരുന്നല്ലോ. നാരായണൻകുട്ടിയേട്ടനും താനുംകൂടിയായിരുന്നല്ലോ ഉത്തരംവച്ച് ആരൂഢമുറപ്പിച്ചത്. വല്യേമാൻ തന്നെ കൈവെടിയില്ല; ആവോ?

എന്തായാലും.......

പടിപ്പുരകടന്ന് കേശവൻകുട്ടി മംഗലത്തു തറവാടിന്റെ മുറ്റത്തെത്തി. ചെറുവാല്യക്കാർക്ക് നിർദ്ദേശങ്ങൾനല്കി വല്യേമാൻ കൈതാങ്ങിയിൽ കാലുപൊക്കിവച്ച് പൂമുഖത്തെ ചാരുകസാലയിൽ മലർന്നുകിടക്കുന്നു. കേശവൻകുട്ടിയുടെ കിതപ്പും ചങ്കിടിപ്പും കൂടിവന്നു. അവൻ പൂമുഖപ്പടിയിൽ കമിഴ്ന്നുവീണ് വല്യേമാനെ തൊഴുതു.

"വല്യേമാനേ.... രെക്ഷിക്കെണേ...."

"മൂത്തോന്റെ ചെതയടങ്ങിയില്ലല്ലോ. അതിനുമുമ്പ് കുരുത്തക്കേട് ഒപ്പിച്ചോടാ കൊച്ചാശാരി?"

കോളാമ്പിയിലേക്ക് വല്യേമാൻ മുറുക്കാൻതുപ്പി.

"വല്യേമാനേ... അത്."

"നെന്റെയപ്പൻ നെന്റെ കൊലത്തിന് അഭിമാനമാ. ചത്തോണ്ടു പറയുവല്ല. മൂത്തോൻ മാനോം മര്യാദേം ഒള്ളോനായിരുന്നു. നീയങ്ങനല്ല. ഷാപ്പീൽനെരങ്ങി, കണ്ടോന്മാരുടെ തോളീൽ കൈയിട്ട്...... വഷളൻ!"

കള്ളുകുടിക്കും. എല്ലാവരുമായി ചങ്ങാത്തംകൂടും. അതുനേരുതന്നെ. എന്നാൽ.... പൊറുക്കാൻപറ്റാത്ത എന്തു വഷളത്തരം കാണിച്ചെന്നാ? ഭഗോതീ, വല്യേമാൻ കൈവിടുമോ?

"വല്യേമാനേ... കൈവിടല്ലേ....."

"എന്താന്നുവച്ചാൽ പറഞ്ഞുതൊലയ്ക്കെടാ. നിന്റെ അപ്പനെയോർക്കുമ്പോൾ."

"അത്... ഷാപ്പീവച്ച് ചങ്കുപ്പിള്ള വേണ്ടാദീനം പറഞ്ഞു. എനിക്കു സഹിച്ചില്ല. കൊടമെടുത്ത് ഞാനെറിഞ്ഞു. ചങ്കുപ്പിള്ളേടെ തലപൊട്ടീന്നാ...."

"ഹാ.. ഹാ...ഹാ... ചങ്കുപ്പിള്ള! ഇ്ഫാ!!"

വല്യേമാൻ കാറിത്തുപ്പി. ഉറക്കെയുറക്കെ പൊട്ടിച്ചിരിച്ചു.

തെറുത്തുവച്ച വെള്ളശീലക്കിടയിലൂടെ ഞാണുകിടന്ന കോണകത്തുമ്പ് കലിപൂണ്ട് വിറച്ചു. മംഗലത്തുതറവാട് ഇളകിമറിയുന്നതുപോലെ. പുലിമടയിൽപ്പെട്ട മുയൽക്കുട്ടിയെപ്പോലെ കേശവൻകുട്ടി പേടിച്ചു ചൂളി.

"എനിക്കെതിരെ പടയൊരുക്കുവല്യോ അവമ്മാര്. ചാന്നാരും, പെലയമ്മാരും, കൊറവമ്മാരും.... കൊറച്ചു തെമ്മാടി നായമ്മാർ സപ്പോർട്ടിന്. കള്ളുഷാപ്പാ അവമ്മാരുടെ പാർട്ടിയാപ്പീസ്. ഒരു പെലയനെ നൊകത്തേൽ വച്ചുകെട്ടിയതിന് പടനെലത്ത് എന്നാ പുകിലായിരുന്നു. സഹാക്കമ്മാര്..! പരിഷകള്..! ഫേ!! ഫാാാ!!!"

വല്യേമാൻ വീണ്ടും വീണ്ടും കാറിത്തുപ്പി.

കേശവൻകുട്ടിയെ വല്യേമാൻ തലയാട്ടിവിളിച്ചു. അവൻ ഭവ്യതയോടെ അയാൾക്കുമുന്നിൽ വാപൊത്തിനിന്നു. അയാൾ അവന്റെ

തോളിൽത്തട്ടി.

“മിടുക്കൻ. ചങ്കൊറപ്പുള്ള ആങ്കുട്ടികള് എനിക്കൊണ്ടെന്ന് അവമ്മാരറിയട്ടെ. നിന്റെകാര്യം ഞാനേറ്റു. പൊലീസിനെ അറിയിക്കാം. അവര് നിന്നെ കൊണ്ടുപോകും.”

സന്ധ്യയോടടുത്തപ്പോൾ പൊലീസുവന്നു. അവനെ സ്റ്റേഷനിലേക്ക് കൊണ്ടുപോയി. ജീപ്പിൽ ഡ്രൈവറും ഒരു പൊലീസുകാരനും മാത്രമേ ഉണ്ടായിരുന്നുള്ളു. പൊലീസുകാരനെതിരെയാണ് അവൻ ഇരുന്നത്. അവൻ പൊലീസുകാരനെ ശ്രദ്ധിച്ചു. സർക്കസിലെ കോമാളിയുടേതുപോലെ കൂർത്തതൊപ്പി. കോങ്കണ്ണുകൊണ്ടുള്ള നോട്ടം എങ്ങോട്ടാണെന്ന് ഒരുപിടിയുമില്ല. അയാളുടെ പല്ലുകൾ ഉന്തിനില്ക്കുന്നതുകൊണ്ട് വായ എപ്പോഴും തുറന്നിരിക്കുന്നു. ഇത്തിളും സുക്കാക്കറയും പറ്റിപ്പിടിച്ച ക്രമം തെറ്റിയ കറുത്തപല്ലുകൾ. തടിച്ചുമലർന്ന ചിറിയിലൂടെ ഈത്ത ഒലിച്ചിറങ്ങുന്നു. അണ്ടർവെയറിന്റെ അഴുക്കുപിടിച്ച കെട്ടുവള്ളി, പൊന്തിനില്ക്കുന്ന കാക്കിനിക്കറിന് വെളിയിലേക്ക് തൂങ്ങിക്കിടക്കുന്നു. വല്ലാത്തയൊരു ഉള്ളുപ്പുവാടയും.

ജീപ്പിൽനിന്നുമിറങ്ങി സ്റ്റേഷനിലേക്കുകയറുമ്പോൾ പൊലീസുകാരൻ പറഞ്ഞു:- “തേറുകൊണ്ട് ചങ്കുപ്പിള്ളയുടെ ചെവി അറ്റുപോകാഞ്ഞത് ഭാഗ്യം. നിന്നെ അറസ്റ്റുചെയ്തതുകൊണ്ട് അവമ്മാരടങ്ങി. ഈ രാത്രിയിൽ ലോക്കപ്പിൽ കെടന്നോണം. സൂക്ഷിക്കണം. കൊറച്ചുനാളത്തേക്ക് നാട്ടീന്ന് മാറിനിന്നാൽ നിനക്കുകൊള്ളാം. ഇവിടെ നിന്നെയൊന്നും ചെയ്യില്ല. വല്യേമാൻ പറഞ്ഞോണ്ടാ; നീ കോങ്ക്രസാണെന്ന്.”

“ങ്ഹേ! ഞാൻ....?”

“ഇശ്. മിണ്ടേണ്ടാ. ലോക്കപ്പീൽ രണ്ടു പിടിച്ചുപറിക്കാരുണ്ട്. ഒരു കൊലയാളിയും. നീ പേടിക്കേണ്ട. സാറ് അവമ്മാരെ കൈകാര്യംചെയ്ത് ഒറക്കിക്കോളും.”

കാര്യം പറയുമ്പോൾ പൊലീസുകാരന്റെ വായിൽനിന്നും തുപ്പലു തെറിക്കുന്നുണ്ടായിരുന്നു.

കേശവൻകുട്ടിയെ പൊലീസുകാരൻ ലോക്കപ്പിലിട്ടുപൂട്ടി.

തന്നേപ്പോലെ ലോക്കപ്പിലുള്ള മറ്റുമൂന്നുപേരും അടിവസ്ത്രം മാത്രമേ ധരിച്ചിട്ടുള്ളു. അവർ അവനുനേരെ മന്ദഹസിച്ചു. അവൻ ഭയത്തോടെ പുഞ്ചിരിച്ചു. രണ്ടുപേർ മദ്ധ്യവയസ്കരാണ്. മൂന്നാമൻ ചെറുപ്പക്കാരൻ. ചെറുപ്പക്കാരന്റെ കൈകൾ പിന്നിലേക്ക് കൂച്ചിക്കെട്ടിയിരിക്കുന്നു. കൊലയാളി?

സമയമെന്തായെന്നറിയില്ല. പുറത്ത് നല്ലയിരുട്ട്. നിരത്തിലെ ആളനക്കവും നിലച്ചു. നല്ല വിശപ്പ്. ഉറക്കവും വരുന്നുണ്ട്. അവൻ കോട്ടുവായിട്ടു.

ഇൻസ്പെക്ടറും പൊലീസുകാരനും ലോക്കപ്പിനടുത്തേക്കുവന്നു. പൊലീസുകാരൻ ലോക്കപ്പുതുറന്നു. ലോക്കപ്പിനുവെളിയിൽ അയാൾ റാന്തലുവച്ചു. ഇൻസ്പെക്ടർ ലോക്കപ്പിലേക്കുകയറി. മദ്യത്തിന്റെ ലഹ

രിയിൽ അയാളുടെ കണ്ണുകൾ ചുവന്നിരുന്നു. പൊലീസുകാരനും ലോക്കപ്പിലേക്കുകയറി. കൈ പിന്നിൽ കൂച്ചിക്കെട്ടിയിരുന്ന ചെറുപ്പക്കാരന്റെ വായിലേക്ക് കോന്തപ്പല്ലൻ പൊലീസുകാരൻ പഴന്തുണി കുത്തിത്തിരുകി.

"നീ പൊലീസുകാരെ കൊല്ലും. അല്ലേടാ പൊലയാടിമോനേ...?"

ഇൻസ്പെക്ടറുടെ ഷൂസിന്റെ ഊക്കേറിയ ചോദ്യം നാഭിയിൽ ഏറ്റുവാങ്ങിയ ചെറുപ്പക്കാരൻ ലോക്കപ്പിന്റെ മൂലയിലേക്ക് ചടഞ്ഞുവീണു. ബോധംനശിച്ച ആ ചെറുപ്പക്കാരന്റെ കണ്ണുകൾ തിരയടങ്ങിയ കടൽപോലെ ശാന്തമായിരുന്നു.

"കേശോൻകുട്ടി. ന്താ ഒന്നും മിണ്ടാത്തെ. സൊപ്നം കാണുവാന്നോ?"

"അത്... ഞാൻ! തോപ്പിൽഭാസിയെ.... മാതുവൊന്നും മിണ്ടാത്തതുകൊണ്ട്...."

കേശവൻകുട്ടി ചിന്തയിൽനിന്നും ഉണർന്നു. അവൻ കാർത്തികേയനെ മറുതോളിലേക്ക് ചായ്ച്ചുകിടത്തി.

"നാണിപ്പതിച്ചി റൗക്കമൊറ്റി ബ്ലൗസിട്ട്; ആകെ ചുവന്നു. പതിച്ചിക്ക് റൗക്കയാ ചേരുന്നെ."

റൗക്കകെട്ടി, മുറുക്കിച്ചുവന്ന നാണിപ്പതിച്ചിയുടെ ചന്തം ഒന്നു വേറെതന്നെയാ. ആ നിറഞ്ഞമാറും, തലയെടുപ്പുള്ള നടത്തവും.........

"കേശോൻകുട്ടിയേ."

"ങ്ഹേ?"

"കുഞ്ഞനന്നൻ എല്ലാരേം മാറ്റിയെടുക്കും."

"നേരാ... പക്ഷേൽ... വെള്ളക്കാരുപോയിട്ടും ഭാസിസഹാവിനേം കുഞ്ഞനന്നനേമൊക്കെ പൊലീസെന്തിനാ തല്ലിച്ചതയ്ക്കുന്നെ? അതാ എനിക്കുമനസ്സിലാകാത്തെ."

മീറ്റിങ്ങുകഴിഞ്ഞ് അവർ വീട്ടിലേക്കുവരുമ്പോൾ ഇരുട്ടിത്തുടങ്ങിയിരുന്നു. മാധവി കേശവൻകുട്ടിയോട് ചേർന്നുനടന്നു. അവന്റെയരയിൽ അവൾ കൈചുറ്റി.

"ങ്ഹേ! കേശോൻകുട്ടിയെ ചുട്ടുപൊള്ളുന്നു. പനിക്കുന്നോ?"

അവൾ അവന്റെ നെറ്റിയിൽ കൈവച്ചു.

"ഉള്ളു വെറയ്ക്കുന്നു മാതു. എന്തോ ഒരു പേടി. നെഹറുവന്ന മീറ്റിങ്ങുകഴിഞ്ഞപ്പോഴാ കുഞ്ഞനന്നനെ പൊലീസു പിടിച്ചോണ്ടുപോയി തല്ലിച്ചതച്ചത്. മാതൂ... കുഞ്ഞനന്നനെ പൊലീസു പിടിച്ചോണ്ടുപോകുമോ?"

സിരകളിൽ പെരുകിയ ജ്വരകീടങ്ങൾ അവന്റെ ചോരയിലെ ശ്വേതകോശങ്ങളെ കീഴ്പ്പെടുത്തുവാൻ തുടങ്ങി.

രാക്ഷസൻ പാറയുടെ ചെരുവിൽ നേരിയ നിലാവുപരന്നു. കുറുക്കന്മാർ അവരുടെ സാന്നിദ്ധ്യമറിയിച്ച് കൂവലിന് തുടക്കമിട്ടു.

ആനക്കുളത്തിനുകുറുകെ ദേശാടനക്കിളി വേദനയോടെ ചിറകടിച്ചുകരഞ്ഞു.

ഒൻപത്

ഹോട്ടൽ കോശിമുതലാളി കാഞ്ഞിരപ്പള്ളിക്കാരനാണ്.

മൂന്നാറിലും ദേവികുളത്തും ഉടുമ്പൻചോലയിലുമുള്ള തേയിലത്തോട്ടങ്ങളിലെ ബംഗ്ലാവുകളിൽ മൂടൽമഞ്ഞിന്റെ തണുപ്പുപിടിച്ച് സായിപ്പന്മാർ പാർത്തിരുന്നു. അവരുടെ കുളിരകറ്റാൻ വീര്യമുള്ള മദ്യവും, കറുത്ത പൊന്നിന്റെ എരിവും മണവുമുള്ള പെണ്ണുങ്ങളെയും ആവശ്യമായിവന്നു. പാലായിലേയും പൂഞ്ഞാറിലേയും പൊൻകുന്നത്തേയും റബ്ബർ എസ്റ്റേറ്റുകളിലെ റെസ്റ്റുഹൗസുകളിൽ കാണാൻകൊള്ളാവുന്ന കുശിനികളെ കിട്ടാതെയുംവന്നു. നാട്ടുരാജാക്കന്മാരുടെ കപ്പംകൊണ്ടും എസ്റ്റേറ്റുകളിലെ വിളവുവിറ്റും സുഖിച്ചുകഴിഞ്ഞിരുന്ന സായിപ്പന്മാരുടെ ആവശ്യം നിറവേറ്റുന്നതിലേക്ക്, കോശി കരിങ്ങാലിവെന്ത വാറ്റുചാരായത്തിൽ എസൻസുകലക്കി കാഞ്ഞിരപ്പള്ളിയിൽ ബാർഹോട്ടൽ നടത്തി. ഏജന്റന്മാരെവച്ച് സുരതത്തിന് സുന്ദരികളെ എത്തിച്ചുകൊടുത്തു. വെള്ളക്കാരുടെ കുളിരകറ്റിയ വകയിൽ തന്നിലേക്ക് ഒഴുകിയെത്തിയ അളവറ്റ സമ്പത്തുകൊണ്ട് കാഞ്ഞിരപ്പള്ളിയിലും പരിസരങ്ങളിലും ചുളുവിലയ്ക്ക് ഭൂമി വാങ്ങിക്കൂട്ടി. അവിടെ റബറുതൈകൾ വച്ചുപിടിപ്പിച്ച് എസ്റ്റേറ്റുസ്ഥാപിച്ചു. അകാലത്തിൽ കർത്താവിങ്കലേക്കുപോയ തന്റെ പെമ്പറന്നോൾ മേരിക്കുട്ടിയുടെ ഓർമ്മയ്ക്കായി എസ്റ്റേറ്റിന് 'മേരീവില്ലാ എസ്റ്റേറ്റ്'ന്ന് പേരുനല്കി. അങ്ങനെ; കാഞ്ഞിരപ്പള്ളിക്കാരൻ കോശി, ഹോട്ടൽകോശിയും, തുടർന്ന് ഹോട്ടൽകോശിമുതലാളിയുമായി മാറി.

ഹോട്ടൽകോശിമുതലാളി തന്റെ എസ്റ്റേറ്റുവിപുലീകരണത്തിന്റെ ഭാഗമായി രാക്ഷസൻപാറയുടെ വടക്കേച്ചെരുവു മുതൽ താമരക്കുളംവരെയുള്ള വിശാലതരിശുഭൂമി വിലക്കുറവിൽ വാങ്ങിക്കൂട്ടി. റബറും കുരുമുളകും നട്ടുവളർത്തി. മേരിവില്ലാഎസ്റ്റേറ്റിന്റെ ആനക്കുളം ബ്രാഞ്ച്

സ്ഥാപിച്ചു. ആനക്കുളം ബ്രാഞ്ചിൽ വില്ലീസ് ജീപ്പിൽ വല്ലപ്പോഴുമെത്തുമ്പോൾ പ്രമാണിമാരെക്കൂട്ടി വെടിപറഞ്ഞ് ലഹരിനുണയുന്നതിന് മുതലാളി മനോഹരമായ ഔട്ട്ഹൗസ് നിർമ്മിച്ചു. തൊഴിലാളികൾക്ക് കഴിഞ്ഞുകൂടാൻ ആസ്ബറ്റോസ് ഷീറ്റിട്ട ലയങ്ങൾ പണികഴിപ്പിച്ചു.

സത്യക്രിസ്ത്യാനിയായ ഹോട്ടൽകോശിമുതലാളി ആനക്കുളം ബ്രാഞ്ചിന്റെ കണ്ണായ ഒന്നരയേക്കർസ്ഥലം തന്റെ രൂപതയ്ക്ക് ഇഷ്ടദാനംചെയ്തു. രൂപത അവിടെ ഇടവക രൂപീകരിച്ചു. കുറിയന്നൂർക്കാരൻ പ്ലാക്കാട്ടച്ചൻ വിശുദ്ധ കൊച്ചുതെരേസയുടെ നാമധേയത്തിലുള്ള ഇടവകപ്പള്ളിയിൽ പുരോഹിതനായി ചാർജ്ജെടുത്തു. പ്ലാക്കാട്ടച്ചന്റെ കൊച്ചപ്പന്റെ ഇളയമകനും, ടീച്ചേഴ്സ് പ്രാക്ടീസ് പാസായി പണിയില്ലാതെ അലഞ്ഞുനടന്നിരുന്നവനുമായ ഗീവറുഗീസിനെ അച്ചൻ കുറിയന്നൂരിൽനിന്നും വരുത്തിച്ച് ഇടവകക്കെട്ടിടത്തിൽ ഒരു മിഡിൽസ്കൂൾ തുടങ്ങിച്ചു. ആനക്കുളത്തെ സമ്പന്നരുടെ മക്കളെ ഉദ്ദേശിച്ചുതുടങ്ങിയതാണ് ആ ഇംഗ്ലീഷുമീഡിയം സ്കൂൾ. പ്ലാക്കാട്ടച്ചൻ മാനേജർ. ഗീവറുഗീസ് സാർ ഹെഡ്മാസ്റ്റർ.

തന്റെ സമ്പത്തിന്റെ പ്രതാപം ആനക്കുളത്തുകാരെ എങ്ങനെ ബോദ്ധ്യപ്പെടുത്തണമെന്ന അങ്കലാപ്പിലായിരുന്നു കോശിമുതലാളി. ആയതിലേക്കായി, പ്ലാക്കാട്ടച്ചനും ഗീവറുഗീസുസാറും ഔട്ട്ഹൗസിൽ വീഞ്ഞുനുകർന്ന് തലപുകച്ചു. ഹോട്ടൽകോശിമുതലാളി റമ്മുകുടിച്ച് അങ്കലാപ്പുകത്തിച്ചു.

പൊതു തിരഞ്ഞെടുപ്പ്!

തേടിയവള്ളി കാലിൽച്ചുറ്റി –പ്ലാക്കാട്ടച്ചന് തിരുരക്തത്തിൽ ഒരാശയം തെളിഞ്ഞു.

"നെഹ്രു തിരഞ്ഞെടുപ്പ് പ്രചാരണത്തിന് കേരളത്തിലെത്തുന്നു."

പ്ലാക്കാട്ടച്ചൻ കുരിശുവരച്ചു.

"നെഹറൂനെ ഇവിടെ കൊണ്ടുവരാം."

ഹോട്ടൽകോശിമുതലാളി ഒറ്റവലിക്ക് ഗ്ലാസുകാലിയാക്കി.

"പ്രെധാനമന്ത്രി ഇവിടെ?!"

ഗീവറുഗീസ് സാറിന് വീഞ്ഞുനുകർന്നിട്ടും അത്ര ദഹിച്ചില്ല.

"ടോ വറീതുസാറേ. ന്റെ മാമ്മീടെ അകന്ന ബെന്തത്തിലൊരു മത്തായിയൊണ്ട്. പ്രെതാനമന്ത്രീടെ വീട്ടിലെ വേലക്കാരനാ."

"ഓ ഗോഡ്! നെഹ്രുവിന്റെ പ്രൈവറ്റുസെക്രട്ടറി മത്തായിസാർ!"

"സെക്കെട്രിയൊ പ്രെസിടന്റോ.... അതറീല്ല. അവരുതമ്മിൽ വലിയ ഗുലാനാ..."

"കർത്താവേ! നീ കരുണയുള്ളവൻ!"

പ്ലാക്കാട്ടച്ചൻ കർത്താവിനെ സ്തുതിച്ച് തിരുരക്തം നുണഞ്ഞിറക്കി.

കസാലയിൽ ഇളകിയിരുന്നും, ഇടയ്ക്കിടയ്ക്ക് ഗ്ലാസിൽ ചുംബിച്ചും, ഏമ്പക്കംവിട്ട് ലഹരി പുറത്തേക്കൂതിയും, വരാന്തയിലും മുറ്റത്തും അലസമായി ഉലാത്തിയും, മാനത്തേക്കുനോക്കി തലചൊറിഞ്ഞ് ചിന്തയിലാണ്ടും

ബഹുമാന്യ പ്രധാനമന്ത്രി ജവഹർലാൽ നെഹ്രുവിനെ ആനക്കുളത്തെത്തിക്കുന്നതിനുള്ള പദ്ധതികൾ അവർ ആലോചിച്ചുതയ്യാറാക്കി.

മേൽനോട്ടത്തിന് മൂന്നംഗ സ്റ്റീയറിങ് കമ്മിറ്റി. പ്ലാക്കാട്ടച്ചൻ, ഹോട്ടൽ കോശിമുതലാളി, ഗീവറുഗീസുസാർ എന്നിവർ സ്റ്റീയറിങ് കമ്മിറ്റിയംഗങ്ങൾ. ഹോട്ടൽകോശിമുതലാളി കമ്മിറ്റിചെയർമാൻ.

1. പേരും വിലാസവുമെഴുതി ഒപ്പിട്ട, ആനക്കുളത്തുകാരുടെ ബൃഹത് ക്ഷണക്കത്ത് നെഹ്രുവിന് അയച്ചുകൊടുക്കുക.

2. കത്തിന്റെ പകർപ്പ് സ്റ്റീയറിങ്കമ്മിറ്റി നേരിട്ട് മത്തായിസാറിന് എത്തിക്കുക.

3. ക്ഷണക്കത്ത് തയ്യാറാക്കാൻ ഇംഗ്ലീഷുപരിജ്ഞാനമുള്ള മിഡിൽ സ്കൂൾ ഹെഡ്മാസ്റ്റർ ഗീവറുഗീസിനെ ചുമതലപ്പെടുത്തി.

മിനിട്ട്സുബുക്കിൽ; മുകളിൽപറഞ്ഞ മൂന്നുതീരുമാനങ്ങൾക്കടിയിൽ ചെയർമാൻ ഇടതുതള്ളവിരല് പതിപ്പിച്ച്, സ്റ്റീയറിങ്കമ്മിറ്റി അന്നത്തേക്കുപിരിഞ്ഞു.

Honourable Prime Minister Sri.Jawaharlal Nehru, we respectfully invite you in our restic village.

പ്രധാനമന്ത്രി ജവഹർലാൽ നെഹ്രുവിന് തപാൽവഴിയും, അയിരൂരിൽ മാമൂദിസയ്ക്കുവന്ന നെഹ്രുവിന്റെ പ്രൈവറ്റ്സെക്രട്ടറി എം ഒ മത്തായിസാറിന് ആനക്കുളത്തുകാരുടെ ബൃഹത് ക്ഷണക്കത്തിന്റെ പകർപ്പ് സ്റ്റീയറിങ് കമ്മിറ്റി വഴിയും എത്തി.

"കുഞ്ഞനന്നോ..."

പണികഴിഞ്ഞ് വീട്ടിലേക്കുമടങ്ങുംവഴി കവലയിൽ കുഞ്ഞനന്തനെ കേശവൻകുട്ടി കണ്ടുമുട്ടി.

"ന്താ കേശവൻകുട്ടിയേ?"

"സ്കൂളിൽ നെഹറു വരുന്നൊണ്ട്. കാണാൻ പോണില്ലേ?"

"അത്...."

"ഓ! കുഞ്ഞനനന്തൻ വല്യ സഹാവല്ല്യോ. എങ്കിലും..?"

"പ്രധാനമന്ത്രിയെ കാണെണമെന്നുണ്ട്. പക്ഷേൽ...."

"നെഹറൂനെകണ്ടാൽ നിങ്ങടെ ഓട്ടുകുറയുമോ?"

"അതല്ല കേശവൻകുട്ടി. എ കെ ജി നാരായണപുരം മാർക്കറ്റിൽ വരുന്നുണ്ട്. എനിക്കാ മീറ്റിങ്ങിന്റെ ചാർജ്. പാർട്ടിക്കാര്യം കേശവൻകുട്ടിക്കറിയില്ല. അണുവിട തെറ്റിയാൽ കടുത്ത നടപടിയാ."

"ങ്ഹാ.."

"കൊടീം, തോരണോം തൈച്ചെങ്കിൽ നാരായണപുരത്തെത്തിക്കണം."

മുണ്ടിന്റെ കോന്തലകൊണ്ട് നെറ്റിയിലെ വിയർപ്പൊപ്പി കുഞ്ഞനന്തൻ തയ്യൽക്കാരൻ ശീമോന്റെ പീടികയിലേക്ക് ശീഘ്രം നടന്നു.

താന്നിമൂടുമുതൽ മിഡിൽ സ്കൂൾമുറ്റത്തെ പ്രസംഗവേദിവരെയും പാതയുടെ ഇരുവശങ്ങളിലും പുഷ്പവൃഷ്ടി നടത്തുന്നതിനായി

പൂക്കൾനിറച്ച താലമേന്തി കുട്ടികൾ അണിഞ്ഞൊരുങ്ങിനിരന്നു. പാള ത്തൊപ്പിധരിച്ച ആനക്കുളത്തുകാർ കാർഷികസംസ്കാരം വിളിച്ചറിയിച്ച് ഓടിനടന്നു. വന്ദേമാതരം പാടി ഗാന്ധിത്തൊപ്പിക്കാർ നെഹ്രുവിനെ കാ ണാൻ മറ്റുപ്രദേശങ്ങളിൽനിന്നും ആനക്കുളംകയറിവന്നു.

ദേശീയപതാകകെട്ടിയ കാറിൽ, കൊടിതോരണങ്ങളാൽ ചുവന്നു പോയ നാരായണപുരം മാർക്കറ്റുകടന്ന ജവഹർലാൽ നെഹ്രു അത്ഭു തംകൂറി; "How! Red China?!"

നാരായണപുരം മാർക്കറ്റിനോടു ചേർന്നുകിടക്കുന്ന മഠത്തിൽകാ വിന് അന്നുമുതൽ ചൈനാമുക്കെന്ന് പേരുവീണത്രെ!

നെഹ്രു വന്നുപോയതിന്റെ പിറ്റേന്ന്; എ കെ ജി നാരായണപുരം മാർക്കറ്റിൽവന്നതിന്റെ തലേന്ന്, നാരായണപുരം സ്റ്റേഷനിൽനിന്നും വില്ലീ സ്ജീപ്പിൽ ആനക്കുളംകയറിവന്ന ഏഡുമത്തായിയും സംഘവും കുഞ്ഞ നന്തനെ അറസ്റ്റുചെയ്തുകൊണ്ടുപോയി. പ്രധാനമന്ത്രിയുടെ പരിപാടി കലക്കാൻ കുഞ്ഞനന്തൻ നേതൃത്വം നല്കിപോലും!

"മാതുവേ...."

പനിയുടെ കിടുകിടുപ്പ് വിട്ടുമാറിയിട്ടില്ലാത്ത വിറയാർന്ന നേർത്തശബ്ദത്തിൽ കേശവൻകുട്ടി വിളിച്ചു.

"...ന്താ കോശോൻകുട്ടിയേ...."

"ആശൂത്രീൽ വന്നിട്ടെത്രയായി?"

"ഒരുമാസം കഴിഞ്ഞു."

ഒരുമാസം! ഓർമ്മവീണത് ഇന്നലെ? അതോ ഇന്നോ? ഓർമ്മവരു ന്നില്ല.

"മാതൂ. നമ്മുടെ മോൻ?"

"മോൻ ഭാനൂന്റടുത്താ. നന്തുവും മോനും കൂട്ടാ. രണ്ടാളേയും ഭാനുവാ മൂക്കിലാശാന്റെ എഴുത്തുപുരേൽ കൊണ്ടുപോകുന്നെ."

"മോനെ എഴുത്തിന്...?"

"പൂജയെടുപ്പ് കഴിഞ്ഞ ബുധനാഴ്ചയായിരുന്നു. നമ്മൾ ആശൂത്രി യിലായതുകൊണ്ട് ഭാനു രണ്ടാളേം എഴുത്തിനിരുത്തി. നമ്മുടെമോൻ മിടുക്കനാ. ആശാൻ പറഞ്ഞെന്ന് ഭാനു ഇന്നലെ വന്നപ്പംപറഞ്ഞു പൂഴി യിലവൻ 'ഹരി' വരച്ചുതൊടങ്ങിയെന്ന്. പാവംഭാനു. മൂന്നുപിള്ളേരെ നോക്കണം."

താനറിയാതെ എന്തൊക്കയോ നടക്കുന്നു. ഒരിക്കലും ചിന്തിക്കാത്ത കാര്യങ്ങൾ. എല്ലാ മനുഷ്യരുടേയും ജീവിതം ഇങ്ങനെയാണോ? ഒരാ ളുടെ ജീവിതത്തെ പരുവപ്പെടുത്തുന്നതിൽ അയാൾക്ക് പങ്കൊന്നുമില്ലേ? തന്റെ കാര്യംതന്നെയെടുക്കാം– താനെന്തിനു മറ്റുള്ളവരുമായി താരതമ്യം ചെയ്യുന്നു; ഇത് തന്റേതുമാത്രം– ഇങ്ങനെയൊക്കെയാകുമെന്ന്..... അമ്മ, അപ്പൻ, പിറന്ന നാട്... എല്ലാമെല്ലാം വിട്ടെറിഞ്ഞ് മാധവിയുമായി ഇങ്ങ നെയൊരു ബന്ധം... ആനക്കുളത്തിന്റെ ജൈവപരിണാമങ്ങളുമായി ഇങ്ങ നെയൊരു ഇഴപിരിയൽ... മുജ്ജന്മങ്ങളിൽ എവിടെവച്ചൊക്കെയോ തനി

ക്കുവേണ്ടി കുറിക്കപ്പെട്ട തലയിലെഴുത്ത്.

തുള്ളപ്പനിയുടെ വേവുപിടിച്ചുക്ഷയിച്ച പീളകെട്ടിയ അവന്റെനോട്ടം തുറന്നിട്ട ജനാലയിലൂടെ മഞ്ഞവെയിലിൽ ദൂരത്തേക്കലഞ്ഞു. വെയിലിന്റെ വെട്ടത്തിൽനിന്നും ഊർജ്ജമാവാഹിച്ച് അവൻ ഓർമ്മകൾ പരതുവാൻതുടങ്ങി. തന്റെയോർമ്മകൾ എവിടെവച്ചാണ് അറ്റുപോയത്. പിച്ചപഠിക്കുന്ന കുഞ്ഞിന്റെ ബദ്ധപ്പാടോടെ അവന്റെയോർമ്മകൾ മെല്ലെ മെല്ലെ എഴുന്നേറ്റുനിന്ന് പിച്ചവയ്ക്കുവാൻതുടങ്ങി. കുഞ്ഞുപെങ്ങൾ പാർവ്വതി... തളർന്നുവീണ അപ്പൻ... മിഴിതോരാത്ത അമ്മ... ഉടലുചത ഞ്ഞൊടുങ്ങിയ നാരായണൻകുട്ടിയേട്ടൻ... അശരണയായി മാധവിയേ ടത്തി... ചോരചേർത്ത് കള്ളുതുപ്പിയ ശങ്കുപ്പിള്ള... ജവഹർലാൽ നെഹ്രു... തോപ്പിൽഭാസി... കുഞ്ഞനന്തൻ...!

ഭഗോതീ. കുഞ്ഞനനന്തൻ!

അവന്റെചിന്തയിൽ വല്ലാത്തൊരു വിഭ്രംശം.

“മാതൂ. കുഞ്ഞനനന്തൻ?”

“കേശോൻകുട്ടിക്കെന്തുപറ്റി. ഓ... കേശോൻകുട്ടിക്ക് ഓർമ്മയില്ലാ രുന്നല്ലോ.”

തോപ്പിൽഭാസി പങ്കെടുത്ത മീറ്റിങ്ങുകഴിഞ്ഞുവന്ന രാത്രിയിൽ അവൻ തുള്ളിപ്പനിച്ചുകിടന്നതാണ്. മൂന്നുകുപ്പി കഷായം തളന്തൻവൈ ദ്യൻ കുടിപ്പിച്ചു. നസ്യം, നീറ്റുപൊടി, ആവിപുഴുങ്ങൽ... പഠിച്ചപണി പതി നെട്ടും വൈദ്യൻനോക്കി. ഒരു കുറവും വന്നില്ല. വൈദ്യൻ കൈമലർത്തി. വിറയലും ഛർദ്ദിയും കൂടി. ബോധവും നശിച്ചു. എന്തുചെയ്യണമെന്നറി യാതെ മാധവി നടുങ്ങി. കുഞ്ഞനന്തൻ പകച്ചു. ഭാനുമതിക്ക് അങ്കലാ പ്പായി. ഹോട്ടൽകോശിയുടെ ജീപ്പിൽ കുഞ്ഞനന്തനാണ് അവനെ മദാ മ്മയുടെ ആശുപത്രിയിൽ എത്തിച്ചത്. ആശുപത്രിച്ചെലവിന് കുഞ്ഞന ന്തനും ഹോട്ടൽകോശിമുതലാളിയുമാണ് പണംതന്നത്.

“കോശിമൊതലാളീടെ ജീപ്പിൽ കേശോൻകുട്ടിയെ ഇവിടാക്കീട്ട് കുഞ്ഞനനന്തൻ സമ്മേളനത്തിന് പോയതാ. വിശാഖപട്ടണത്ത്. ഈ ആഴ്ചേൽ തിരിച്ചുവരും.”

“ഭഗോതീ....”

കേശവൻകുട്ടി കണ്ണടച്ചു പ്രാർത്ഥിച്ചു.

“കുഞ്ഞനനന്തൻ എന്തു സ്നേഹോള്ളോനാ.”

“നേരാ മാതൂ.”

“ആർക്കുവേണ്ടിയാ അവനിങ്ങനെ കഷ്ടപ്പെടുന്നെ?”

“ആർക്കറിയാം.”

“ഭാനും പാവ്വാ.”

“ങ്ഹാ.”

“കേശോൻകുട്ടീം...”

അവൾ പുഞ്ചിരിച്ചു.

കേശവൻകുട്ടി അവളുടെ കൈയിൽ മുറുകെപ്പിടിച്ചു. കൈ കുഴയു

ന്നതുപോലെ. അവളുടെ കണ്ണുകൾ കൂമ്പി. അവളവനെ തന്നിലേക്ക് പിടിച്ചുചായ്ച്ചു. അവൾ, ആറിത്തുടങ്ങിയ പനിച്ചൂടേറ്റുവാങ്ങി അവന്റെ മാറിലേക്കുപറ്റി.

അവന്റെ നെഞ്ചിൽ കഫം കനത്തു. അവൻ തൊണ്ടകുത്തി നിർത്താതെ ചുമച്ചു.

അവൾ അവനെ തലയിണയിൽ ചാരിയിരുത്തി. അവന്റെ നെഞ്ച് അവൾ തടവിക്കൊടുത്തു.

പത്ത്

ആനക്കുളത്തുനിന്നും ബസ് സർവ്വീസ് ആരംഭിച്ച വർഷംതന്നെയാണ് ആനക്കുളം ഗവൺമെന്റ് യു പി സ്കൂൾ ഹൈസ്കൂളായി അപ്ഗ്രേഡുചെയ്തതും.

ആ വർഷം വിഷുവിന് മാമൂടുകാരൻ രാഘവൻമുതലാളിയാണ് ബസ് സർവ്വീസുതുടങ്ങിയത് – ചന്ദ്രികാമോട്ടേഴ്സ്. തങ്ങൾക്കുകിട്ടിയ വിഷുകൈനീട്ടത്തിന്റെ ആദ്യ പുറപ്പാടിനു സാക്ഷിയാകാൻ ആബാലവൃദ്ധം ആനക്കുളത്തുകാരും തടിച്ചുകൂടി. ആനക്കുളത്തുനിന്നും തോണിക്കടവിലേക്കും, തോണിക്കടവിൽനിന്ന് ആനക്കുളത്തേക്ക് തിരിച്ചും; അങ്ങനെ ദിവസം നാലു ട്രിപ്പ്. ആനക്കുളത്ത് സ്റ്റേ. നിസ്കാരപ്പള്ളിയിൽ പ്രഭാതനമസ്കാരത്തിന് വാങ്കുമുഴങ്ങുമ്പോൾ മൊയ്തുവിന്റെ പീടികമുക്കിൽനിന്നും ആരംഭിച്ച് ആനക്കുളം കവലവഴി രാക്ഷസൻപാറച്ചെരുവിലൂടെ താന്നിമൂടിറങ്ങി ചെമ്മൺപൊടിയടക്കി, നാരായണപുരവും കുമ്പഴപ്പാലവുംകടന്ന് വടക്ക് പമ്പാതീരത്തുള്ള തോണിക്കടവിലേക്ക് ചന്ദ്രികാമോട്ടേഴ്സ് ട്രിപ്പുപോകും.

ഡ്രൈവറും കണ്ടക്ടറും മാമൂടുകാർതന്നെ. ഡ്രൈവർ ഒരു ഗോപാലപിള്ളയും, കണ്ടക്ടർ പീലിപ്പോസും. ആനക്കുളത്തുകാരൻ മുകുന്ദനെ രാഘവൻമുതലാളി ചന്ദ്രികാമോട്ടേഴ്സിന്റെ ക്ലീനറായി നിയമിച്ചു. ക്ലീനറായി നിയമിതനായ കോങ്കണ്ണൻ മുകുന്ദനെ 'മൂങ്ങാക്കിളി'യെന്ന് നാട്ടുകാർ ഇരട്ടപ്പേരുവിളിച്ചു. ചെതലിവെട്ടിയിൽനിന്നും ഒഴുകിവരുന്ന വല്യതോട്ടിലെ തെളിനീരിൽകുളിപ്പിച്ച്, ചുട്ടിത്തോർത്തുകൊണ്ട് തുവർത്തി ചന്ദ്രികയെ ചന്ദനംതൊടുവിച്ചു തലോടുമ്പോൾ പെണ്ണുകെട്ടാത്ത മുപ്പതുകാരൻ മൂങ്ങാക്കിളിക്ക് കുളിരുകോരും. ചന്ദ്രികയുടെ അരോചകവിറ

യലിൽ അക്ഷമരാകുന്ന യാത്രക്കാർ 'മൂങ്ങാക്കിളിയേ വണ്ടിവിട്' എന്നു പറയുമ്പോൾ അവൻ ഗമയിൽ നെഞ്ചുവിരിച്ച് വിസിലൂതും. വണ്ടി നീങ്ങും. ചന്ദ്രികയുടെ ചലനം മൂങ്ങാക്കിളിയുടെ വിസിലിലാണ്. വിസിലു രണ്ടൂതിയാൽ ചന്ദ്രികയോടും. ഒരൂത്തിൽ ചന്ദ്രികനില്ക്കും. വണ്ടിച്ചാടുകറക്കത്തിന്റെ നിയന്ത്രണം മൂങ്ങാക്കിളിക്കായതിൽ ആനക്കുളത്തുകാർ അഭിമാനംപുണ്ടു.

രണ്ടാമൻവണ്ടി– തെക്കൻ– ചിന്നക്കടയിൽനിന്നും ഓണത്തിന് കിതച്ചുവന്ന, ഓണനിലാവുപോലെ പുടവചുറ്റിയ സർക്കാർവക ട്രാൻസ്പോർട്ട്. ആനക്കുളത്തിന്റെ ആദ്യ ആനവണ്ടി.

ആനക്കുളം ഗവൺമെന്റ് യു പി സ്കൂൾ ഹൈസ്കൂളായി അപ്ഗ്രേഡുചെയ്തപ്പോൾ ചിലപ്രശ്നങ്ങൾ ഉടലെടുത്തു. അദ്ധ്യയനവർഷം തുടങ്ങുന്നതിന് ഒരുമാസം മുമ്പുമാത്രമാണ് അപ്ഗ്രേഡുചെയ്തുകൊണ്ടുള്ള ഉത്തരവ് സർക്കാർ ഇറക്കിയത്. ഹൈസ്കൂളാക്കുമ്പോൾ ലോവർപ്രൈമറി അടർത്തിമാറ്റി മറ്റൊരിടത്താക്കണം. മാർഗ്ഗമെന്ത്? ഈഴവരും, ആനക്കുളം പള്ളിക്കൂടത്തിലെ മാഷന്മാരുമായ മെഴുവേലി നാണുവും പാറപ്പുറത്ത് കുമാരനും കമ്യൂണിസ്റ്റുമാനിഫെസ്റ്റോ മടക്കിവച്ച് തലപുകച്ചു. 'വിദ്യകൊണ്ടു പ്രബുദ്ധരാകുക' എന്ന ശ്രീനാരായണീയ സന്ദേശം ശ്രീനാരായണ പരിപാലന സംഘത്തിന്റെ ആനക്കുളംശാഖയിൽ അവർ അവതരിപ്പിച്ച്, എൽ പി സ്കൂളിനായി അജണ്ടചേർത്തു ചർച്ചചെയ്ത് പാസാക്കിയെടുപ്പിച്ചു.

അക്കാലത്താണ് ആനക്കുളംകൂപ്പ് പ്ലാന്റേഷൻ കോർപ്പറേഷന് പാട്ടത്തിനുകൊടുത്തത്. കൂപ്പിലെത്തടി ലേലംകൊണ്ടത് കുമരംകുടി ഗോവിന്ദമേനോൻ ആയിരുന്നു. ലേലംകൊണ്ട തടികൾ മുറിച്ചടുക്കുവാൻ പരിപാലന സംഘത്തിന്റെ ശാഖാവക സ്ഥലം വിട്ടുകൊടുത്തു. ഗോവിന്ദമേനോൻ പ്രൈമറിപള്ളിക്കൂടംപണിയെ പ്രോത്സാഹിപ്പിക്കുന്നതിലേക്ക് ആവശ്യമായ തടി ശാഖയ്ക്കുനല്കി. കല്ലിൽ ചുവർകെട്ടി. കാട്ടുതടികൊണ്ട് മേല്ക്കൂര തീർത്തു. ഓടുപാകിയ കെട്ടിടം പള്ളിക്കൂടത്തിനായി സർക്കാരിലേക്ക് വാടകയ്ക്കുകൊടുത്തു. അങ്ങനെ ആനക്കുളത്ത് മൂന്നു സ്കൂളുകൾ. ആനക്കുളം കൊച്ചുപള്ളിക്കൂടമെന്ന ഗവൺമെന്റ് ലോവർ പ്രൈമറിസ്കൂളും, അതിനുമേലുള്ള കുട്ടികൾക്ക് വല്യപള്ളിക്കൂടവും, ഇടവകയിലെ ഇംഗ്ലീഷ്മീഡിയം സ്കൂളും.

മെഴുവേലിനാണു യു പി യിലെ സാമൂഹ്യപാഠം മാഷായി വല്യപള്ളിക്കൂടത്തിൽത്തന്നെ തുടർന്നു. കണക്കു പഠിപ്പിച്ചിരുന്ന പാറപ്പുറത്തു കുമാരനെ ഹെഡ്മാസ്റ്ററായി പ്രൊമോഷൻകൊടുത്ത് കൊച്ചുപള്ളിക്കൂടത്തിലേക്കുമാറ്റി. ആലപ്പുഴജയിലിൽനിന്നും ആനക്കുളംകയറിവന്നപ്പോൾ കുഞ്ഞനന്തൻ തോൾസഞ്ചിയിൽ നിറച്ചിരുന്ന മോസ്ക്കോ പ്രോഗ്രസ് പബ്ലിഷേഴ്സിന്റെ ചുവന്ന പുറംചട്ടപ്പുസ്തകങ്ങളും, മെഴുവേലി നാണു

മാഷിന്റേയും പാറപ്പുറത്തു കുമാരന്മാഷിന്റേയും പുസ്തകങ്ങളും ചേർത്ത് പള്ളിക്കൂടത്തിൽ അവർ തുടങ്ങിയ വായനശാലയായി രണ്ടാമത്തെ തലവേദന.

"പുസ്തകങ്ങളുടെ ആകെയെണ്ണത്തെ അവകാശികളുടെ എണ്ണമായ മൂന്നുകൊണ്ടുഹരിക്കുക. എന്നിട്ട്; കുഞ്ഞനന്തൻ, നാണു, എനിക്ക് എന്നിങ്ങനെ തുല്യമായി വീതിക്കുക. ശിഷ്ടപുസ്തകങ്ങൾ മൂന്നാമസ്ഥനായെത്തിയ നാലാമൻ കേശവൻകുട്ടിക്കുകൊടുക്കുക."

പുസ്തകം വീതംവയ്ക്കുന്നതിന്റെവഴി ഗണിതക്രീയാരൂപത്തിൽ സ്റ്റാഫ്റൂമിലെ ബ്ലാക്ക്ബോർഡിൽ ചോക്കുമുറികൊണ്ട് കണക്കുകാരൻ കുമാരന്മാഷ് കുറിച്ചുകാണിച്ചു.

"അത് ശെരിയാവൂല്ല."

പള്ളിക്കൂടം സ്റ്റാഫ്റൂമിൽ പുസ്തക ത്രിമൂർത്തികളെക്കൂടാതെ മൂന്നാമസ്ഥനായെത്തിയ വായനാകമ്പക്കാരൻ നാലാമൻ കേശവൻകുട്ടി പറഞ്ഞു.

"പുസ്തക അതിരുവരയുടെ ചേരിചേരാനയം കേശവങ്കുട്ടി അവതരിപ്പിക്കുക." ചരിത്രാദ്ധ്യാപകൻ നാണുമാഷ്.

"കേശവൻകുട്ടീടെ ബദൽരേഖ കമ്മറ്റിയിൽ വെക്ക്. ചർച്ചചെയ്ത് തീരുമാനിക്കാം." അദ്ധ്യക്ഷൻ കുഞ്ഞനന്തൻ ബദലുവയ്ക്കുവാൻ അനുവാദംനല്കി.

"ഗ്രാമോദയം വായനശാലയുടെ പ്രസിഡന്റ് കുമാരമ്മാഷാണല്ലൊ. ജോയിന്റുസെക്രെട്രി നാണുമാഷ്. കുഞ്ഞനന്തനും ഞാനും കമ്മറ്റീലുണ്ട്. ഗീവറീതുസാറ് സെക്രെട്രിയാണേലും നമ്മളുപറയുന്നത് കേക്കാണ്ടിരിക്കില്ല. എന്റെ അഭിപ്രായം; പള്ളീക്കുടത്തിലെ പുസ്തകങ്ങൾ ഗ്രാമോദയത്തിൽ ചേർക്കുക."

കരട്, ഭേദഗതികൾക്കായി വിട്ടുകൊടുത്തിട്ട് കേശവൻകുട്ടി ബീഡി പുകച്ച് ബഞ്ചിലിരുന്നു.

"കൊള്ളാം. പക്ഷേൽ......." മാഷന്മാരുടെ ഏകസ്വരം.

"മാഷന്മാരേ. പുസ്തകങ്ങൾ ഗ്രാമോദയത്തിൽ ചേർക്കാം. ആദ്യം ഗ്രാമോദയംകമ്മിറ്റി കൂടണം. ബൈല തയ്യാറാക്കി കമ്മറ്റീൽ അവതരിപ്പിക്കണം. പൊതുയോഗംകൂടി പാസാക്കണം. നമ്മുടെ പുസ്തകവും കൂട്ടിച്ചേർത്ത് പുതിയ വായനശാല."

കുഞ്ഞനന്തൻ മൂന്നാമസ്ഥന്റെ കരടിനുനിർദ്ദേശിച്ച ഭേദഗതിയിന്മേൽ നടത്തിയചർച്ചയിൽ മാഷന്മാരും നാലാമനും യോജിച്ചുരേഖപ്പെടുത്തി, ഐകകണ്ഠ്യേന ആറ്റന്റെ വാറ്റുമോന്തി, കമ്മിറ്റി ടോർച്ചുതെളിച്ചുപിരിഞ്ഞു.

ആനക്കുളം പള്ളിക്കൂടം അപ്ഗ്രേഡ്ചെയ്ത് ഹൈസ്കൂളാക്കിയതിൽ കേശവൻകുട്ടിയും മാധവിയും ഏറെ സന്തോഷിച്ചു. കാർത്തികേ

യനും നന്ദഗോപനും അടുത്തവർഷം എട്ടിലേക്കാണ്. സ്കൂൾ അപ്ഗ്രേഡുചെയ്തില്ലായിരുന്നെങ്കിൽ കാർത്തികേയനെ ഹൈസ്കൂൾപഠനത്തിനായി ബസിൽക്കയറ്റി നാരായണപുരത്തു വിടണമായിരുന്നു. നന്ദഗോപനെ താഴൂരിൽനിർത്തി പഠിപ്പിക്കുന്നതിന് കുഞ്ഞനന്തന് ബുദ്ധിമുട്ടൊന്നുമില്ല. ഭാഗ്യം. ഇവിടെയാകുമ്പോൾ കുമാരന്മാഷിന്റെ ശ്രദ്ധയുണ്ടാകുമല്ലോ. കാർത്തികേയൻ പഠനത്തിൽ മിടുക്കനാണെന്ന് മാഷന്മാര് പറയുന്നു. പ്രത്യേകിച്ച് ഗണിതത്തിലും ശാസ്ത്രവിഷയങ്ങളിലും. ചിത്രരചനയിലും അവന് വാസനയുണ്ട്.

ആനക്കുളം സർക്കാർസ്കൂളിന്റെ അദ്ധ്യാപക-രക്ഷാകർത്തൃസമിതി പ്രസിഡന്റ് കുഞ്ഞനന്തനാണല്ലോ. കൂട്ടുകാരായ കാർത്തികേയനും നന്ദഗോപനും തോളിൽ കൈയിട്ട്, പുത്തനുടുപ്പിൽ ചെളിതെറിപ്പിച്ച് ഹൈസ്കൂൾപഠനത്തിനായി ആനക്കുളം വല്യപള്ളിക്കൂടത്തിലേക്കു പോയി.

ഗ്രാമോദയം വായനശാല കമ്മിറ്റികൂടി തീരുമാനങ്ങൾ എടുത്തുവെങ്കിലും പൊതുയോഗംകൂടുന്നത് അനിശ്ചിതമായി നീണ്ടുപോയി. പുതിയ ഗ്രന്ഥശാല തുടങ്ങുന്നതിന് ബൈലാ തയ്യാറാക്കാൻ കമ്മിറ്റിക്ക് കഴിയാതെപോയതുകൊണ്ടാണ് പൊതുയോഗംകൂടൽ നടക്കാതിരുന്നത്. സമയക്കുറവുകൊണ്ട് കുഞ്ഞനന്തന് ബൈലതയ്യാറാക്കുവാൻ സാധിച്ചില്ല. ഗീവറുഗീസുസാറ് ഇംഗ്ലീഷും, കുമാരന്മാഷ് കണക്കും, നാണുമാഷ് സാമൂഹ്യപാഠവും പഠിപ്പിക്കുന്ന പ്രഗത്ഭ അദ്ധ്യാപകരായതുകൊണ്ട് ബൈല തയ്യാറാക്കുവാനുള്ള മലയാളം അവർക്കറിയില്ലായിരുന്നു.

ആനക്കുളംമുതൽ പടിഞ്ഞാട്ട് പട്ടംതറവരെയുള്ള കൂപ്പുതെളിച്ചിടത്ത്, പ്ലാന്റേഷൻ കോർപ്പറേഷൻ റബർ എസ്റ്റേറ്റ് തുടങ്ങി. സഖാവ് പി ആർ ആണ് അസംബ്ലിഅംഗം. പെലയ സഖാക്കളേയും നായർ സഖാക്കളേയും പടിഞ്ഞാറുനിന്നും വരുത്തിച്ച് പി ആർ റബർതൈകൾ വയ്ക്കുവാൻ കുഴിയെടുപ്പിച്ചു. കുഴിയെടുക്കുവാൻ വന്നവർ കോർപ്പറേഷൻ തൊഴിലാളികളായി. തൊഴിലാളികൾക്ക് താമസിക്കുവാൻ കോർപ്പറേഷൻ ലയങ്ങൾ പണിതുകൊടുത്തു. ആനക്കുളത്തെ ക്രിസ്ത്യാനികളും ഈഴവരും പടിഞ്ഞാറുകാരുടെ കൂടെക്കൂടി കുഴിയെടുത്ത് കോർപ്പറേഷൻ തൊഴിലാളികളായി ലയങ്ങളിൽ കുടിയേറി. എസ്റ്റേറ്റിലെ തൊഴിലാളികളെ സംഘടിപ്പിക്കുവാൻ കുഞ്ഞനന്തനെ പാർട്ടി ചുമതലപ്പെടുത്തി. കുഞ്ഞനന്തൻ തൊഴിലാളികളെ സംഘടിപ്പിച്ച് പ്ലാന്റേഷൻ കോർപ്പറേഷൻ തൊഴിലാളിയൂണിയൻ രൂപീകരിച്ചു. കുഞ്ഞനന്തൻ യൂണിയന്റെ പ്രഥമ ജനറൽ സെക്രട്ടറിയായി. പട്ടംതറയിലായിരുന്നു യൂണിയനാഫീസ്. വിരൽപതിച്ച് കൂലിവാങ്ങിയ തൊഴിലാളികളിൽ ചിലർ മാനേജരെ മണിയടിച്ച് സൂപ്രണ്ടായി മോട്ടോർസൈക്കിളിൽ വിലസി മാനേജുമെന്റിന്റെ ഭാഗമായി മാസാമാസം ശമ്പളം എണ്ണിവാങ്ങിയത് വേറൊരുകാര്യം.

കുഞ്ഞനന്തനു നിന്നുതിരിയാൻ നേരമില്ല. പാർട്ടിക്കാര്യം, യൂണിയൻകാര്യം, പള്ളിക്കൂടംകാര്യം..... വീട്ടിൽ വന്നിരുന്നത് ആഴ്ചയിൽ മൂന്നോനാലോ ദിവസം മാത്രം. അതും രാത്രിയിലൊമറ്റോ.

വേനലവധിക്ക് പൊതുയോഗം.

തിരുവോണത്തിന് കുഞ്ഞനന്തന്റെ കളപ്പുരത്തിണ്ണയിൽ കൂടിയ അവയിലബിൾ വായനശാലാക്കമ്മിറ്റി തീരുമാനമെടുത്തു.

പള്ളിക്കൂടം വേനലവധിക്ക് അടച്ചതിന്റെ അടുത്തയാഴ്ച 3 പി എം ന് പ്ലാക്കാട്ടച്ചന്റെ ഇടവകസ്കൂളിൽ കുമാരന്മാഷിന്റെ അദ്ധ്യക്ഷതയിൽ വായനശാലാപൊതുയോഗം കൂടി. സെക്രട്ടറി ഗീവറുഗീസുസാറ് സ്വാഗതമരുളി. കുഞ്ഞനന്തൻ ലയനബൈല അവതരിപ്പിച്ചു. പൊതുയോഗം അത് കൈയടിച്ചു പാസാക്കി.

"അടുത്ത അജണ്ട... പേരുനിർദ്ദേശം."

ഗ്രാമോദയം വായനശാലയും പള്ളിക്കൂടം ലൈബ്രറിയും ലയിച്ച് ഒന്നാകുമ്പോൾ സ്വീകരിക്കേണ്ട പേരുനിർദ്ദേശിക്കുവാൻ അദ്ധ്യക്ഷൻ പൊതുയോഗത്തിന് അനുമതിനല്കി.

"ഗ്രാമോദയം ലൈബ്രറി."

"പുതിയകുപ്പിയിൽ പഴയവീഞ്ഞാ."

"ന്നാൽ വെറും വായനശാല. അല്ലേൽ ലൈബററി."

"പേരിനൊരു എടുപ്പില്ല."

"നെഹറു ഇവിടെ വന്നതല്യോ. നെഹറു മാരക ഗരന്ദശാല."

"അതുവേണ്ട. എല്ലാർക്കും ഉൾക്കൊള്ളാവുന്ന പേരുമതി."

"വേലുത്തമ്പി വായനശാല."

പൊതുയോഗം കൊഴുത്തു. പോരുകളുടെ ആധിക്യത്തിൽ സ്കൂൾ ഇരമ്പി.

"സെക്രട്ടറി ഗീവറുഗീസ് സാറല്ലേ. പോരെങ്കിൽ പരിഷ്കാരി. പുതുമയുള്ള ഒരുപേര് സാറുനിർദ്ദേശിക്ക്."

കുഞ്ഞനന്തൻ ഉച്ചത്തിൽ ഇടപെട്ടു.

പൊതുയോഗം ശാന്തമായി.

ഗീവറുഗീസ് സാർ മുരടനക്കി കണ്ഠം ശുദ്ധി വരുത്തി. "പേരിന് ഒരുപാട് തലങ്ങളുണ്ട്. കേട്ടാൽ നാലാള് സമ്മതിക്കണം. വെലവെക്കണം. അതാണുപേര്. മറ്റൊന്നും കൊണ്ടല്ല. ഇംഗ്ലീഷ് പേരായാൽ ലോകത്തെവിടേം അറിയും."

"പറഞ്ഞുതൊലയ്ക്ക് വറീതുസാറേയ്."

ഉണ്ണൂണിച്ചന് ക്ഷമകെട്ടു.

"ശെരി. പറയാം. ആനക്കുളം പബ്ലിക് ലൈബ്രറി ആന്റ് റീഡിങ്റൂം."

".....ന്നൂച്ചാൽ ന്താ അർത്തം."

"ആനക്കുളം പൊതുഗ്രന്ഥശാലയും വായനാമുറിയും."

നാണുമാഷിന്റെ മൊഴിമാറ്റം.

"അതുകൊള്ളാം." പൊതുയോഗം ഐകകണ്ഠ്യേന.

"അജണ്ടയഞ്ച്. ഉൽക്കാടനവും അനുബന്ധ പരിപാടികളും."

"ഉൽക്കാടനത്തിന് എമ്മെല്ലേയെ വിളിക്കണം."

"പഞ്ചായത്തു പ്രസിടന്റും വേണം."

"എമ്മെല്ലേയെ വിളിക്കണം. പ്രസിഡന്റും വേണം. പക്ഷേൽ..."; കുഞ്ഞനന്തൻ പറഞ്ഞു."സംസ്ഥാന ഗ്രന്ഥശാലാസംഘത്തിൽ നമ്മുടെ വായനശാലയ്ക്ക് അഫിലിയേഷൻ.... അംഗത്വംകിട്ടണം. വായനശാലയുടെ പൊതുരീതി മനസ്സിലാക്കണം. പി എൻ പണിക്കരുസാറാ സംഘത്തിന്റെ പ്രസിഡന്റ്. പണിക്കരുസാറിനെ കൊണ്ടുവരണം. വീട് നീലംപേരൂരാ."

"അതുകൊള്ളാം. പണിക്കരുസാറിന് ഇന്നുതന്നെ കത്തെഴുതണം."

"ആരെഴുതും?"

"ഇംഗ്ലീഷിലായിരുന്നേൽ ഞാൻ..." ഗീവറുഗീസുസാറ് കൈമലർത്തി.

"ഞാൻ കണക്കുമാഷാ." അദ്ധ്യക്ഷൻ ജാള്യതമറച്ചു.

"നാണുമാഷ് സാമൂഹ്യപാഠാ. കുഞ്ഞനന്തൻ കത്തുതയ്യാറാക്ക്."

ലൈബ്രേറിയൻ തമ്പി പരിഹാരം നിർദ്ദേശിച്ചു.

"കത്തെഴുതാം. എന്നാൽ; കത്തിന്റടീൽ പ്രെസിഡന്റും സെക്രട്ടറിയുമാ ഒപ്പിടേണ്ടത്."

പൊതുയോഗത്തിൽ ചിരിപടർന്നു.

"അടുത്തത്; പരിപാടികൾ." അദ്ധ്യക്ഷൻ.

"നാടകം വേണം. കേപീയേസീടെ."

"അതു ചെലവാ. നമ്മളിലൊള്ളോരുതന്നെ കളിക്കണം."

"അതുകൊള്ളാം."

"നമ്മളുകളിക്കും. പള്ളിക്കൂടത്തിൽ പിള്ളേരെ നാടകം പടിപ്പിക്കാൻ ഒരാളുവരുന്നൊണ്ട്. കടവിൽ സോമൻ. അയാളെവിളിക്കാം." നാണുമാഷിന്റെ നാടകക്കമ്പം പുറത്തുചാടി.

നായിക ഒരു പെണ്ണുതന്നെ ആയിരിക്കണം, അവളുടെ അംഗലാവണ്യം, ആവിഷ്കാര സ്വാതന്ത്ര്യത്തിൽ മറ്റാരും കൈകടത്തരുത്, അവസാന ആഴ്ചക്കാലം നാടകകൃത്തായ സംവിധായകന്റെ നേതൃത്വത്തിൽ പിന്നണിയുടെ അകമ്പടിയോടെ റിഹേഴ്സൽ തുടങ്ങിയ നിർദ്ദേശങ്ങളോടെ സ്റ്റേജിന്റെ അളവും നിർമ്മാണരീതിയും, സംവിധായകന് സംഘാടകർ എത്തിച്ചുനല്കേണ്ട ഭക്ഷണപാനീയ പദാർത്ഥങ്ങളുടെ ലിസ്റ്റ് എന്നിവയടങ്ങുന്ന നീണ്ട വാറോല ആമുഖക്കത്തുസഹിതം ആനക്കുളം പബ്ലിക് ലൈബ്രറി & റീഡിങ് റൂമിൽ സുപ്രസിദ്ധ നാടകകാരൻ കടവിൽസോമൻ തപാൽവഴി എത്തിച്ചു.

അഭിനയകല ആനക്കുളത്തെ പെണ്ണുങ്ങൾക്ക് വശമില്ലായ്കയാൽ

പട്ടികയിൽ ഉന്നയിച്ചിട്ടുള്ള ഒന്നാം ആവശ്യം നിറവേറ്റാൻ നിർവ്വാഹമി ല്ലെന്നും, മറ്റുള്ളവ തങ്ങളാൽ ആവുംവിധം നിറവേറ്റുന്നതിലേക്ക് ശ്രമി ച്ചുനോക്കാമെന്നും, ആയതിനു താങ്കൾക്ക് സമ്മതമല്ലെങ്കിൽ മറ്റൊരു നാട കാചാര്യനെ കണ്ടെത്തിക്കൊള്ളാമെന്നുമുള്ള മറുകുറി മൂങ്ങാക്കിളിവശം ചന്ദ്രികാമോട്ടേഴ്സിലൂടെ കടവിൽസോമന് കമ്മിറ്റി എത്തിച്ചുകൊടുത്തു. നിർബ്ബന്ധിച്ചാൽ വാറോലയിലെ എല്ലാ ആവശ്യങ്ങളുംനിരസിച്ച് തന്റെ 'ഒരുമരച്ചില്ലയിൽ ഏഴുപക്ഷികൾ' കളിക്കാൻ അവസരം പാർത്തുനടന്ന കടവിൽസോമൻ, ചന്ദ്രികാമോട്ടേഴ്സിന്റെ പടിയിറങ്ങി ആവിഷ്കാരസ്വാത ന്ത്ര്യമെന്ന ഭയങ്കര ഖഡ്ഗം ചുഴറ്റി കമ്മിറ്റിക്കുമുമ്പാകെ വാക്കാൽ ഉടമ്പ ടിവച്ചു തലചൊറിഞ്ഞു.

ഒരു മരച്ചില്ലയിൽ ഏഴുപക്ഷികളിലെ നായിക കേശവൻകുട്ടിയാണെ ന്നറിഞ്ഞപ്പോൾ മാധവിക്ക് ചിരിയടക്കാൻ കഴിഞ്ഞില്ല.

"മാതുവെന്താ ചിരിക്കണെ. ഞങ്ങൾ; കുടുംബക്കാർ നാടകക്കാരാ. ഒരിപ്പുറത്ത് നല്ലതങ്കകളിച്ചപ്പോൾ അപ്പൂപ്പനായിരുന്നു നല്ലതങ്കയായി വേഷ മിട്ടത്. അന്നത്തെമുടി ചാവുംവരെ അപ്പൂപ്പൻ മുറിച്ചില്ല. മൂളിയലങ്കാരിക്ക് ആളെകിട്ടാതെ വന്നപ്പോൾ അമ്മൂമ്മയാ ആ റോളെടുത്തെ. ഞാനായി രുന്നു നല്ലതങ്കേടെ എളയകുട്ടി. എനിക്കന്ന് രണ്ടുവയസ്സാ. കളിതൊട ങ്ങിയപ്പോൾ ഞാൻ കരഞ്ഞു. ഒറിജിനാലിറ്റിക്കുവേണ്ടി നല്ലതങ്കയപ്പൂപ്പൻ നേര്യതുപൊക്കി മൊലതന്നു. പുളിങ്കുരുപോലത്തെ മൊലഞെട്ട് ഞാനീ മ്പിവലിച്ചു. അപ്പൂപ്പൻ ഇക്കിളിപ്പെട്ടുവലിച്ചുമാറ്റി. ഞാൻ തൊള്ള വലിച്ചു കീറി. കാണികൾ പൊട്ടിച്ചിരിച്ചു. അമ്മൂമ്മയാ ഇതൊക്കെപ്പറഞ്ഞെ. അന്തി ക്കള്ളുംമോന്തി ആടിയാടിവരുന്ന നല്ലതങ്കയപ്പൂപ്പനോട് മൂളിയലങ്കാരിയ മ്മൂമ്മ ദേഷ്യപ്പെടുമ്പോൾ അപ്പൂപ്പൻ പാടും;

പോകുങ്കു അമ്മ പോകുങ്കു
ഉനക്കുള്ള നാട്ടുക്കു പോകുങ്കു
പോകുങ്കു അമ്മ പോകുങ്കു
ശുണ്ണാമ്പു ശൂളക്കു പോകുങ്കു." കേശവൻകുട്ടി നീട്ടിപ്പാടി.

മാധവി പൊട്ടിപ്പൊട്ടിച്ചിരിച്ചു. ചിരിച്ചുചിരിച്ച് അവളുടെ കണ്ണുനി റഞ്ഞു.

കളപ്പുരമുറ്റത്ത് കുമ്മായപ്പൊടികൊണ്ട് സ്റ്റേജുവരച്ചു. സ്റ്റേജിൽ ഓരോ സീനിലും കഥാപാത്രങ്ങൾ നില്ക്കേണ്ടകളങ്ങൾ നെടുകെയും കുറുകെയും വരച്ചു. കളപ്പുരത്തിണ്ണയിൽ പിന്നണിക്കാർ ഹാർമ്മോണി യത്തിൽ ശ്രുതിപിടിച്ച് മുരടനക്കി.

അവസാന റിഹേഴ്സൽ.

സംവിധായകൻ(കടവിൽസോമൻ):- നായിക; തേനൂട്ടി, പാലൂട്ടി, താരാട്ടി നിന്നെ പോറ്റിവളർത്തി.

നായിക(കേശവൻകുട്ടി):-തേനൂട്ടി, പാലൂട്ടി, താരാട്ടി നിന്നെ പോറ്റി വളർത്തി.

സംവിധായകൻ(ടി):–കുറച്ചുകൂടി ഭാവസാന്ദ്രമായി. (ഊശാൻതാടി ചൊറിയുന്നു)

നായിക(ടി– ഭാവസാന്ദ്രമായി):– തേനൂട്ടി... പാലൂട്ടി...

"നിറുത്താൻ!"

പുളിച്ചകള്ളും ആറ്റൻചോവന്റെ വാറ്റും കൂടിക്കലർന്ന വല്ലാത്തവാട കാണികളായ പെണ്ണുങ്ങളിലേക്കും ഒഴിഞ്ഞുനിന്ന സംഘാടകരിലേക്കും സ്റ്റേജിലെ കളിക്കാരിലേക്കും കളപ്പുരത്തിണ്ണയിലെ പിന്നണിക്കാരിലേക്കും പടർന്നു.

"തേനൂട്ടീം പാലൂട്ടീം താരാട്ടീമാ എല്ലാരും പോറ്റുന്നെ. അതോണ്ട് 'വളർത്തി'യെന്നുമതി."

ചെത്തുകാരൻ പിറിഞ്ചിച്ചോവന്റെ ഉഗ്രശബ്ദത്തിൽ വിറച്ച്, എല്ലാവരും അവനെത്തന്നെ നോക്കി. (പിന്നണിക്കാരും കളിക്കാരും മുന്നോട്ടും, സംഘാടകരും കാണികളും പിന്നോട്ടും) അവർ സ്തംഭിച്ചു.

ആവിഷ്കാര സ്വാതന്ത്ര്യമെന്ന ഭയങ്കര ഖഡ്ഗം!

ഡെമൊക്ലീസിന്റെ വാൾ!

ഊശാൻതാടിയിൽ, പിഴുതെടുക്കുമാറ് പിടിച്ചുവലിച്ച് നാടകകൃത്ത് പിറിഞ്ചിക്കുനേരെ കണ്ണുരുട്ടി.

ചെത്തുകാരൻ പിറിഞ്ചിച്ചോവൻ മുട്ടനൊരു വാളുവച്ച് കളപ്പുരമുറ്റത്ത് പാസൗട്ടായി.

രംഗത്തിന് നാടകീയതപകർന്ന് മൂന്നുപേർ സ്റ്റേജിൽ കയറി.

"പണിക്കരുസാർ!"

കുഞ്ഞനന്തൻ സ്റ്റൂളിൽനിന്നുമെഴുന്നേറ്റ് വണങ്ങി.

പണിക്കരുസാർ!

എല്ലാവരും എഴുന്നേറ്റു. അന്തംവിട്ടു.

"ഞാൻ കടവിൽസോമൻ. നാടകകൃത്ത്."

ആവിഷ്കാരസ്വാതന്ത്ര്യക്കാരൻ പണിയ്ക്കരുസാറിനോട് പരിചയം കൂടാൻ ശ്രമിച്ചു.

"അറിയില്ല."

"അറിയാൻ വഴിയില്ല. എസ്റ്റാബ്ലിഷ്മെന്റിൽ എനിക്കു വിശ്വാസമില്ല."

"ഓ...!"

"അത്യാവശ്യമായി ചെലത് ആലോചിക്കാനുണ്ട്. കമ്മിറ്റിക്കാരൊഴിച്ച് ബാക്കിയുള്ളവർ പിരിഞ്ഞുപോകണം."

പണിക്കരുസാറിന്റെ സഹായി അമ്പലപ്പുഴക്കാരൻ ലാസർ.

കാണികളും കളിക്കാരും പിന്നണിയും പിരിഞ്ഞുപോയി. നാടകകൃത്ത് തലചൊറിഞ്ഞ് സ്റ്റേജിൽത്തന്നെ കറങ്ങിയടിച്ചു.

"ഗ്രന്ഥശാലാ സെക്രട്ടറിയാരാ?"

"ഞാനാ."

“വാ. ഗ്രന്ഥശാലയിലേക്കുപോകാം. ചില രജിസ്റ്ററുകൾ പരിശോധിക്കണം.”

പണിക്കരുസാറും ഗീവറുഗീസുസാറും ലൈബ്രറിയിലേക്കുപോയി.

“ഒരുകിലോ പൂവമ്പഴം വേണം”; ലാസർ.

“ഗെണപതിയൊരുക്കിന് പാളയൻകോടൻ വാങ്ങീട്ടുണ്ട്”; നാണുമാഷ്.

“പൂവൻതന്നെ വേണം. ലാസറിന് വെളുപ്പിന് വയറ്റീന്ന് പോണേൽ പൂവമ്പഴം തിന്നണം”; സ്റ്റേജിൽക്കയറിയ മൂന്നാമൻ അപ്പുക്കുട്ടൻ പറഞ്ഞു.

“കക്കൂസ്...?”

“വേണ്ടെടാ. കടാപ്പുറത്തു കുന്തിച്ചിരുന്നു തൂറുന്നോരാ. ഇറ്റ് പൊന്തയോ കല്ലുമ്പുറമോമതി. പക്ഷേൽ.... ലാസറിനു വെളുപ്പിനെ വയറ്റീന്ന് പുറത്തോട്ടുപോണേൽ പൂവൻ അകത്തോട്ട് ചെല്ലണം.”

“പ്രെദാനികൾ പോകേണ്ട.” ലാസർ ഗൗരവം വെടിഞ്ഞില്ല.

അമ്പലപ്പുഴക്കാരൻ ലാസറിന് വെളുപ്പാൻകാലത്ത് വയറ്റീന്നുപോകാൻ പൂവൻപഴത്തിനായി, ഒരു മരച്ചില്ലയിൽ ഏഴുപക്ഷികളിലെ നായിക കേശവൻകുട്ടി മുണ്ടുമടക്കിക്കുത്തി, ഗീവറുഗീസ് സാറിന്റെ ഹെർക്കുലീസ് സൈക്കിളിൽ നാരായണപുരത്തേക്ക് വച്ചുപിടിച്ചു.

പതിനൊന്ന്

"കൊച്ചേ....."

"ങ്ഹേ."

പരിചിത വിളി.

അയയിൽ ഉണക്കാനിട്ട തുണികൾ കൈത്തോട്ടിലൊതുക്കി മാധവി കണ്ണൻപിള്ളി പുരയിടത്തിലേക്കുനോക്കി. കാളവണ്ടിക്കാരൻ ഉണ്ണൂണിച്ചൻ. ഉണ്ണൂണിച്ചനെ ഈനേരത്ത് അവൾ അവിടെ പ്രതീക്ഷിച്ചിരുന്നില്ല.

"കൊച്ചെ. കുടിക്കാനിറ്റ് കഞ്ഞിത്തെളി തന്നാട്ടെ."

കിളച്ചിട്ടമണ്ണിൽ മൺവെട്ടി കൈയൂന്നി ഉണ്ണൂണിച്ചൻ മരത്തണൽപറ്റി നീങ്ങിനിന്നു.

"ദാ. കൊണ്ടുവരാം ഉണ്ണൂണിച്ചാ."

കൈത്തോട്ടിലൊതുക്കിയ തുണികൾ അയയിൽ തിരികെയിട്ട് അവൾ അടുക്കളയിലേക്കുപോയി.

ആനക്കുളത്ത് ഇന്നാരും മാധവിക്ക് അപരിചിതരല്ല.

താൻ പിറന്നുവീണതും, തന്നെ മരുമകളായി സ്വീകരിച്ചതും ഈ മണ്ണാണോ? അവൾക്കൊരു തോന്നൽ. ആനക്കുളത്തിന്റെ പഞ്ചഭൂതങ്ങൾകൊണ്ട് മെനഞ്ഞെടുത്തതാണോ തന്റെ ജൈവകോശങ്ങളെല്ലാം? എത്രയോ ജന്മങ്ങളായി ഇവിടെ കഴിയുന്നതുപോലെ.... രാക്ഷസനെ വശംകെടുത്തി പാറയ്ക്കടിയിൽ ഭീമസേനൻ മലർത്തിവച്ചതും, പ്ലാഞ്ചോട്ടിലെ പാറപ്പരപ്പിൽ ഒറ്റമുലച്ചിയുമായി അയ്യപ്പൻകുറവൻ രമിച്ചതും, ഓടിപ്പോയ പാണ്ടിപ്പട പേടിച്ചുതൂറിയതും, ഒളിപ്പോർ തന്ത്രംമെനഞ്ഞ് ഉടവാളുവീശിയ വേലുത്തമ്പിയും...... ആനക്കുളത്തിന്റെ പരിണാമ ദശകൾക്കെല്ലാം സാക്ഷ്യംവഹിച്ചതുപോലെ. ആനക്കുളത്തിന്റെ സന്തോഷങ്ങളിലും സങ്കട

ങ്ങളിലും കൊച്ചുകൊച്ചു പിണക്കങ്ങളിലും അവൾ അലിഞ്ഞുചേർന്നു. അവൾ ആനക്കുളത്തിന്റെ മരുമകളല്ല. അവളിന്ന് ആനക്കുളത്തിന്റെ മകളാണ്.

മരുമകളായി എത്തിപ്പെട്ടിടം, ജനിച്ചുവളർന്ന നാട്, തന്റെ ഭൂതകാലം....... ഏതാണ്ടെല്ലാം അവൾ മറന്നിരുന്നു. അഥവാ; മറന്നെന്നു ഭാവിച്ചു. തന്നിൽ ആരോപിക്കപ്പെട്ട കഴിവുകേടിന് സഹിക്കേണ്ടിവന്ന പരിഹാസങ്ങൾ, കുടിച്ചിറക്കിയ നൊമ്പരങ്ങൾ..... ശപിക്കപ്പെട്ട ഭൂതകാലം വിസ്മൃതിയിലേക്ക് പോയെങ്കിലും ചിലതെല്ലാം ഇന്നും അവളുടെ നെഞ്ചിൽ ഉമിത്തീപോലെ നീറുന്നുണ്ടായിരുന്നു.

"ദാ ഉണ്ണൂണിച്ചാ."

കഞ്ഞിത്തെളി നിറച്ച മൊന്ത അവൾനീട്ടി. ഗ്ലാ...ഗ്ലാ.. ശബ്ദത്തോടെ ഉണ്ണൂണിച്ചൻ മൊന്തയിൽനിന്നും കഞ്ഞിത്തെളിയിറക്കി.

"–ന്തൊരു പരവേശ്വ കൊച്ചെ."

മൊന്ത തിരികെക്കൊടുത്ത് ഉണ്ണൂണിച്ചൻ നെറ്റിയിലെ വിയർപ്പുവടിച്ചു.

"ഉണ്ണൂണിച്ചെന്റെ കാളവണ്ടി?"

"കൊച്ചെ. കാളേം, കലപ്പേം, കളവണ്ടീം ആർക്കുവേണം. നെടുകേം കുറുകേം പൊകതുപ്പി പായുവല്യോ വണ്ടീം ജീപ്പും."

"ഉണ്ണൂണിച്ചെന്റെ പിള്ളേര്?"

ഉണ്ണൂണിച്ചനും കൂട്ടരും കാളവണ്ടിപ്പണി മതിയാക്കിയെന്നും, ഉണ്ണൂണിച്ചൻ കൂലിപ്പണിക്കു പോകുകയാണെന്നും, മദ്യഷാപ്പുകൾക്കുവേണ്ടി ചാരായം വാറ്റാൻ കൂപ്പിൽപ്പോയ അയാളുടെ മൂത്തമകൻ മാത്തുക്കുട്ടിയെ പൊലീസുപിടിച്ച് ജയിലിലിട്ടിരിക്കുകയാണെന്നും, രണ്ടാമത്തവൻ ശാവുമേൽ നാടുവിട്ടുപോയെന്നും, രണ്ടുപെൺമക്കളും കാഞ്ഞിരപ്പള്ളിയിൽനിന്നും വന്ന വാറ്റുകാരുടെകൂടെ ഒളിച്ചോടിയെന്നും, കൊട്ട്യോൻ ഉപേക്ഷിച്ച മൂത്തവൾ മേരി മൂന്നുകുട്ടികളുമായി വീട്ടിലുണ്ടെന്നും, ഉണ്ണൂണിച്ചന്റെ കെട്ട്യോൾ മറിയേടത്തി തളർവാതംവന്നു കിടപ്പാണെന്നും മാധവിക്കറിയാം. എന്നാലും എന്തെങ്കിലും ലോഹ്യം ചോദിക്കണമല്ലോ.

"ഓ! അത്...... കൊച്ചതൊന്നും അറ്യേണ്ട. വെട്ടും കെളേം നല്ലവശോല്ല. അടുപ്പിൽ ചെലന്തിവല കെട്ടാണ്ടിരിക്കാനാ. ല്ലാം വല്ലാണ്ടങ്ങു മാറിപ്പോയികൊച്ചേ. ങ്ഹാ....!"

ഉണ്ണൂണിച്ചൻ ദീർഘനിശ്വാസമിട്ടു.

തന്റെ ഭാരമെല്ലാം മൺവെട്ടി കൈയിലേക്കൂന്നി; ആശയറ്റു പീളകെട്ടിയ കുഴിഞ്ഞ കണ്ണുകളാൽ, വേനലിന്റെ തിളപ്പിൽ വരണ്ടുപോയ മൺകട്ടയിലേക്കുനോക്കി അയാൾ മരത്തണൽപറ്റി ഒത്തിരിനേരം നിന്നു.

എല്ലാം വല്ലാണ്ടങ്ങു മാറിപ്പോയി. ഉണ്ണൂണിച്ചൻ പറഞ്ഞത് നേരാണ്.

ഉണ്ണൂണിച്ചന്റെ കാര്യംതന്നെയെടുക്കാം. ഒരുകാലത്ത് ആനക്കുളത്തിന്റെ അംബാസഡറായിരുന്നു ഉണ്ണൂണിച്ചൻ. ക്രയവിക്രയങ്ങൾ, വാർത്താവിനിമയം, യാത്രാമാർഗ്ഗം..... എന്നുവേണ്ട; മറ്റുപ്രദേശങ്ങളുമായി

ആനക്കുളത്തിനെ ബന്ധിപ്പിച്ചിരുന്നത്, അഥവാ ആനക്കുളത്തിന്റെ സമൃദ്ധിക്കായി പുറംനാട്ടുകാർ ബന്ധപ്പെട്ടിരുന്നത് ഉണ്ണൂണിച്ചൻ നേതാവായ തൊഴിലാളികളുടെ കാളവണ്ടികൾ മുഖേനയായിരുന്നു. ആനക്കുളത്തിന്റെ അപ്പത്തിൽ ഉണ്ണൂണിച്ചന്റെ ഉൾനേരിന്റെ ഉപ്പുരസം കലർന്നിരുന്നു.

ചെമ്മൺപുതച്ചിരുന്ന നാട്ടുപാതകൾ കരിമൂർഖനെപ്പോലെ വളഞ്ഞുപുളഞ്ഞ് എങ്ങോട്ടെന്നില്ലാതെ ഇഴഞ്ഞുപോകുന്നു. വിഷപ്പുകതുപ്പി വാഹനങ്ങളുടെ മരണപ്പാച്ചിൽ. കാളയും കാളവണ്ടിയും കലപ്പയും വിസ്മൃതിയിലാണ്ടുതുടങ്ങി. ആനക്കുളത്തിന്റെ കൃഷിരീതിയിലും മാറ്റംവന്നു. കപ്പയും കാച്ചിലും കണ്ണൻചേമ്പും വിളഞ്ഞിരുന്ന പുരയിടങ്ങൾ അധികവും റബ്ബർമരങ്ങളാൽ നിറഞ്ഞു. ഇരുപ്പൂനിലങ്ങളിൽ കോൺക്രീറ്റുസൗധങ്ങൾ വിളഞ്ഞു. കർഷകത്തൊഴിലാളികൾ ടാപ്പിങ്ങിലേക്കും കെട്ടിട നിർമ്മാണത്തിലേക്കും തിരിഞ്ഞു. കൃഷിയുടെ നന്മയിൽനിന്നും സമ്പത്തിന്റെ മഞ്ഞളിപ്പിലേക്ക് ആനക്കുളവും പതിയെ മാറുകയായിരുന്നു.

ആനക്കുളത്തിനെ അക്ഷരംപഠിപ്പിച്ച മൂക്കിലാശാന്റെ അന്ത്യം ദാരുണമായിരുന്നു. ആശാന്റെ ഏകമകളെ വെൺമേലിക്കാരൻ പട്ടാളക്കാരനാണ് കെട്ടിക്കൊണ്ടുപോയത്. അയാൾ അവളെ സിക്കിമിലേക്കുകൊണ്ടുപോയി. നിലാവിന്റെ മറപറ്റി വെളിക്കിറങ്ങാൻപോയ ആശാന്റെ ഭാര്യ ചോരതുപ്പി മരിച്ചു. മാടൻ അടിച്ചുകൊന്നതാണെന്ന് നാട്ടുകാർ പറയുന്നു. ഭാര്യ മരിച്ചതിന്റെ പിറ്റേന്നുമുതൽ ആശാൻ നടുറോഡിൽനിന്ന് തെറിയുടെ ചില്ലും കൂട്ടക്ഷരങ്ങളും നാട്ടുകാരെ പഠിപ്പിക്കുവാൻതുടങ്ങി. ചെറുപ്പക്കാരായ ഡ്രൈവർമാർ വണ്ടിനിർത്തി ആശാനെ പുഴുത്തതെറി തിരിച്ചുവിളിച്ചു. ആശാന്റെ ചുക്കിച്ചുളിഞ്ഞ വ്യഞ്ജനവും കൂട്ടക്ഷരവും ചില്ലുകളും ചതച്ചരച്ച് ഒരു ടാങ്കർലോറി ആനക്കുളത്തുനിന്നും പാഞ്ഞുപോയി. ഭ്രാന്തനാശാൻ പാണ്ടിലോറികയറി ചത്തുപോയതിൽ ആനക്കുളത്തുകാർ സന്തോഷിച്ചു.

വിശുദ്ധ കൊച്ചുതെരേസയുടെ ഇടവകപ്പള്ളിയും, ഗീവറുഗീസ് പുണ്യാളന്റെ കുരിശടിയും, മൊയ്തുവിന്റെ ഓത്തുപള്ളിയും മിനാരങ്ങളും.... കോൺക്രീറ്റിൽത്തീർത്ത അവയെല്ലാം മനോഹരങ്ങളായി തലയുയർത്തിനില്ക്കുന്നു. മിനാരത്തിൽക്കെട്ടിയ ഉച്ചഭാഷിണിയിലൂടെയാണ് മൊയ്തു വാങ്കുവിളിക്കുന്നത്. ആനക്കുളത്തിന്റെ പൊതുസ്വത്തുക്കളായിരുന്ന ആറ്റൻചോവന്റെ വാറ്റ്, നാണിപ്പതിച്ചി, പബ്ലിക് ലൈബ്രറി എന്നിവപോലും ഇന്നാർക്കും വേണ്ടാതായി. വണ്ടികയറി നാരായണപുരത്തോ കല്ലുംകടവിലോ പോയാൽ ബാറിന്റെ ശീതളവെട്ടത്തിലിരുന്ന് വിദേശമദ്യത്തിന്റെ ലഹരിയിലാറാടാം. നല്ലനേരംനോക്കി കൊച്ചുങ്ങളെ കീറിയെടുക്കുന്ന ആശുപത്രികളുടെ ശുശ്രൂഷയുള്ളപ്പോൾ തേവിടിശ്ശിത്തള്ളയെ ആർക്കുവേണം. സ്വീകരണമുറിയിലെ ചില്ലലമാരയിൽ പൊങ്ങച്ചം നിറയ്ക്കാനാണല്ലോ തടിച്ച പുസ്തകങ്ങൾ. പുസ്തകവായന; അതു പഴഞ്ചനേർപ്പാടാ.

പാർശ്വവല്ക്കരിക്കപ്പെട്ട കുറച്ചുപേർ വളർച്ചയുടെ -വേഗതയുടെ-

കുതിപ്പിൽപ്പെടാതെ കഴിഞ്ഞുകൂടിയിരുന്നത് ആരുടേയും കണ്ണിൽപ്പെട്ടില്ല.

തുള്ളപ്പനി വന്നതിൽപ്പിന്നെ എല്ലാവർഷവും ആ നേരമാകുമ്പോൾ കേശവൻകുട്ടി പനിച്ചുകിടക്കും. തൊണ്ടകുത്തിയുള്ള വല്ലാത്ത ചുമയും. ആദ്യമൊക്കെ ആയുർവ്വേദവും ഹോമിയോയും പരീക്ഷിച്ചുനോക്കി. പനിയെ ചെറുക്കുവാൻ അവ പര്യാപ്തമായിരുന്നില്ല. ഇംഗ്ലീഷുമരുന്നു തന്നെ ശരണം. ഇപ്പോൾ നേരത്തോടടുത്ത് പനിയുടെ ലക്ഷണംകണ്ടാൽ നേരെ ചിന്നക്കടയ്ക്കു വച്ചുപിടിക്കും. ജനറൽ ആസുപത്രിയിൽ രണ്ടാഴ്ച. പനിയുടെ കിതപ്പും, ചുമയുടെ വിമ്മിട്ടവുമടങ്ങി പണിക്കുപോകുന്നതുവരെ രണ്ടോ മൂന്നോ ആഴ്ചയോളം നീളുന്ന വിശ്രമവും.

കേശവൻകുട്ടിക്ക് പഴയതുപോലെ ചുറുചുറുക്കില്ലെന്ന് മാധവിക്കുമറിയാം. ആവുന്നകാലത്ത് വീടിന്റെ മേല്ക്കൂര, ദണ്ഡികപ്പുറത്തുനിന്നും ചെളികുത്തി ഉണ്ടാക്കിയെടുത്ത മൺക്കട്ടച്ചുവരിലേക്ക് മാറ്റി ഓടുപാകാൻ കഴിഞ്ഞതുതന്നെ മഹാഭാഗ്യം. കെട്ടിടംപണിചെയ്യലും കുറഞ്ഞു. സ്ഥിരമായി പണിക്കുപോകുവാൻ അവന്റെ ആരോഗ്യം അനുവദിച്ചില്ല. കരാറുകാർക്ക് പീസ്‌വർക്ക് ചെയ്തുകൊടുത്തും അടുപ്പക്കാരുടെ ചില്ലറ തച്ചുകൾചെയ്തും തട്ടിയും മുട്ടിയും കഴിഞ്ഞുപോകുന്നു.

ശാരീരികതളർച്ച മാനസികമായും അവനെ ശോഷിപ്പിച്ചിരുന്നു. പണിക്കുപോകാത്ത ദിവസങ്ങളിൽ വീട്ടീൽത്തന്നെ ചടഞ്ഞുകൂടും. തിണ്ണയിൽവിരിച്ച പുല്ലുപായിൽക്കിടന്ന് ബീഡിപുകയ്ക്കും. ആരോടും അധികം ഉരിയാടില്ല. കരാർസൈറ്റിൽ പോയാൽ പണികഴിഞ്ഞ് നേരെ വീട്ടിൽപ്പോരും. കള്ളുമോന്തുന്നതിനോ, കുണുക്കുവച്ച് ചീട്ടുകളിക്കുന്നതിനോ, വെടിവട്ടം പറഞ്ഞ് കൂട്ടുകൂടി ഉല്ലസിക്കുന്നതിനോ അവന് പഴയതുപോലെ താല്പര്യം തോന്നിയില്ല. ലോകകാര്യങ്ങൾ ശ്രദ്ധിക്കാറേയില്ല. വായനശാലവഴി പോയിട്ടുതന്നെ നാളുകൾ ഏറെയായി.

വായനശാലയും ഏറെ മാറിയല്ലോ.

അടുത്തൂൺപറ്റിയ നാണുമാഷ് മെഴുവേലിക്കു തിരിച്ചുപോയി. തന്റെ ജീവിതസായന്തനം ശ്രീനാരായണ ധർമ്മപരിപാലനത്തിനായി പാറപ്പുറത്തു കുമാരന്മാഷ് മാറ്റിവച്ചു. കോശിമുതലാളിയുടെ ഹോട്ടൽ ഗ്രൂപ്പിൽ പെൻഷൻതുക നിക്ഷേപിച്ച് ഗീവറുഗീസുസാർ ബിസിനസിൽ പാർട്ട്ണറായി. ഉപരിക്കമ്മിറ്റിയിലേക്കു കോപ്റ്റുചെയ്യപ്പെട്ട കുഞ്ഞനന്തന്റെ പ്രവർത്തനമേഖല ആനക്കുളത്തുനിന്നും മാറ്റിയിരുന്നു. ആനക്കുളം പബ്ലിക് ലൈബ്രറി പുതുതലമുറയുടെ അഭിരുചിയിലാണിപ്പോൾ.

കേശവൻകുട്ടിയുടെ ശാരീരിക മാനസിക വൈഷമ്യതയിൽ മാധവിക്ക് ആധിയുണ്ടെങ്കിലും അവനോട് അവളതുകാണിച്ചിരുന്നില്ല. അവനെ പരിചരിക്കുന്നതിൽ അവൾ ശ്രദ്ധാലുവാണ്. ആശുപത്രി വാസക്കാലത്ത് ചുട്ടരച്ചതും പപ്പടംചുട്ടതും പൊടിയരിക്കഞ്ഞിക്ക് കൂട്ടാൻകൊടുക്കും. വിശ്രമകാലത്തും പിന്നീടും പിണ്ഡതൈലം പുരട്ടി, കൊടിയിലയും പനിക്കൂർക്കയും തൈലപ്പുല്ലും ഇട്ടുവെന്ത് ആവിപിടിപ്പിച്ച് ഉഴിഞ്ഞുകുളിപ്പിക്കും. ഉച്ചിയിൽ രാസ്നാദിചൂർണ്ണം തിരുമ്മിപ്പിടിപ്പിക്കും. ആര്യവൈദ്യ

ശാലയുടെ ദശമൂലാരിഷ്ടവും അശോകാരിഷ്ടവും സമംചേർത്ത് അര ഗ്ലാസുവച്ച് അത്താഴശേഷം കൊടുക്കും. ശാരീരശേഷിക്കായി വാട്ടിയ കോഴിമുട്ടയും മുരിങ്ങയിലക്കറിയും പതിവാക്കിയിരുന്നു. രണ്ടുകൊല്ലത്തെ ഓണച്ചിട്ടി ചിന്നച്ചേട്ടത്തിയിൽനിന്നും ഒന്നിച്ചുപിടിച്ച്, തയ്യൽക്കാരൻ ശീമോന്റെ നാടൻപശു പെറ്റ നാലാമത്തെ കിടാരിയെ വിലയ്ക്കുവാങ്ങി തീറ്റയും കാടിയുംകൊടുത്തുവളർത്തി, കാളത്തങ്കന്റെ മൂരിയെവിടീച്ച് ചെനപിടിപ്പിച്ചുപെറീച്ച്, കുട്ടച്ചന്റെ ചായപ്പീടികയിലും അയൽപക്കത്തും പാലുകറന്നുകൊടുത്ത് പലചരക്കുവാങ്ങി വീട്ടിലെ ബദ്ധപ്പാടുകൾക്ക് അവളാൽ കഴിയുംവിധം ആശ്വാസമേകി.

കേശവൻകുട്ടി മുമ്പൊക്കെ വായനശാലയിൽനിന്നും പുസ്തകങ്ങൾ എടുത്തുകൊണ്ടുവരുമായിരുന്നു. ചെറുപ്പത്തിലേ മാധവിക്ക് വായനയിൽ ഹരമായിരുന്നു. കേശവൻകുട്ടി വായനശാലയിൽപോക്ക് നിർത്തിയതോടെ അവളുടെ വായനയും നിലച്ചു. ഒരുപാടു ബോറടിക്കുമ്പോൾ കണ്ണൻപിള്ളിയിലേക്കുപോകും. ഭാനുമതിയുടെ തലയിൽ പേൻകുത്തി പുളിയൂറി അവളോടു വിഷമംപറയും. സീരിയലിൽകുതിർന്ന കണ്ണുതുടച്ച് തിരികെയെത്തി പശുവിന് പുല്ലുപറിക്കും.

മാധവിയുടെ ബദ്ധപ്പാടുകൾ ഭാനുമതിക്ക് നന്നായി അറിയാം. പുരയിടത്തിലെ ചക്കയും മാങ്ങയും കപ്പയും വാഴക്കുലയും അവൾക്കുകൊടുക്കും. വിശേഷദിവസങ്ങളിൽ ഊണ് കണ്ണൻപിള്ളിയിലാണ്. തുള്ളപ്പനിപിടിച്ച് കേശവൻകുട്ടി കിടക്കുമ്പോൾ കടമായും അല്ലാതെയും പണം കൊടുക്കും. കുഞ്ഞനന്തൻ അതിനൊന്നും എതിരുപറഞ്ഞില്ല.

ചിന്നക്കട ജനറൽ ആശുപത്രിയിലെ വാസംകഴിഞ്ഞ് കേശവൻകുട്ടി വീട്ടിലെത്തിയിട്ട് മൂന്നാഴ്ചകഴിഞ്ഞു. മാധവിയുടെ പരിചരണത്തിൽ അവൻ ആരോഗ്യം വീണ്ടെടുത്തുവെങ്കിലും തച്ചിനുപോയിത്തുടങ്ങിയിട്ടില്ല. ബാർബർസുകുവിന്റെ മേല്ക്കൂരപ്പണി പാതി പിന്നിട്ടപ്പോഴാണ് ചിന്നക്കടയ്ക്കു വച്ചുപിടിച്ചത്. സുകുവിന് പഞ്ചായത്തിൽനിന്നും പുരപണിക്ക് തുക അനുവദിച്ചിട്ടുണ്ട്. അവന്റെ ഓലമേഞ്ഞ മുളങ്കൂടുമാറ്റി തടിയിൽ മേല്ക്കൂരകൂട്ടി ഓടുപാകണം. ഉത്തരങ്ങളും മോന്തായവും മൂലക്കഴുക്കോലുകളും തീർത്തതാണ്. നേർകണകളും പറ്റുകഴുക്കോലുകളും ബന്ധങ്ങളും ആഞ്ഞിലിയിൽത്തീർത്ത് ഉത്തരംവച്ച് ആരൂഢമുറപ്പിച്ചു പട്ടികതറച്ചാൽ ഓടുപാകാം. കഴിഞ്ഞയാഴ്ച ക്ഷേമമന്വേഷിക്കുവാൻ സുകുവന്നിരുന്നു. കുടുംബസമേതം പളനിക്കു പോകുകയാണെന്ന് അവൻ പറഞ്ഞു. യുക്തിവാദിയായ സുകുക്കമ്യൂണിസ്റ്റ് പളനിക്കുപോകുന്നോയെന്ന് വെറുതെ ചോദിച്ചപ്പോൾ; അനുയായികളെ ഉറപ്പിച്ചുനിർത്താൻ പാർട്ടിക്കാരനായ ടൂറിസ്റ്റുടമ തീർത്ഥയാത്രയ്ക്കുപോകുമ്പോൾ കാപ്പിട്ട് വ്രതമെടുത്ത് കാവടിയാടി വേലായുധനെ തൊഴുന്നതിൽ തെറ്റില്ലെന്ന അടവുനയ പാർട്ടിച്ചിറ്റുണ്ടെന്ന് സുകു മാധവിയോടുപറഞ്ഞു. അവർ ഇന്നേ മടങ്ങിവരുകയുള്ളു. ബാക്കി നാളെത്തന്നെ തുടങ്ങണം.

കാർത്തികേയനും നന്ദഗോപനും പത്താംക്ലാസ് സെക്കന്റ് ക്ലാസോ

ടെയാണ് പാസായത്. വള്ളിക്കോട്ടെ ബന്ധുവീട്ടിൽനിന്ന് നന്ദഗോപൻ കോളേജിൽ പോകുന്നു. അവനിപ്പോൾ രണ്ടാംവർഷക്കാരനാണ്.

കാർത്തികേയനെ കോളേജിൽ ചേർക്കണമെന്നുണ്ടായിരുന്നു. ബുദ്ധിമുട്ടുകൊണ്ട് അതിനുകഴിഞ്ഞില്ല. മണിസാറിന്റെ ഇൻസ്റ്റിറ്റ്യൂട്ടിൽ ടൈപ്പ്‌റൈറ്റിങ് പഠിക്കുവാൻ അവനെ ചേർത്തു. ലോവർ പാസായി. അടുത്തവർഷമെങ്കിലും അവനെ കോളജിൽ വിടണം. കോളേജിൽ ചേർക്കാത്തതിൽ അവന് പരിഭവമുണ്ട്.

തൊടിയിലെ കവുങ്ങുകളിൽ ചമ്പൻ പാകമായിനില്ക്കുന്നു. കവുങ്ങിൽ കയറുന്നത് മാധവി വിലക്കിയതാണ്. പെണ്ണിന്റെ മുന്നിൽ തന്റെ കഴിവു നശിച്ചെന്ന് സമ്മതിക്കുവാൻ ഒരാണും തയ്യാറാവില്ല. കഴിവുകെട്ടവനെങ്കിൽ പിന്നെന്തിന് ജീവിക്കണം? തന്റെ ആരോഗ്യം വീണ്ടെടുത്തെന്ന് തെളിയിക്കാൻ കിട്ടിയ അവസരം. വാഴവള്ളിപിരിച്ച് സ്ലായ്‌വ്കെട്ടി കവുങ്ങിൽ കുന്തിച്ചുകുന്തിച്ച് കയറുന്ന എല്ലിച്ച കോലംകണ്ട് അവൾ സങ്കടപ്പെട്ടു. കവുങ്ങിൽക്കയറി അവൻ അടർത്തിയിട്ട ചമ്പൻകുലകൾ കുട്ടയിൽ നിറച്ച് അവൾ തിണ്ണയിൽവച്ചു. കേശവൻകുട്ടിയും മാധവിയും തിണ്ണയിൽ ചമ്രംപടിഞ്ഞിരുന്ന് ചമ്പൻ ചീന്തുവാൻ തുടങ്ങി. നാളെ നാരായണപുരം മാർക്കറ്റിൽ കൊണ്ടുപോയി വിറ്റ് ഉണക്കച്ചാളയോ പച്ചക്കറിയോ മാധവിക്ക് വാങ്ങാമല്ലോ.

വൈകിട്ടത്തെ പശുക്കറവയ്ക്കു നേരമായി. കാർത്തികേയൻ ഇൻസ്റ്റിറ്റ്യൂട്ടിൽനിന്നും ഇനിയും വന്നിട്ടില്ല.

"മാതുവേ...."

"ങ്ഹാ?"

"അടുത്താണ്ടിൽ മോനെ കോളേജീവിടണം."

"ങ്ഹാ.....!" മാധവി നിശ്വസിച്ചു.

"പടിക്കാൻ മിടുക്കനാ. കടം വാങ്ങിയാണേലും..."

"മ്ഉം."

കുത്തുകല്ലുചവിട്ടി ഗീവറുഗീസുസാറും കാളത്തങ്കനും കയറിവരുന്നു. മാധവി കതകിന്റെ പിന്നിലേക്ക് ഒഴിഞ്ഞുനിന്നു. അതിഥികളെ തിണ്ണയിലേക്ക് ക്ഷണിച്ചുകൊണ്ട് കേശവൻകുട്ടി എഴുന്നേറ്റുനിന്നു. ചമ്പൻ ചീന്തിയ കൊച്ചുപിച്ചാത്തികൊണ്ട് അവൻ പുറം ചൊറിഞ്ഞു.

ഗീവറുഗീസ്സാറും കാളത്തങ്കനും തിണ്ണയിലേക്കുകയറി.

"ന്താ രണ്ടാളും വിശേഷിച്ച്?"

"വിശേഷമുണ്ടല്ലോ." തങ്കന്റെ പരുക്കൻശബ്ദം.

"തിരഞ്ഞെടുപ്പാ." ഗീവറുഗീസുസാർ കൈകൂപ്പി പുഞ്ചിരിച്ചു. "നമ്മുടെ സ്ഥാനാർത്ഥി ഞാനാ. രണ്ടാളും എനിക്കു ഓട്ടുചെയ്യണം. കേശോൻകുട്ടിക്ക് വെഷമമല്ല്യോ. ഇതിരിക്കട്ടെ." ബാഗുതുറന്ന് പണമെടുത്ത് കേശവൻകുട്ടിക്കുനേരെ നീട്ടി.

"വേണ്ട."

"ന്താ....?" പരുക്കൻ ശബ്ദം.

“ഓട്ടുചെയ്യുന്നത് അവനോന്റെ ഇഷ്ടാ. അവകാശം. അതിനു കാശെന്തിനാ?”

“ശെരി. നിങ്ങടെ അവസ്ഥയോർത്താ.”

ഗീവറുഗീസുസാർ പണം തിരികെ ബാഗിൽവച്ചു.

“അല്ല. സാറും തങ്കനും ഒന്നിച്ച്....? കുഞ്ഞനന്നൻ?”

“ഹാ..ഹാ..ഹാ.. പാർട്ടി നെടുകെപ്പിളർന്നടോ. കേശോൻകുട്ടി അതൊന്നുമറിഞ്ഞില്ലേ?” ഗീവറുഗീസ് സാർ പൊട്ടിച്ചിരിച്ചു. “തങ്കന്റെ പാർട്ടി ഞങ്ങടെകൂടാ. കുഞ്ഞനന്തനാ എനിക്കെതിര്.”

“അവൻ എടതനാ. ചദിയൻ. ചാരൻ. രാജദ്രോഹി. കുഞ്ഞനന്നേൻ! ഫേ! ചദിയൻ!”

തങ്കൻ ആട്ടിത്തുപ്പി. അവജ്ഞകൊണ്ട് കണ്ണുചുവന്നു.

“തങ്കാാാ... കുഞ്ഞനന്നനെ അനാശ്യം പറയുന്നൊ.”

കേശവൻകുട്ടിയുടെ ഉള്ളുറഞ്ഞുവന്നു.

“പറഞ്ഞാ ന്തുചെയ്യൂടാ എരപ്പാളി...? നിന്റെയൊരു മറ്റോൻ.”

തങ്കൻ കേശവൻകുട്ടിയുടെ കുത്തിനു കയറിപ്പിടിച്ചു.

കേശവൻകുട്ടിക്ക് അരിശംവന്നു. തുള്ളപ്പനിയുടെ പരകോടിയിലെന്നപോലെ അവന്റെ നെഞ്ചിൽ കഫക്കൂനയിളകി. അവനത് തങ്കന്റെ മുഖത്തേക്ക് ആഞ്ഞുതുപ്പി. ഫാാാ.... തുള്ളിവിറച്ച്, ചമ്പൻചീന്തിയ കൊച്ചുപിച്ചാത്തി ആഞ്ഞുവീശി.

തങ്കൻ അലറിവിളിച്ച് മുറ്റത്തേക്കുചാടി. അനുയായിയെ അനുഗമിച്ച് നേതാവും കൂടെച്ചാടി.

തങ്കന്റെ കൈത്തണ്ടയിൽനിന്നും ചോര കുടുകുടെ ഒലിച്ചിറങ്ങി. വറുതിൽ വിണ്ടുപോയമണ്ണ് ചുടുനിണം ആർത്തിയോടെകുടിച്ചു.

കലിതുള്ളിനിന്ന കേശവൻകുട്ടിയെ മാധവി പുണ്ടടക്കംപിടിച്ചു. വെല്ലുവിളിച്ച്, തെറിയലറിയ കാളത്തങ്കനെ ഗീവറുഗീസുസാർ ഇടവഴിയിലേക്ക് വലിച്ചിഴച്ചുകൊണ്ടുപോയി.

ചുരത്തുവാൻ കന്നുകുട്ടിയെത്താത്തതിൽ അകിടുവീങ്ങിയ തള്ളപ്പശു ഉറക്കെയമറി.

കാർത്തികേയൻ ഇടവഴിതാണ്ടി വീട്ടിലേക്കു വരുന്നുണ്ടായിരുന്നു.

പന്ത്രണ്ട്

പൊലീസുകാർ പിടിച്ചുകൊണ്ടുപോകും. തീർച്ച.

നല്ലബുദ്ധി തോന്നിപ്പിക്കുവാനും ആരോഗ്യം വീണ്ടെടുക്കുന്നതിനും കേണപേക്ഷിക്കുന്നതിനുവേണ്ടി മാധവിയുടെ നിർബ്ബന്ധത്തിനുവഴങ്ങി താഴൂരമ്മയുടെ തിരുമുന്നിൽപ്പോയി തൊഴുതുമടങ്ങിയ കേശവൻകുട്ടി യുടെ മനസ്സ് അത്ര അശാന്തമായിരുന്നില്ല.

പൊലീസുകാർ പിടിച്ചുകൊണ്ടുപോകട്ടെ. ലോക്കപ്പിലിട്ടു തച്ചുകൊല്ലട്ടെ. ഒരു ബാദ്ധ്യത.... നാടിനും വീടിനും; എല്ലാവർക്കും ബാദ്ധ്യതയായ ശപിക്കപ്പെട്ട ജന്മം അങ്ങനെയൊടുങ്ങട്ടെ. തനിക്കുവേണ്ടി ആരുടേയും മുമ്പിൽ പോകുന്നില്ല. ശങ്കുപ്പിള്ളയെ കള്ളുകുടമെറിഞ്ഞിട്ട് മംഗലത്തുവല്യോന്റെ കാല്ക്കൽ ചെന്നുവീണിട്ടാണ് രക്ഷപ്പെട്ടത്. ഒരുപക്ഷേ കുഞ്ഞനന്തനോടു പറഞ്ഞാൽ കേസിൽനിന്നും ഊരിപ്പോരാം.വേണ്ട. അവൻ ഒരുപാട് സഹായിച്ചതാ. താൻ അവനുമൊരു ബാദ്ധ്യതയല്ലേ.

നടത്തത്തിലെ തളർച്ചയും അവന്റെ നിസ്സംഗതയും തിരിച്ചറിയുന്നുണ്ടായിരുന്നെങ്കിലും, ഒന്നും മിണ്ടാതെ വിങ്ങുന്നനെഞ്ചുമായി മാധവി ഇടവഴിയിലൂടെ തലകുനിച്ചുനടന്നു.

"അച്ചാ."

"മ്ഉം?"

"വല്യച്ചനെ അച്ചൻ കൊല്ലിച്ചതാണോ?"

"ആരാടാ ഈ തോന്ന്യാസം നിന്നോടുപറഞ്ഞെ? വേണ്ടാദീനം പറഞ്ഞാലുണ്ടല്ലോ...." മാധവി കാർത്തികേയനെ ശകാരിച്ചു.

"കാളത്തങ്കൻ അലറിവിളിച്ചോണ്ടു പറയ്വാ.... അമ്മേപൊറുപ്പിക്കാൻ അച്ചൻ വല്യച്ചനെ കൊല്ലിച്ചതാണെന്ന്. എന്നിട്ട് സഞ്ചയനത്തിന്റന്ന് രണ്ടാളും ഒളിച്ചോടിയെന്ന്."

കുത്തുകല്ലിൽ അവളുടെ കാല് ഉറഞ്ഞുപോയി. "ന്റീശരമ്മാരേ....." അവൾ നെഞ്ചത്തടിച്ച് മുകളിലേക്കുനോക്കി.

സന്ധ്യമയങ്ങിയ കിഴക്കൻ ചക്രവാളത്തിൽ– രാക്ഷസൻപാറയുടെ അങ്ങേച്ചെരുവിൽ– ക്ഷയിച്ചുതുടങ്ങിയ ചന്ദ്രൻ കറുത്തപക്ഷത്തിന്റെ വരവറിയിച്ചു.

ഘനീഭവിച്ച നിശ്ശബ്ദതയിൽ മുറ്റം മുറിച്ചുകടന്ന് അവർ വീട്ടിലെത്തി.

"ങ്ഹേ!!" മൂവരും ഞെട്ടി.

വീടാകെ അലങ്കോലപ്പെട്ടുകിടക്കുന്നു. കതക് വെട്ടിപ്പൊളിച്ചിരിക്കുന്നു. ഓട് എറിഞ്ഞുടച്ചിരിക്കുന്നു. പാത്രങ്ങളും ചോറുംകറിയും ചിതറിക്കിടക്കുന്നു. കേശവൻകുട്ടിയെ വകവരുത്തുവാൻ കാളത്തങ്കനും കൂട്ടരും വന്നതായിരിക്കണം. ഭാഗ്യം. താഴൂരമ്മയെ തൊഴാൻ പോയതുകൊണ്ട് രക്ഷപ്പെട്ടു. അവർ വന്നനേരത്ത് ഉണ്ടായിരുന്നെങ്കിൽ......? ഹോ! ദൈവമേ!

ഏറെയിരുട്ടിയപ്പോൾ, തളർച്ചകൊണ്ടാകാം കേശവൻകുട്ടി പുല്ലുപായിൽ കൂർക്കംവലിച്ചുചുരുണ്ടു. അങ്ങേമുറിയിൽ കാർത്തികേയൻ തിരിഞ്ഞും മറിഞ്ഞുംകിടന്ന് നിശ്വാസമിടുന്നതുപോലെ; അവൻ ഇനിയും ഉറങ്ങിയില്ലെന്നുതോന്നുന്നു.

അവർ ഇനിയുംവരുമോ? ....ന്റീശരമ്മാരേ....

കേശവൻകുട്ടിയുടെ കാൽക്കൽ മൺഭിത്തിയിൽചാരി മാധവി നേരം വെളുപ്പിച്ചു.

"മാതുവേ."

"ഓ..."

"കുട്ടച്ചന്റെ ചായപ്പീടികേന്ന് എന്തേലും കഴിച്ചോളാം."

ബാർബർസുകുവിന്റെ ബാക്കി മേക്കൂരപ്പണിക്കായി ഉളിസഞ്ചിയും കൊച്ചുമുഴക്കോലുമെടുത്ത് അവൻ കുത്തുകല്ലിറങ്ങി.

രണ്ടുദിവസത്തേക്ക് കുറച്ചു പാടുപെടും. പിന്നെയെല്ലാം നേരെയായിക്കോളും. ഒന്നരമാസം ഒന്നുംചെയ്യാതെ ഇരുന്നതല്ലേ. ദേഹമാകെ ഇളതായി. കുട്ടച്ചന്റെ ചായപ്പീടികയിൽനിന്നും ദോശയും കടലക്കറിയും കട്ടൻചായയും കഴിച്ച് കടംപറഞ്ഞു. കൈകഴുകി, ബാർബർസുകുവിന്റെ വീട്ടിലേക്കുപോകുംവഴി അവൻ തിരിഞ്ഞുതിരിഞ്ഞു നോക്കുന്നുണ്ടായിരുന്നു; തങ്കനും കൂട്ടരും തന്നെ പിൻതുടരുന്നുണ്ടോയെന്ന്.

കേശവൻകുട്ടി മുറ്റത്തെത്തിയപ്പോൾ അപരിചിതനെ കണ്ടതുപോലെ സുകുവിന്റെ ഭാര്യ ഓമന, ഊതിയനത്തി തലചായ്ക്കാൻ മറച്ചുകെട്ടിയ ചെറ്റപ്പുരയിലേക്കുകയറിപ്പോയി. നേരത്തെ അങ്ങനെയല്ലായിരുന്നല്ലോ. ഓമനയ്ക്ക് തന്നോട് എന്തുകാര്യമായിരുന്നു. പണിചെയ്യാൻ സമ്മതിക്കില്ലായിരുന്നു. എപ്പോഴും കുശലംപറച്ചിലായിരുന്നു. ഇപ്പോഴെന്തുപറ്റി? സുകുവിന്റെ കുട്ടികളേയും കാണുന്നില്ല.

"കേശവങ്കുട്ടിയെ..."

ചെറ്റപ്പുരയിൽനിന്നും സുകു ഇറങ്ങിവന്നു.

"ങ്ഹാ...."

"പണിക്കുവേറെ ആശാര്യെ ഏർപ്പാടാക്കി. നാളെവരും."

"ങ്ഹേ?"

"ന്റെ ഹേർസലൂണിൽ ല്ലാരുംവരും മുടിവെട്ടാൻ."

"–പ്പോ കുഞ്ഞനന്നൻ?"

"സഹാവിന്റെ കൂടെയാണെന്നതു നേരാ... പച്ചേങ്കില്; നിക്ക് ല്ലാരുടേം തലവേണം."

"–പ്പോ?!"

"കേശവങ്കുട്ടി പൊക്കാട്ടെ."

ഉദിച്ചുയർന്ന സൂര്യൻ തെളിഞ്ഞമാനത്തൂടെ ആനക്കുളത്തിനുകുറുകെ തിളതുപ്പി മെല്ലെമെല്ലെ പടിഞ്ഞാട്ടുനീങ്ങി. മരുഭൂമിയിലകപ്പെട്ട, കൂട്ടംതെറ്റിയ സഞ്ചാരിയെപ്പോലെ ദിക്കറിയാതെ കേശവൻകുട്ടി എങ്ങോട്ടെന്നില്ലാതെ നടന്നു. ഉളിസഞ്ചിയും കൊച്ചുമുഴക്കോലുമായി കുത്തുകല്ലുകയറുമ്പോൾ ഒരു കടലുകുടിച്ചുവറ്റിക്കുവാനുള്ള പരവേശം അവന്റെയുള്ളിലുണ്ടായിരുന്നു. ഓടിന്റെ പൊട്ടലിലൂടെ ചാണകംമെഴുകിയ തിണ്ണയിൽവരച്ച സൂര്യവട്ടങ്ങളിൽ തന്റെ ഭാവിപരതുന്ന കാർത്തികേയനെ നോക്കി കുത്തുകല്ലിൽ അവൻ കുറച്ചുനേരംനിന്നു.

ഇതുവരേയും പൊലീസുവന്നില്ല. ഒരുപക്ഷേ, രാത്രിയിൽ വീടുവളഞ്ഞ് പിടിക്കുവാനായിരിക്കും. അല്ലെങ്കിൽ കാളത്തങ്കനും കൂട്ടരും രാത്രിയിൽവന്ന് വകവരുത്തുമായിരിക്കും. ആണിയടിച്ചുറപ്പിച്ച കതക് സുരക്ഷിതമല്ലെന്ന് അവർക്കറിയാം. പൊട്ടിയ ഓടിന്റെ വിടവിലൂടെ അരിച്ചിറങ്ങിയ നിലാവെട്ടത്തിൽ ഭീതി കുടിച്ചിറക്കി അവർ ഇരുന്നു.

ങ്ഹേ....! കതകിലാരോ മുട്ടുന്നു!!

കേശവൻകുട്ടി നിർന്നിമേഷനായി മാധവിയെനോക്കി. കൊടുവാളിൽ കൈമുറുക്കി കാർത്തികേയൻ ഇമവെട്ടാതെനിന്നു. മാധവിയുടെ ദേഹമാസകലം എഴുന്നുവന്നു.

ടക്. ടക്.. ടക്.....

കാർത്തികേയൻ മുന്നോട്ടാഞ്ഞു.

"മോനേ. വേണ്ട...." മാധവി അവനെ തടഞ്ഞു. "ആരാാ......?" അവൾ ഉറക്കെയലറി.

"ഞാനാ. കുഞ്ഞനന്തൻ." തിണ്ണയിൽ നേരിയ ശബ്ദം. "കതകുതുറക്ക്."

മാധവി കതകുതുറന്നു. കുഞ്ഞനന്തൻ മുറിയിൽക്കയറി. അവൾ വാതിലുചാരി.

"എല്ലാം കുഴഞ്ഞുമറിഞ്ഞു."

"ങ്ഹാ...?"

"തങ്കന്റെ കൈയുംവച്ചുകെട്ടി നടക്കുവാ അവര്. കേസുകൊടുത്തിട്ടില്ല. ഗീവറുഗീസിന്റെ കൂട്ടര് നിങ്ങളുടെ വീടുതല്ലിപ്പൊളിച്ചിട്ട്, തങ്കനോടു പകപോക്കാൻ ഞാൻ ചെയ്യിച്ചതാണെന്നു പറഞ്ഞുനടക്കാ. രാഷ്ട്രീയ

നേട്ടമുണ്ടാക്കാനാ അവരുനോക്കുന്നെ."

നാവുവരണ്ട തവളകൾ വല്ലാതെ തൊള്ളതുറക്കുന്നു. അയ്യപ്പൻപ്ലാവിന്റെ കൊമ്പിലിരുന്ന കൂമൻ അമർത്തിയമർത്തി മൂളി.

"ന്റീശരമ്മാരേ...."

"കണക്കുകൂട്ടലുകൾ പെഴച്ചു. കേശവൻകുട്ടി ഒരുകാര്യംചെയ്യ്. കുറച്ചുനാളത്തേക്ക് മാറിനിക്ക്."

"എങ്ങോട്ടാ....?" ദുർബ്ബലശബ്ദം.

"മണ്ണാറക്കുളഞ്ഞീൽ ഒരു സഖാവുണ്ട്. രാമചന്ദ്രൻ. സഖാവുരാമു. നിങ്ങളുടെ എനക്കാരനാ. ഞാൻ പറഞ്ഞിട്ടാണെന്നു പറഞ്ഞാൽമതി. എല്ലാ സഹായവും ചെയ്തുതരും. വെളുപ്പിനെത്തെ ചന്ദ്രികയ്ക്കുതന്നെ പൊക്കൊ."

പോക്കറ്റിൽനിന്നും കുറച്ചു നോട്ടുകളെടുത്ത് മാധവിയുടെ കൈയിൽ വച്ചുകൊടുത്തു. കുഞ്ഞനന്തൻ വാതിലുതുറന്ന് നിലാവെട്ടത്തിലൂടെ നടന്നുപോയി. അവൾ വാതിലടച്ചു.

കുഞ്ഞനന്തൻ പറഞ്ഞതാണ് ബുദ്ധി. കുറച്ചുനാളത്തേക്ക് മാറി നില്ക്കാം.

വെളുപ്പാൻകാലത്തുതന്നെ കേശവൻകുട്ടിയും മാധവിയും ഉണർന്നു. അവൾ കട്ടൻതിളപ്പിക്കുവാൻ അടുപ്പിൽ തീ കൂട്ടുവാൻ തുനിഞ്ഞു. അവൻ അവളെ തടഞ്ഞു. വേണ്ട. വെളിച്ചവും പുകയുംകണ്ട് ആരെങ്കിലും ശ്രദ്ധിച്ചാലോ? ഇരുളിന്റെ മറപറ്റി പ്രഭാതകൃത്യങ്ങൾ കഴിച്ചുകൂട്ടി. അവൻ പുറപ്പെടാൻ തയ്യാറെടുത്തു. ഉളിസഞ്ചി ഇടതുകൈയിൽ തൂക്കി. വലതു കൈയിൽ മുറുകെപ്പിടിച്ച കൊച്ചുമുഴക്കോൽ മാറോടുചേർത്തു. അവൻ അങ്ങേമുറിയിലേക്കുനോക്കി. കാർത്തികേയൻ നല്ല ഉറക്കത്തിലാണ്. അവന്റെ തലയ്ക്കൽത്തന്നെ കൊടുവാളുകിടപ്പുണ്ട്. അരണ്ടവെളിച്ചത്തിലും അതിന്റെ വായ്ത്തലയിൽ അടങ്ങാത്ത പകയുടെ തിളക്കം.

"ന്റീശരമ്മാരേ.... കാക്കണേ..."

പീടകമുക്കിൽ മൂങ്ങാക്കിളി കഴുകിത്തുടച്ച ചന്ദ്രികാമോട്ടേഴ്സ് കിടപ്പുണ്ട്. കേശവൻകുട്ടി വണ്ടിയിലേക്ക് കയറുവാൻ ആഞ്ഞു.

"കേസോങ്കുട്ടിയേ."

"ഓ!"

കേശവൻകുട്ടിയോട് കുശലത്തിനുനില്ക്കാതെ സുബഹ് നമസ്കാരത്തിന് വാങ്കുവിളിക്കാനായി മൊയ്തു നിസ്കാരപ്പള്ളിയിലേക്ക് ധൃതിപ്പെട്ടുപോയി.

അള്ളാഹു അക്കുബർ–

അള്ളാഹു അക്കുബർ–

അശ്ഹദ് അൻ ലായിലാഹ ഇല്ലല്ലാഹ്–

ആനക്കുളത്തിനെയുണർത്തി വാങ്കുമുഴങ്ങി. ചന്ദ്രികാമോട്ടേഴ്സ് കുലുങ്ങിവിറച്ച് യാത്രതുടങ്ങി.

തനിക്കെവിടെയാണ് പിഴച്ചുപോയത്? അപ്പനും നാരായണൻകുട്ടി

യേട്ടനും പഠിപ്പിച്ച തച്ചുശാസ്ത്രത്തിൽ? യോനിതിരിച്ച് മനുഷ്യാലയം തീർക്കാൻ കൊച്ചുമുഴക്കോലിൽ കോറിയിട്ട അംഗുലങ്ങളിൽ? മനഃസാക്ഷിക്ക് ശരിയെന്നുതോന്നിയ തന്റെ ചെയ്തികളിൽ? എവിടെയാണ്...?

മൊയ്തുവിന്റെ പീടികമുക്കും രാക്ഷസൻപാറയുടെ പടിഞ്ഞാറേച്ചെരുവുംതാണ്ടി ആനക്കുളം പിന്നിട്ട്, ബസ് താന്നിമൂടിറങ്ങുവോളം അവൻ കണ്ണടച്ചിരുന്നു.

നേരം നന്നേ പുലർന്നിട്ടുണ്ട്. കേശവൻകുട്ടി മണ്ണാറക്കുളഞ്ഞിയിൽ ബസിറങ്ങി. കവലയിൽ രക്തസാക്ഷി മണ്ഡപം വൃത്തിയാക്കുന്ന തിരക്കിലാണ് കുറച്ചുപേർ. കൂട്ടത്തിൽ ഏറ്റവും ചെറുപ്പക്കാരനായവൻ മണ്ഡപത്തിൽ കൊടി മാറ്റിക്കെട്ടുന്നു.

"രാമേന്ദ്രൻ? സഹാവുരാമു?"

"ഞാനാ."

ചെറുപ്പക്കാരൻ ചെങ്കൊടി നിവർത്തിപ്പിടിച്ചു.

"കുഞ്ഞനന്നൻ പറഞ്ഞിട്ട്..."

"ഡീ സീ മെമ്പർ സഹാവു കുഞ്ഞനന്നനാണോ?"

"അതറീല്ല."

"ആനക്കുളത്തെ?"

"ങ്ഹാ. അതുതന്നെ."

"പേര്?"

"കേശവൻകുട്ടി."

"പുന്നപ്ര വയലാർ ദിനമാചരിക്കാൻ ആനക്കുളത്തെ സഹാവു കേശോങ്കുട്ടീമുണ്ട്." രാമചന്ദ്രൻ ഉറക്കെപ്പറഞ്ഞു.

തോക്കേന്തിയ സി പിയുടെ അമേരിക്കൻ മോഡലിനുനേരെ വാരിക്കുന്തവുമായി മാറുവിരിച്ച് പാഞ്ഞടുത്തവർ. വിരിമാറിൽ വെടിയുണ്ടയേറ്റുവാങ്ങിയ ധീരന്മാർ. പുന്നപ്ര-വയലാർ രക്തസാക്ഷികൾ. മണ്ണാറക്കുളഞ്ഞിയിലെ പുന്നപ്ര-വയലാർ ദിനാചരണത്തിന് ആനക്കുളത്തുനിന്നും ഒരാൾ! സഖാവ് കേശവൻകുട്ടി!!

ഇന്ത്യൻ നാഷണൽ കോൺഗ്രസിന്റെ ഫണ്ടുശേഖരണാർത്ഥം വന്ന മഹാത്മാഗാന്ധിയെ കാണാൻ വില്ലുവണ്ടിയിൽ ഒരിപ്പുറത്തു ദേവസ്വം പ്രസിഡന്റ് മംഗലത്തുവല്യേമാന്റെ കൂടെ ദേവസ്വം പ്രതിനിധിയായിരുന്ന അപ്പനും അടൂരിൽപ്പോയിരുന്നു. മതസൗഹാർദ്ദ സ്തൂപത്തിന്റെ ശിലാസ്ഥാപനത്തിന് ഗാന്ധിജിക്ക് വെള്ളിക്കരണ്ടിയിൽ കുമ്മായച്ചാന്ത് കോരിക്കൊടുത്ത ടി കെ മാധവനോട്, വെള്ളിക്കരണ്ടിയാൽ പണിയുന്ന തൊഴിലാളിക്ക് എന്തു കൂലിതരുമെന്ന് ഗാന്ധിജി ചോദിച്ചുവെന്ന് അപ്പൻ പലപ്പോഴും പറയാറുണ്ടായിരുന്നു. എന്നാൽ അപ്പൻ കോൺഗ്രസുകാരനായിരുന്നില്ല. കമ്യൂണിസ്റ്റുകാരനും അല്ലായിരുന്നു. നാരായണൻകുട്ടിയേട്ടനും അങ്ങനെതന്നെ. ആനക്കുളത്ത് നെഹ്റു പങ്കെടുത്ത യോഗത്തിനും തോപ്പിൽഭാസി പങ്കെടുത്ത യോഗത്തിനും താൻ പോയിട്ടുണ്ട്. ഒരു രാത്രിയിൽ തോപ്പിൽഭാസിക്കൊപ്പം ലോക്കപ്പിൽ കിടന്നിട്ടുമുണ്ട്. കുഞ്ഞനന്ത

ന്റെയും മാഷന്മാരുടെകൂടെയും കൂടെ കമ്പനികൂടിയിട്ടുണ്ട്. പ്ലാക്കാട്ടച്ചനും ഗീവറുഗീസുസാറുമൊത്ത് വീഞ്ഞുനുകർന്നിട്ടുണ്ട്. എന്നാൽ ഇതുവരേയും ഒരു പാർട്ടിയിലും താൻ പെട്ടിട്ടില്ല. അപ്പനെപ്പോലെ, നാരായണൻകുട്ടിയേട്ടനെപ്പോലെ മഹാത്മാഗാന്ധിയെ സ്നേഹിക്കുന്ന കേവലമൊരു ഭാരതീയൻ മാത്രമാണ് താനും.

സഖാവ് കേശവൻകുട്ടി?!

“പുന്നപ്ര വയലാർ സിന്താബാ....!”

രാമചന്ദ്രൻ മുഷ്ടിചുരുട്ടി ആകാശത്തേക്കെറിഞ്ഞു.

“പുന്നപ്പറ വയലാറുസിന്താവാ.”

മറ്റുള്ളവർ ഏറ്റുവിളിച്ചു.

“രക്തസാക്ഷികൾ സിന്താബാ.”

“രത്ത സാഷികൾ സിന്താവാ....”

കൊച്ചുമുഴക്കോൽ ആകാശത്തേക്കുകുത്തി കേശവൻകുട്ടി ഉറക്കെ മുദ്രാവാക്യംവിളിച്ചു; രക്തസാക്ഷികൾ സിന്ദാബാദ്!!

പതിമൂന്ന്

മാധവി ഞായറാഴ്ചയേ വീട്ടിൽ കാണുകയുള്ളൂ. മറ്റെല്ലാദിവസങ്ങളിലും പളനിമേസ്തിരിയുടെ സൈറ്റിൽ അവൾ മെയ്ക്കാടിനുപോകും. പളനിമേസ്തിരി തമിഴനാണ്. പണികളും ധാരാളമുണ്ട്. അയാളുടെ പണിക്കാർ അധികവും തമിഴരാണ്. വാടകയ്ക്ക് വീടെടുത്ത് തമിഴരെ പാർപ്പിച്ചിരിക്കുകയാണ്. അയാളുടെ താമസവും വാടകവീട്ടിലാണ്. ആനക്കുളത്തിന്റെ സപ്പോർട്ടിനായി നാട്ടുകാരായ കുറച്ചുപേരെ അയാൾ സൈറ്റിൽ നിർത്തിയിട്ടുണ്ട്. കൂടുതലും പെണ്ണുങ്ങൾ. കൊച്ചുകുറുമ്പയാണ് സൈറ്റിൽ മാധവിക്കുകൂട്ട്.

മെയ്ക്കാടിനു പോകാത്തന്ന് മാധവിക്ക് പിടിപ്പത് പണികളാണ്. പശുവിനെ നേരെചൊവ്വെ കുളിപ്പിക്കുന്നതും, ചായ്പ് വൃത്തിയാക്കുന്നതും, പറമ്പിൽക്കെട്ടി തീറ്റിവെയിലുകൊള്ളിക്കുന്നതും അന്നാണ്. വീടും തൊടിയും അടിച്ചുവാരണം. തുണികൾ നനച്ചുണക്കി തകരപ്പെട്ടിയിൽ അടുക്കിവയ്ക്കണം. ഒരാഴ്ചത്തേക്ക് വിറകും പലവ്യഞ്ജനങ്ങളും ശേഖരിക്കണം...... കുളിയും നാമജപവുംകഴിഞ്ഞ് വറ്റുവാരിത്തിന്ന് പായയിൽ ചാഞ്ഞാൽ എപ്പോൾ ഉറങ്ങിയെന്നു ചോദിച്ചാൽമതി. സൈറ്റിൽ പോകുന്നദിവസങ്ങളിൽ രാവിലെയെഴുന്നേറ്റ് എന്തെങ്കിലുമൊന്നു കാട്ടിക്കൂട്ടണം. പാലുകറന്ന് പയ്യിന്റെ മേലുകഴുകി വൈക്കോലുവാരിയിട്ട്, ചോറ്റുപാത്രവുംനിറച്ച് സൈറ്റിലേക്ക് വച്ചുപിടിച്ചാൽമതി. വൈകിട്ടെത്തിയാൽ അടിച്ചുനനച്ചുകുളിച്ച് സന്ധ്യാനാമംചൊല്ലി അത്താഴവുംകഴിച്ച് കിടന്നുറങ്ങണം.

പിൻകാൽമുട്ടിൽ ഉണങ്ങിപ്പറ്റിയ ചാണകം ഉരച്ചിളക്കുവാൻ ചകിരികൊണ്ട് പണിപ്പെടുമ്പോൾ വാലുചുഴറ്റിയടിച്ച പശുവിനെ മുടിഞ്ഞപയ്യെന്നുപ്രാകി, വാൽരോമംപതിഞ്ഞ കൈവണ്ണ തടവിനില്ക്കുമ്പോഴാണ്

കൊച്ചുകുറുമ്പ കയറിവന്നത്.

"മാതുക്കൊച്ചറിഞ്ഞോ?"

"ന്താ കുറുമ്പപ്പെണ്ണേ."

"നാണിപ്പതിച്ചി തൂങ്ങി."

"എപ്പോൾ?"

"അതറീല്ല. അയ്യപ്പമ്പിലാവിലാ."

തിണ്ണപ്പടിയിൽ അമർന്നിരുന്ന് കൊച്ചുകുറുമ്പ കൈലിമുണ്ടും അടിപ്പാവാടയും മുട്ടോളംപൊക്കിയാട്ടി വേവാറ്റി.

"പയ്യേ... അടങ്ങിനിന്നോണം."

മാധവി ആഴാന്തലിൻകമ്പെടുത്ത് പശുവിനെയോങ്ങി. സമ്മതമെന്നമട്ടിൽ പശു തലയാട്ടി ചാണകമിട്ടു.

"മാതുക്കൊച്ചേ. നീ പതിച്ചിയെ കാണാൻവരുന്നോ?"

"ഇല്ല. നീ പൊക്കോ. നിക്കൊരുപാടു പണിയൊണ്ടുപെണ്ണേ."

ഉറച്ച, അഴകാർന്ന കറുത്തമേനി ഒരു പ്രത്യകതാളത്തിലുലച്ച് കൊച്ചുകുറുമ്പ കുത്തുകല്ലുചവിട്ടി ഇടവഴിയിലേക്ക് ഇറങ്ങിനടന്നു.

നാണിപ്പതിച്ചി തൂങ്ങിച്ചത്തതിൽ മാധവിക്ക് അതിശയംതോന്നിയില്ല. അങ്ങനെയേ സംഭവിക്കുവെന്ന് അവൾക്കറിയാം.

ആദ്യമൊക്കെ അവൾക്ക് നാണിപ്പതിച്ചിയെ വെറുപ്പായിരുന്നു. ആണുങ്ങളെ വശീകരിക്കുന്ന വേശ്യ. അവരുടെ ചോരയൂറ്റിക്കുടിക്കുന്ന യക്ഷി. ചാരായംമോന്തി അഴിഞ്ഞാടുന്നവൾ. രാത്രിയെന്നോ പകലെന്നോയില്ലാതെ ആരുടെകൂടെയും എവിടേക്കും പോകുന്നവൾ. ഭർത്താവിനെ വകവയ്ക്കാത്ത വഞ്ചകി. നേരത്തെ അവളുടെ മനസ്സിലുണ്ടായിരുന്ന നാണിപ്പതിച്ചിയുടെചിത്രം ഇതായിരുന്നു.

എന്നാൽ പതിച്ചിയെ അടുത്തറിഞ്ഞപ്പോൾ അവൾക്ക് അവരോട് സഹതാപവും ബഹുമാനവുമാണ് തോന്നിയത്.

കേശവൻകുട്ടി മണ്ണാറക്കുളഞ്ഞിക്കു പോയതിന്റെ പിറ്റേന്നാണെന്നു തോന്നുന്നു; അതോ....? ദിവസമേതുമാകട്ടെ. ഒരു ഉച്ചമയങ്ങിയനേരം. കാർത്തികേയൻ എവിടെയോ അലയാൻ പോയിരുന്നു. പേറെടുപ്പിന്റെ ലാഘവത്തോടെയല്ല അവർ കയറിവന്നത്. നാണിപ്പതിച്ചിയുടെ മുഖം ഇത്ര ഗൗരവത്തിൽ കാണുന്നത് ആദ്യമായിട്ടാണ്. വന്നപാടേ ഉടുതുണി ചൊരുക്കി തിണ്ണയിൽക്കയറി കുരണ്ടിപ്പലകയിൽ ഇരുന്നു.

"കൊച്ചേ...."

"മ്ഉം?"

"തിണ്ണേൽ വന്നിതുന്നാട്ടെ."

"ന്താ പതിച്ചി?"

കാടിയിളക്കിയ കൈകുടഞ്ഞ് അവൾ തിണ്ണയിലിരുന്നു. മാറുമറച്ച തോർത്തെടുത്ത് നീരസത്തിൽ പിൻകഴുത്തുതുടച്ചു.

"കൊച്ചുപേടിക്കേണ്ട. ധൈര്യാട്ടിരി. ഞങ്ങളൊക്കെ ഇവിടൊണ്ട്."

"ആർക്കാ പേടി."

"അതല്ല. കുഞ്ഞനന്നൻ സഹാവ് ജെയിച്ചാൽ.... ഒരുപക്ഷേങ്കില്....."

"കുഞ്ഞനന്നൻ തോക്കോ?"

"അതറീല്ല. സഹാവിനെ എല്ലാർക്കും ഇഷ്ടോക്കെയാ. പക്ഷേല്...."

ഗൗരവത്തിൽ നേരിയ നിരാശ ചാലിച്ച് നാണിപ്പതിച്ചി ഉച്ചയുടെ തിളപ്പിലേക്കുനോക്കി ഇറ്റുനേരം മിണ്ടാതിരുന്നു.

"പതിച്ചീ. ന്താന്നുവച്ചൽ പറയ്." മാധവിക്ക് ക്ഷമകെട്ടു.

"എലഷനല്യോ. ജാതീം, മദോം, പണവുമാ ല്ലാംതീരുമാനിക്കുന്നെ. അതെല്ലാം മറ്റോർക്കൊണ്ട്. കാരിയത്തോടടുക്കുമ്പം അങ്ങനാ. ന്തുചെയ്യാം. ങ്ഹാ!" നാണി കൈമലർത്തി നിശ്വസിച്ചു.

അവർ പറഞ്ഞതിന്റെ പൊരുളറിയാതെ മാധവി വാപൊളിച്ചു കേട്ടിരുന്നു.

മയങ്ങുന്ന ഉച്ചയുടെ നിശ്ശബ്ദതയെ ഭഞ്ജിച്ച് കുഴൽവെടി മുഴങ്ങി. പള്ളിക്കൂടംവളപ്പിലെ അരയാൽ ചില്ലയിൽനിന്നും കിളികൾ ചിലച്ചുപറന്നു.

അന്തിമയങ്ങുമ്പോൾ ഔട്ട്ഹൗസ് ലഹരിക്ക് സ്വാദുപിടിക്കാൻ ഹോട്ടൽ കോശിമുതലാളി പക്ഷിവേട്ടയ്ക്കിറങ്ങിയതാവും.

"ഓ! മൊതലാളി കൊഴലുംചൂണ്ടി എറങ്ങി. ഇന്നുകൊറേ ഉണ്ടപൊട്ടിക്കും."

"അതിനെന്താ?"

"ഒരാണിനേം വിശ്വസിക്കാൻ കൊള്ളില്ലകൊച്ചേ."

"അതെന്താ?"

"കൊച്ചുപണിക്കന്റെ കാരിയം തന്നെടുക്കാം. ഇനീം തിരിച്ചുവന്നാലായി."

"കേശോൻകുട്ടിയെപ്പറ്റി അനാവശ്യം പറഞ്ഞാലൊണ്ടല്ലോ."

നാണിപ്പതിച്ചിയുടെ പ്രവചനത്തിൽ അവൾക്ക് ദേഷ്യംവന്നു. അവൾ മുഖംവക്രിച്ച് തിണ്ണയിൽ ഇളകിയിരുന്നു.

"കൊച്ചിനറിയോ? ഇങ്ങനാവണോന്ന് ഞാൻ നിനച്ചതേയല്ല. ല്ലാം വിദിയാകൊച്ചേ."

ചാലപ്പറമ്പിലെ പങ്കുപ്പതിച്ചിയുടെ അക്കനായിരുന്നു കാളിപ്പെണ്ണ്. കാളിപ്പെണ്ണിന്റെ നാലാമത്തെ മകൾ വെളുമ്പിയെ തട്ടക്കാരൻ പപ്പൻ പാട്ടിലാക്കിക്കെട്ടി ചാലപ്പറമ്പിൽ കുടിലുകെട്ടി പൊറുതികൂടി. വെളുമ്പിയുടെ കുളിതെറ്റിയതിന്റെ ആറാംമാസം കുടിച്ചുലക്കുകെട്ടുവന്ന പപ്പന്റെ കാളച്ചാട്ടത്താൽ പുറത്തുചാടിയ ചാപിള്ളയെക്കണ്ട്; "അടുത്തതിനേലും കൊറച്ചു മയംകാണിക്കണേ പപ്പഞ്ചെറുക്കാ" എന്നപങ്കുപ്പതിച്ചിയുടെ ഉപദേശം സ്വീകരിച്ച് പപ്പന്റെ കാളയെ കൂപ്പിൽ പുല്ലുമേയാൻവിടുകയാൽ വെളുമ്പി രണ്ടാമതു ധരിച്ചഗർഭം പൂർണ്ണതയിലെത്തി ഒരു പൊന്നിൻകുടത്തിന് പിറവികൊടുത്തകാലം.

വെളുമ്പിയുടെ പേറിന് പങ്കുപ്പതിച്ചി മേൽനോട്ടംവഹിച്ചു.

പങ്കുപ്പതിച്ചിയുടെ അക്കനാണല്ലോ കാളിപ്പെണ്ണ്. അഥവാ, കാളിപ്പെ

ണ്ണിന്റെ അനുജത്തി പങ്കുപ്പതിച്ചി. അതായത്; കാളിപ്പെണ്ണിന്റെ നാലാമത്തെ മകൾ വെളുമ്പിയുടെ കെട്ട്യോൻ തട്ടക്കാരൻ പപ്പൻ, പേറെടുത്ത ചാലപ്പറമ്പുകാരിപ്പതിച്ചി പങ്കുവിന്റെ കൊച്ചുമരുമകൻ. ആരാലും അഴിക്കാൻപറ്റാത്ത, കെട്ടുപിണഞ്ഞ ബന്ധുത്വത്തിലെ ഊരാക്കുടുക്കിൽ പിടിച്ച് പങ്കുപ്പതിച്ചി സുല്ലിട്ടു;"നിക്കു വയ്യേ!" കൂപ്പിൽ മേഞ്ഞുനടന്നുകൊഴുത്ത പപ്പന്റെ കാളയെ അമ്പത്താറുവരെയും ആര് കൊമ്പുകുത്തിക്കും? പങ്കുപ്പതിച്ചി കണക്കുകൂട്ടി കൺകോണിൽ ഒരാശങ്ക ദർശിച്ചു;"പപ്പഞ്ചെറുക്കൻ പെഴച്ചുപോകും."

പങ്കുപ്പതിച്ചി കണക്കുകൂട്ടി ദർശിച്ച ആശങ്ക അസ്ഥാനത്തായില്ല. കാളിപ്പെണ്ണിന്റെ അഞ്ചാമത്തെ മകൾ –വെളുമ്പിയുടെ കുഞ്ഞനുജത്തി– നാണി എല്ലാംതികഞ്ഞ് മുറ്റിനില്ക്കുന്ന പ്രായം. പപ്പന്റെ കാള ആദ്യമൊക്കെ നാണിയുടെ പച്ചപ്പുകൾ മണപ്പിച്ചു. പിന്നെപ്പിന്നെ മുക്രയിട്ട് മുൻകാലുകൊണ്ട് പൂഴിമണ്ണ് പിന്നോട്ടുമാന്തുവാൻ തുടങ്ങി. ഒരു സുപ്രഭാതത്തിൽ നാണിയെ അനന്തരാമപുരം ചന്തയിൽനിന്നും കാളവണ്ടിയിൽക്കയറ്റി പപ്പൻ ആനക്കുളത്തു കൊണ്ടുവന്നു. മൊട്ടപ്പാറമലഞ്ചെരുവിലെ ഒഴിവുകണ്ട പുതുമണ്ണിൽ പപ്പൻ കുടിലുകെട്ടി നാണിയെ പൊറുപ്പിച്ചു.

"പപ്പണ്ണൻ രണ്ടുചാൽ എളക്കിയാൽ ഏതുവരണ്ടതറയും ഉഴുതുമറിയും കൊച്ചേ."

നാണിയുടെ കുളി ആണ്ടുകൾ പലതുപിന്നിട്ടിട്ടും മുറതെറ്റാതെ വന്നപ്പോൾ പപ്പൻ ഒരുപാടു സന്തോഷിച്ചു. വാറ്റുകുടിച്ച് മുക്രയിട്ടുചാടി.

പങ്കുപ്പതിച്ചിക്കു പിൻതുടർച്ച, നാണി– നാണിപ്പതിച്ചി. നാണിക്കും അഭിമാനമുണ്ടായി. ഒരു കുഞ്ഞിക്കാലിന് ജന്മമേകാൻ കഴിയില്ലെങ്കിലും ഒരുനാടിന്റെ പുതുപ്പിറവി തന്റെ കൈയിലൂടെ; ഗർഭഗൃഹത്തിന്റെ ശീതളിമയിൽനിന്നും വർണ്ണപ്രപഞ്ചത്തിന്റെ വിസ്മയത്തിലേക്ക്, പൊക്കിൾക്കൊടിബന്ധം മുറിച്ചുമാറ്റി സ്വതന്ത്രതയുടെ വിശാലതയിലേക്ക്...... തലമുറകളായി കിട്ടിയപുണ്യം ഇനിയും ഈ കൈകളിലൂടെ.

ഉടയതമ്പുരാൻ തന്നിലർപ്പിച്ച വിശ്വാസവും, കോരിച്ചൊരിഞ്ഞ അനുഗ്രഹവും ദുരാഗ്രഹമെന്യേ നാണി മുറപോലെ ചെയ്തുപോരവേ; അത്യാഗ്രഹിയായ പപ്പൻ കുടുംബ ഉടയവൻ എന്ന നിലയ്ക്ക് നാണിയുടെ പതിച്ചിപ്പണിയിൽ കൈകടത്തി. വയറ്റാട്ടി വെപ്പാട്ടിയുമാകണം. പേറ്റുകാരിക്കുമാത്രംപോരാ, കെട്ട്യോനുംവേണം അൻപത്താറുവരെയും പതിച്ചിയുടെ ശുശ്രൂഷ. നാണിയെതിർത്തു. "കണ്ടവമ്മാരുടെ കൂടെപ്പൊറുക്കാൻ! ശ്ചേ! നിക്കുവയ്യേ." പപ്പൻ വിട്ടില്ല. അവന്റെ ഉഴുതുമറിക്കലിലും ശാരീരിക പീഡകളിലും സഹികെട്ട് അവൾ അവനു വഴങ്ങി. അവൾ ഇങ്ങനെ സമാധാനിച്ചു; "വെളുമ്പി അക്കയുടെ ഗെതി മറ്റൊരുപെണ്ണിനും ഒണ്ടാകത്തില്ലല്ലോ!" പെണ്ണ് പെറ്റെഴുന്നേറ്റുവരുമ്പോൾ അവളുടെ ആണിനെ നാണിപ്പതിച്ചി തിരിച്ചുകൊടുത്തു. പേറെടുപ്പിന്റെ കൈനീട്ടവും ആണെടുപ്പിന്റെ പാരിതോഷികവും. വരവും ഇരട്ടിയായി. തേൻകൂട്ടിലെ വയറു

ന്തിയ മടിയനെപ്പോലെ വാറ്റുമോന്തി നാണിയുടെ കെട്ട്യോൻ തട്ടക്കാരൻ പപ്പൻ സുഖിച്ചുകൂടി.

എന്നാൽ ഈ കൂട്ടിൽ റാണിയും വേലക്കാരിയും ഒരാളുതന്നെ; പാവം നാണിപ്പതിച്ചി.

വെയിലുചാഞ്ഞിട്ടുണ്ടെങ്കിലും തിളപ്പടങ്ങിയിട്ടില്ല.

നാണിയുടെ മടിയിൽ ചെരിഞ്ഞുകിടന്ന മാധവി വെയിലിന്റെ തിളപ്പിലേക്കുനോക്കി കണ്ണുചിമ്മി. മാധവിയുടെ ഇടതൂർന്നമുടി വകഞ്ഞിട്ട് നാണി വാശിയോടെ പേൻകൊന്നു. പേൻ ഞെരിയുമ്പോൾ അവളുടെ വായിൽ പുളിയൂറി. വായിലെ പുളിയൂറലിലും, വകഞ്ഞിട്ട മുടിച്ചാലിൽ അടർന്നുവീഴുന്ന കണ്ണുനീർച്ചൂട് അവളറിയുന്നുണ്ടായിരുന്നു.

"കൊച്ചെ."

"മ്ളും?"

"കൊച്ചുപണിക്കൻ വരുമായിരിക്കാം. ചെറുക്കന്റേം നിന്റേം കാരിയം ഓർത്തേ."

"മ്ളും."

"കൊച്ചെന്തെങ്കിലും പണിക്കുപോ. കൊച്ചുകുറുമ്പേടെകൂടെ മെക്കാടിന്. ആദ്യോക്കെ ഇറ്റു പാടുകാണും. കഴിഞ്ഞുകൂടേണ്ടേ?"

"മ്ളും."

"പയ്യിനെ കെട്ടിവലിച്ചോണ്ടുനടക്കാതെ കൊടുക്കുകൊച്ചെ."

"മ്ളും."

മാധവി എല്ലാം മൂളിക്കേട്ടു.

അവൾ പശുവിനെ കറന്ന് ചായയിട്ടു. ഇരുവരും ഊതിക്കുടിച്ചു. വെയിലിന്റെ തിളപ്പാറിയപ്പോൾ നാണിപ്പതിച്ചി കുത്തുകല്ലിറങ്ങി.

നേരത്തെ എന്തൊരു ചുറുചുറുക്കായിരുന്നു. ഏതുകാര്യത്തിനും നാണിപ്പതിച്ചി മുന്നിലുണ്ട്. കുഞ്ഞനന്തന്റെ അപ്പൻ കുഞ്ഞിരാമൻനായർ മരിച്ചപ്പോൾ പഷ്ണിക്കഞ്ഞിവച്ചത് മാധവിയുടെ വീട്ടിലായിരുന്നു. പഷ്ണിക്കഞ്ഞിവെപ്പിന്റെ ചുമതല നാണിപ്പതിച്ചിയേറ്റെടുത്തു. കഞ്ഞിവെന്തുവാങ്ങി പയറുതോരനുംവച്ച് കണ്ണൻപിള്ളിയിൽച്ചെന്ന നാണിയെക്കണ്ടതും കാർത്ത്യായനിയമ്മ വിങ്ങിപ്പൊട്ടി. നാണി അവരെ താങ്ങിപ്പിടിച്ച് ആശ്വസിപ്പിച്ചു. അവരുടെ കണ്ണുകൾ നിലതെറ്റുന്നതുപോലെ. ശരീരം തണുത്തുമരവിച്ചുവരുന്നു. കടവാക്കോണിലൂടെ രക്തം ഇറ്റു. എന്തോ പന്തികേടുപോലെ. ശവത്തിന്റെ തലയ്ക്കൽ ഇരുന്ന കിണ്ടിയിൽനിന്നും നാണി അവരുടെ വായിലേക്ക് വെള്ളമിറ്റിച്ചു. നാണിയുടെ മടിയിൽ കാർത്ത്യായനിയമ്മ സ്വസ്ഥയായി. ഒരു ചിതയിൽ കുഞ്ഞിരാമൻനായരും കാർത്ത്യായനിയമ്മയും എരിഞ്ഞടങ്ങിയപ്പോൾ നാണിപ്പതിച്ചി നെഞ്ചത്തടിച്ചുനിലവിളിച്ചു; "രണ്ടു ദേഹമായിരുന്നേലും ഒരാൽമാവായിരുന്നേ..."

ഇന്ന്.......

കരചരണങ്ങളറ്റ് അടർകളത്തിൽ മരണംകാത്തുകിടക്കുന്ന പടനായകനെപ്പോലെയാണ് നാണിപ്പതിച്ചി. ഒരിക്കൽ ആനക്കുളത്തിന്റെ അവി

ഭാജ്യഘടകമായിരുന്നവൾ. ആനക്കുളത്തിന്റെ ഗർഭഗൃഹത്തിൽനിന്നും പുതുതലമുറയെ കൈനീട്ടിവാങ്ങിയവൾ. മാറിടം ഇടിഞ്ഞുതൂങ്ങി. വിളറിയമുഖം ചുക്കിച്ചുളിഞ്ഞു തുടങ്ങി. മുടിയിഴകളിൽ വെള്ളിരേഖപടർന്നു. കൺതടങ്ങളിൽ നിരാശയുടെ കരിമേഘങ്ങൾ.

അന്നന്നത്തെ അന്നത്തിനുപോലും പാടുപെടുന്നു.

നാണിപ്പതിച്ചിയുടെ ഉപദേശം സ്വീകരിച്ച് കഴിഞ്ഞുകൂടുവാൻ മാധവി കൊച്ചുകുറുമ്പയ്ക്കൊപ്പം മെയ്ക്കാടിനുപോയി. പശുവിനെ കൊടുത്തില്ല. ഇന്നും കെട്ടിവലിച്ചുകൊണ്ടു നടക്കുന്നു.

ആറ്റൻചോവനും തട്ടപപ്പനും പങ്കുകൂടി വാറ്റുതുടങ്ങി. വാറ്റുനിറച്ച കന്നാസ് തലയിലേറ്റി പാണ്ടിലോറിക്കടുത്തേക്കുപോകവെ പപ്പനെ പൊലീസുപിടിച്ചു. അവനെ ലോക്കപ്പിലിട്ടു. അവൻ അടിവസ്ത്രത്തിന്റെ വള്ളിയിൽ കുരുക്കിട്ട് ലോക്കപ്പിൽ തൂങ്ങിച്ചത്തു. തൂങ്ങിയതല്ല; തർക്കുത്തരം പറഞ്ഞ പപ്പനെ പൊലീസുകാർ തല്ലിക്കൊന്ന് കെട്ടിത്തൂക്കിയതാണെന്നും പറയപ്പെടുന്നു.

പപ്പൻ ചത്തതറിഞ്ഞ് നാണിപ്പതിച്ചി പൊട്ടിക്കരഞ്ഞില്ല. അവൾ മേൽമുണ്ടുചുറ്റി വലിയതോട്ടിൽ മുങ്ങിക്കുളിച്ചു. മുണ്ടഴിച്ച് തലയും മേലും തോർത്തി. തോട്ടിൻകരയിൽ നിന്നവരെ അവൾ ശ്രദ്ധിച്ചതേയില്ല. വീട്ടിലെത്തി തടിപ്പെട്ടി തുറന്നു. അലക്കിത്തേച്ച പുളിയിലക്കരയൻമുണ്ടുടുത്തു. വളരെക്കാലമായി പെട്ടിക്കടിയിൽ മടക്കിസൂക്ഷിച്ചിരുന്ന റൗക്കയെടുത്ത് ഉലഞ്ഞ മാറ് ഉയർത്തിമുറുക്കി. ഇടതൂർന്നമുടി ചീകിയൊതുക്കി. സീമന്തരേഖയിൽ സിന്ദൂരവും നടുനെറ്റിയിൽ ചന്ദനവും ചാർത്തി. നാണിപ്പതിച്ചി അണിഞ്ഞൊരുങ്ങി. വാറ്റുചാരായം രണ്ടു കവിളിറക്കി. ചില്ലുകുപ്പി എളിയിൽത്തിരുകി. പ്ലാഞ്ചുവട്ടിലെത്തിയ നാണിയെ നാഭിപൊട്ടിയ അയ്യപ്പൻകുറവൻ പ്ലാഞ്ചില്ലയിലേക്കുമാടിവിളിച്ചു; "കേറിവായോ പതിച്ചിപ്പെണ്ണേയ്...." ചില്ലുകുപ്പിതുറന്ന് ഒരു കവിളുകൂടിയിറക്കി. പരപ്പൻപാറയിൽ മുറുക്കിത്തുപ്പി. പേറെടുപ്പിന്റെ ലാഘവത്തോടെ അയ്യപ്പൻപ്ലാവിന്റെ ചില്ലയിലേക്ക് നാണിപ്പതിച്ചി കേറിപ്പോയി.

പിന്നീടുവന്ന പൗർണ്ണമിരാവുകളിലൊന്നിലും അയ്യപ്പൻപ്ലാഞ്ചോട്ടിലെ പാറപ്പരപ്പിൽനിന്നും മുക്രയിടീൽ ആരും കേട്ടിട്ടേയില്ല.

പതിനാല്

കാളത്തങ്കന്റെ മൂന്നാമത്തെ മകൻ രവിയുമായിട്ടായിരുന്നു കാർത്തികേയനു കൂട്ട്. ഏതുകാര്യത്തിനും അതിന്റേതായ ഒരു'ബുദ്ധി' വേണമെന്ന നിർബ്ബന്ധക്കാരനാണ് രവി. മേപ്പടി ഗുണനാമം 'പുത്തി'യെന്നുരയ്ക്കയാൽ കാളത്തങ്കന്റെ മകനായ രവിയെ 'പുത്തിരെവി'യെന്ന് ആനക്കുളത്തുകാർ വിളിച്ചുപോരുന്നു. തങ്കന്റെ ഭാര്യയായ മുടന്തിത്തേവിയുടെ ആദ്യത്തെ രണ്ടുപേറിലുമുണ്ടായ ആൺകുടങ്ങൾ ഗ്രഹണിപിടിപെട്ട് ചത്തുപോകയാൽ, മൂന്നാമതുണ്ടായ രവിയെ മൂത്തതെന്നു കണക്കാക്കി തങ്കനും ഭാര്യ തേവിയും ലാളിച്ചുവളർത്തി വഷളാക്കിയെടുത്തു. തേവി പ്പെണ്ണ് പിന്നീടുപെറ്റിട്ട നാലെണ്ണവും പെൺതരികൾ. ചൊറിയും ചെരങ്ങും നിറഞ്ഞ ബാലാരിഷ്ടതകളിൽ ഗ്രഹണിപിടിപെടാതെ മറികടന്ന നാലെണ്ണവും, അരയും മുലയും വളർത്തി ഒത്തപെണ്ണുങ്ങളായി പുരനിറച്ചു.

മീശ മുളച്ചുതുടങ്ങിയപ്പോൾത്തന്നെ അത്യാവശ്യംവേണ്ട തരികിടകൾ രവി കൈവശമാക്കിയിരുന്നു. തേക്കുതടികൾ കൂപ്പിൽനിന്നും വെട്ടി വില്ക്കുക, അച്ചൻകോവിലാറ്റിലെ മണലൂറ്റിക്കടത്തുക, കിഴക്കൻവനത്തിൽ ബാരലുകണക്കിന് ശർക്കര കലക്കിവാറ്റി പട്ടണത്തിലെ മദ്യഷാപ്പുകളിൽ എത്തിച്ചുകൊടുക്കുക, വണ്ടിപിടുത്തം, കൂലിത്തല്ല് എന്നിവയ്ക്ക് ക്വട്ടേഷൻ പാർട്ടിക്ക് ആളെയെത്തിക്കുക തുടങ്ങിയവ അഭ്യസിക്കുവാൻ ദക്ഷിണവച്ച് കാർത്തികേയൻ രവിക്കു ശിഷ്യപ്പെട്ടു.

മേരിവില്ലാ എസ്റ്റേറ്റ് തൊഴിലാളിയും ആൺതുണയില്ലാതെ ലയത്തിൽ താമസിക്കുന്നവളുമായ വല്ലിക്ക് പുത്തിരെവിയുടെ ചെയ്തികളിൽ സംതൃപ്തി തോന്നുകയാൽ, മകളായ രമണിയെ രവിക്കുകെ

ട്ടിച്ചുകൊടുത്തു. രണ്ടുതലമുറയ്ക്കും തന്നാലാകുംവിധം തൃപ്തിയേകി, പ്രവർത്തനമേഖല വിപുലീകരിച്ച് പുത്തിരെവി തന്റെ താമസം ലയത്തിലേക്കുമാറ്റി. പുത്തിരെവിയുടെ കുഞ്ഞുപെങ്ങളും കാളത്തങ്കന്റെ ഇളയ പുത്രിയുമായ ഉഷയുമായി കാർത്തികേയൻ അടുപ്പത്തിലാണെന്നും, രണ്ടുപേരേയും ഒരുമിച്ച് പട്ടണത്തിലെ സിനിമാടാക്കീസിൽവച്ച് പലരും കണ്ടിട്ടുണ്ടെന്നും പറയപ്പെടുന്നു.

കാർത്തികേയൻ വല്ലപ്പോഴുമാണ് വീട്ടിൽ വരുന്നത്. അതും കുടിച്ചു ലക്കുകെട്ട്. മാധവി ആദ്യമൊക്കെ അവനെ ശാസിക്കുമായിരുന്നു. അവൻ അവളോടു കയർക്കും. വീട്ടുസാധനങ്ങൾ എറിഞ്ഞുടയ്ക്കും. ആരോടോ പകപോക്കുന്നതുപോലെയാണവൻ. പിന്നെപ്പിന്നെ അവൾ അവനോട് ഒന്നും പറയാതായി.

“ചെറുപ്പത്തിന്റെ ചോരത്തെളപ്പാ. വളരുമ്പോൾ മാറിക്കോളും.” ഭാനുമതി അവളെ സമാധാനിപ്പിക്കുവാൻ ശ്രമിച്ചു.

ഒരിക്കൽ അലക്കാനെടുത്ത അവന്റെ ഷർട്ടിന്റെ പോക്കറ്റിൽനിന്നും മാധവിക്കൊരു പൊതികിട്ടി. അവൾ പൊതിയഴിച്ചു. ഉണങ്ങിനരച്ച പുകയിലച്ചുരുളുപോലെ. എന്താണെന്ന് അവൾക്ക് പിടികിട്ടിയില്ല. മണപ്പിച്ചപ്പോൾ മനംപുരട്ടി.

“ന്താ ഭാനു ഇത്.”

ഭാനുമതി മണപ്പിച്ചു പരിശോധിച്ചു. മനംപുരട്ടി ഓക്കാനിച്ചുതുപ്പി. “അമ്മാവൻ പണ്ട് ഇതുപോലുള്ളത് അരിഞ്ഞുകത്തിച്ച് ചെരട്ടക്കുടുക്കയിലൂടെ ഗുളുഗുളാന്ന് പൊകവലിക്കുന്നത് കണ്ടിട്ടൊണ്ട്. ഗെഞ്ചാവെന്നോ മറ്റോ...”

“ന്റീശരമ്മാരേ..... ന്റെകുഞ്ഞ്!” മാധവി നെഞ്ചത്തടിച്ചു.

ഒരിപ്പുറത്തെ കുടുംബവിഹിതം വാങ്ങണമെന്ന് കേശവൻകുട്ടിയോട് എത്രതവണ പറഞ്ഞതാണ്. നാരായണൻകുട്ടിയേട്ടന്റെ വീതം അവരെടുത്തോട്ടെ. കേശവൻകുട്ടിക്കൊപ്പം ഇറങ്ങിത്തിരിച്ചപ്പോൾ ആ ബന്ധം അറ്റുപോയതാണല്ലോ. കണ്ണായ പറമ്പിലെ ഒരേക്കറെങ്കിലും കേശവൻകുട്ടിക്ക് കിട്ടേണ്ടതാണ്. അതുകിട്ടിയിരുന്നെങ്കിൽ...... അതുവിറ്റുകിട്ടുമായിരുന്ന പണംകൊണ്ട് ആനക്കുളത്ത് രണ്ടേക്കറെങ്കിലും വാങ്ങാമായിരുന്നു. ഇന്നത്തെ എല്ലാ പ്രയാസങ്ങളും മാറാൻ അതുമതിയായിരുന്നു. എന്തുചെയ്യാം? അവൻ സമ്മതിക്കേണ്ടെ. ഒരിപ്പുറത്തുനിന്നും തനിക്കുള്ളതെല്ലാംകൊണ്ടാണ് ആനക്കുളത്തേക്കു പോന്നത്, അതു നീയാണ് എന്നുപറഞ്ഞ് അവൻ വാത്സല്യത്തോടെ അവളുടെ നെഞ്ചിൽത്തൊടും. കുന്നിടമുരുപ്പിലെ ഗോപാലൻപണിക്കന്റെ മകൻ ഗോവിന്ദന്റെ നിർബ്ബന്ധത്തിനു വഴങ്ങി ഒരിക്കൽ വിശ്വകർമ്മ സംഘത്തിന് പട്ടന്തറയിൽ പോയിവന്ന കേശവൻകുട്ടി, താലൂക്കുയൂണിയൻ നേതാവിൽനിന്നുമറിഞ്ഞ വിവരം മാധവിയോടുപറഞ്ഞു:- “അപ്പനും അമ്മയും മരിച്ചു.

കുടുംബവസ്തു രണ്ടായി ഭാഗംവച്ചു. പെങ്ങമ്മാർ വീടുവച്ച് അവിടെയാണ് താമസം. പത്തുസെന്റ് ഒഴിച്ചിട്ടിട്ടുണ്ട്. അവിടെ കുരിയാലകെട്ടി അപ്പൂപ്പമ്മാരെ കുടിയിരുത്തി തിരിവയ്ക്കുകയാണ്. അവിടമിന്ന് കാവാണ്. ആ പത്തുസെന്റ് എന്റെ പേരിലാണ് എഴുതിവച്ചിരിക്കുന്നത്. പെങ്ങമ്മാർക്കും ബന്ധുക്കൾക്കും ഞാനൊരു ഗതികിട്ടാതലയുന്ന പ്രേതമാണല്ലോ!"

"എല്ലാം വിധ്യാ!"

സിമന്റുചാന്ത് കുഴച്ചുകൂട്ടുമ്പോൾ, ഭിത്തികെട്ടാൻ ഇഷ്ടികകൊടുക്കുമ്പോൾ... മേസ്തിരിമാരുടെ കൊത്തിവലിക്കുന്ന നോട്ടം. കഴുകൻകണ്ണുകൾ ഇരയ്ക്കായി പരതുന്നതുപോലെ; മാർത്തടത്തിൽ, അരക്കെട്ടിൽ... തരംകിട്ടിയാൽ അനാവശ്യമായി ദേഹത്തുമുട്ടൽ. എന്തുചെയ്യാം? എല്ലാം വിധിയാണ്.

"എന്തെല്ലാം സഹിക്കണം."

മാധവി ചോറ്റുപാത്രം കഴുകിക്കമഴ്ത്തി കണ്ണീരൊപ്പി.

"മാതുക്കൊച്ചേ. നമ്മളെല്ലാം സഹിക്കണം. തൊഴിലാളികളും പാവങ്ങളും എന്നും അടിമകളാ. പ്രത്യേകിച്ച് പെണ്ണുങ്ങൾ."

സൈറ്റിൽ പെണ്ണുങ്ങളുടെ ഉച്ചപറച്ചിലിന് കൊച്ചുകുറുമ്പ അദ്ധ്യക്ഷംവഹിച്ചു.

"ങ്ഹാ?"

"ഞങ്ങളു പടിഞ്ഞാറുകാരാ. പണ്ട് പെണ്ണുങ്ങൾ മാറുമറയ്ക്കത്തില്ല. വയലീൽ ഞാറുനടുമ്പോൾ ഞാണുകെടന്നാടുന്ന മൊലകാണാൻ തമ്പ്രാക്കള് വരമ്പേൽ വന്നുനില്ക്കും."

"ശപ്പമ്മാര്!"

"പെണ്ണ് കൂടെക്കെടന്നില്ലേൽ മേലാളമ്മാര് കൂട്ടമാനഭംഗം ചെയ്തോളാൻ കായങ്കുളത്തു തമ്പ്രാൻ വെളമ്പരംചെയ്തതാ."

"ഒള്ളത്?"

"ഒള്ളതാ. ചേർത്തലേൽ മൊലക്കരം പിരിക്കാൻചെന്ന പാറോത്തിയാര് നങ്ങേലിപ്പെണ്ണിന്റെ മൊലയ്ക്കുപിടിച്ചു. പിടിക്കോ, പിരിക്കോ..... എന്താന്നുവച്ചാൽ ചെയ്തോന്നുപറഞ്ഞ് പെണ്ണ് മൊലയറുത്ത് പാറോത്തിയാർക്ക് കൊടുത്തു."

"ഇതൊക്കെ നെനക്കെവിടുന്നു കിട്ടിപെണ്ണേ?"

"കുഞ്ഞനന്നൻ സഹാവിന്റെ പാർട്ടിക്ലാസീന്നാ."

"നങ്ങേലിപ്പെണ്ണിനെ കേറിപ്പിടിച്ചെന്ന് സഹാവുപറഞ്ഞൊ?"

"അതു കയ്യീന്നിട്ടതാ."

ഉച്ചയ്ക്ക് ചോറൂണുകഴിഞ്ഞാൽ കൺസ്ട്രക്ഷൻസൈറ്റിൽ അരമണിക്കൂർ ലോകകാര്യം വിളമ്പലാണ്. ഉച്ചപറച്ചിലിന്റെ മേൽനോട്ടം കൊച്ചുകുറുമ്പയ്ക്കാണ്. കേശവൻകുട്ടിയുടെ വിശേഷങ്ങൾ കൊച്ചുകുറുമ്പയിൽനിന്നാണ് മാധവിയറിഞ്ഞിരുന്നത്. ചന്ദ്രികവണ്ടിയിൽനിന്നും ഇറങ്ങി

നില്ക്കുമ്പോൾ ചങ്ങാത്തംകൂടാനെത്തുന്ന മൂങ്ങാക്കിളി കൊച്ചുകുറുമ്പ യോട് കേശവൻകുട്ടിയുടെ മണ്ണാറക്കുളഞ്ഞി വിശേഷങ്ങൾ പറഞ്ഞിരുന്നു.

മണ്ണാറക്കുളഞ്ഞിക്കു പോയതിന്റെ ആറുമാസംവരേയും കേശവൻകുട്ടി മുടങ്ങാതെ മണിയോർഡർ അയച്ചിരുന്നു. കൂടെ ഇൻലെന്റുലെറ്ററും. പോസ്റ്റുമാൻ വാസുവിൽനിന്നും പണമെണ്ണിവാങ്ങുന്നതിനേക്കാൾ കൂടുതൽ അവളുടെ കൈവിറച്ചിരുന്നത് കത്തുവാങ്ങുമ്പോളായിരുന്നു. വായിച്ചിട്ട് കത്തുമടക്കി ബ്ലൗസിനുള്ളിൽ തിരുകും. വീണ്ടും വായിക്കും. എത്ര തവണയെന്നറിയില്ല; കണ്ണുനീരിൽ കുതിർന്ന് അക്ഷരങ്ങൾ മായുവോളം അവന്റെകത്ത് അവൾ വായിക്കും. ഉറങ്ങാൻ കിടന്നാൽ സ്വപ്നത്തിൽ അവൻ ഓടിയെത്തും. കഫം കനത്ത നെഞ്ചുതടവുന്നതും, ആവിവെന്തുകുളിപ്പിക്കുവാൻ കുഴമ്പുപുരട്ടുമ്പോൾ ഇക്കിളിപ്പെടുന്നതും, ശ്ലോകംചൊല്ലി കാർത്തികേയന് അർത്ഥം പറഞ്ഞുകൊടുക്കുന്നതും, ദേഷ്യംപിടിക്കുമ്പോൾ 'പോകുങ്കു അമ്മ പോകുങ്കു, ഉനക്കുള്ളനാട്ടുക്കു പോകുങ്കു' എന്ന മൂളിയലങ്കാരിപ്പാട്ടും...... വെളുക്കുവോളം കിനാവിൽ കേശവൻകുട്ടി നിറഞ്ഞുനില്ക്കും. നേരംപുലർന്നാൽ; വെയിലുചായുവോളം അവന്റെ വരവുംകാത്ത് ഇടവഴിയിലേക്ക് കണ്ണുംനട്ട് തിണ്ണയിൽത്തന്നെയിരിക്കും. ക്രമേണ കത്തും മണിയോഡർവരവും മുടങ്ങുവാൻതുടങ്ങി. ഒരു വർഷത്തിനുള്ളിൽ എല്ലാം നിലച്ചു. പിന്നീട് മൂങ്ങാക്കിളിയിലൂടെയാണ് കേശവൻകുട്ടിയുടെ മണ്ണാറക്കുളഞ്ഞി വിശേഷങ്ങൾ അറിഞ്ഞിരുന്നത്.

രാമചന്ദ്രന്റെ മൂത്ത സഹോദരി സുമതി കെട്ടൊഴിഞ്ഞ് വീട്ടിൽത്തന്നെയാണ്. അവൾക്ക് പത്തുവയസ്സായ ഒരു കുട്ടിയുണ്ട്. കേശവൻകുട്ടി രാമചന്ദ്രന്റെ കൂടെയാണ് തച്ചിനുപോകുന്നത്. അവന്റെ കാര്യങ്ങളെല്ലാം നോക്കുന്നത് സുമതിയാണ്. തുള്ളിപ്പനിക്കുമ്പോൾ ആശുപത്രിയിൽ കൂട്ടിരിക്കുന്നതും ശുശ്രൂഷിക്കുന്നതുമൊക്കെ സുമതിയാണ്.

"കെട്ട്യോനും കെട്ട്യോളും പോലെയാ അവരുപൊറുക്കുന്നെ. കേശോങ്കുട്ടി അവിടുന്ന് വരുന്നമട്ടില്ല. സുമദീടെ മടീക്കെടന്നേ അവൻ ചാവൂ എന്നൊക്കെയാ കിളിയണ്ണൻ പറഞ്ഞെ."

"ങ്ഹാ...!"

"കേശോങ്കുട്ടി നന്നായിരിക്കുന്നെന്നും കിളിയണ്ണൻ പറഞ്ഞു."

കൊച്ചുകുറുമ്പ മാധവിയുടെ തോളിൽത്തട്ടി.

"അവൻ അവളുടെകൂടെ പൊറുത്തോട്ടെ. അവളു നന്നായി നോക്കുന്നുണ്ടല്ലോ. അതുമതി. ങ്ഹ!"

മാധവി കണ്ണീരൊപ്പി ചാന്തുകുഴയ്ക്കാൻ എഴുന്നേറ്റു.

ആനക്കുളത്തെ ഇടവപ്പെയ്ത്തിന് വല്ലാത്ത കുളിരാണ്. ഇടമുറിയാതെ ചന്നംചിന്നം പെയ്യും. മേച്ചിലും ഭിത്തിയും നനവുപിടിച്ച് കനിച്ചു

മണക്കും. മുറിക്കുള്ളിൽ ഈർപ്പം കനക്കും. ഉള്ളും പുറവും കുളിർച്ചിച്ച് പെയ്ത്തങ്ങനെ നീണ്ടുപോകും. രാക്ഷസൻപാറയിലെ പായൽത്തിണർപ്പുകൾ പെയ്ത്തുവെള്ളംകുടിച്ച് സടകുടഞ്ഞെണീക്കും. ഉണർന്നെണീറ്റ പായൽത്തിണർപ്പുകൾ പാറയുടെ നെറുകയിൽനിന്നും നനവുപടർത്തും. പിന്നീടവ, മദപ്പാടുകൾപോലെ ചെനച്ചുപൊട്ടി താഴേക്കൊഴുകും. ചെതലിവെട്ടിയുടെ ചെരുവിൽനിന്നും കൈത്തോടുകൾ കരകവിഞ്ഞ് വലിയതോട്ടിലേക്ക് തിമിർത്തിളകും. കൈത്തോടുകളെ വാരിപ്പുണർന്ന് വലിയതോട് പുളച്ചുമറിയും. കലങ്ങിമറിഞ്ഞ വലിയതോട് ആനക്കുളത്തിനുകുറുകെ പടിഞ്ഞാട്ടൊഴുകും.

പണ്ടൊക്കെ ഇടവപ്പാതി പഞ്ഞത്തിന്റേതായിരുന്നു. രണ്ടുമൂന്നു മാസക്കാലം പണിയില്ലാതെ തൊഴിലാളികൾ വലയും. അടുപ്പുപുകയ്ക്കാൻ കടംവാങ്ങും. പിന്നെപ്പിന്നെ അരപ്പട്ടിണിയിൽ കഴിഞ്ഞുകൂടും. കലക്കവെള്ളത്തിൽ ഊത്തപിടിച്ച് അടുപ്പിലിട്ടു ചുട്ടുതിന്നും. ചക്കക്കുരു കറിവയ്ക്കും. മടന്തയിലചുരുട്ടി തോരൻവയ്ക്കും. വാട്ടുകപ്പയും പത്തായനെല്ലുകൊണ്ടും പണക്കാർ പഞ്ഞം തള്ളിനീക്കും. ഊത്തചുട്ടതും കാന്താരിയുടച്ചതും നേദിച്ച് കർക്കടകവാവിന് പിതൃക്കളോട് സങ്കടംപറയും. വിറച്ചും തുമ്മിയും കാർക്കിച്ചു കഫംതുപ്പിയും കർക്കടകം പിന്നിടുമ്പോഴേക്കും ആനക്കുളം ഒരു പരുവത്തിലാകും.

കുടപിടിച്ചാണ് മാധവി വീട്ടിലെത്തിയത്. വീട് അടിച്ചുവാരി പുറംപണിക്കിറങ്ങിയപ്പോഴും ചാറ്റലുണ്ടായിരുന്നു. ചായ്പിൽനിന്നും ചാണകം വാരി കുഴിയിലിട്ടതും, പശുവിന് പുല്ലരിഞ്ഞതും, മുറ്റമടിച്ചുവാരിയതും ചാറ്റലിലായിരുന്നു. പാത്രങ്ങൾ മെഴുകി കുളിച്ചുതോർത്തിയപ്പോഴേക്കും അവൾ തണുത്തുവിറച്ചുപോയി. സന്ധ്യാനാമംചൊല്ലി തിണ്ണയിലിറങ്ങിയപ്പോൾ കുളിരുകോരി ഇടവം പിന്നെയും ചാറി.

കേശവൻകുട്ടി പോയിട്ട് ഏഴുവർഷംകഴിഞ്ഞു. അവൻ തിരിച്ചുവരുന്ന മട്ടില്ല. തിരിച്ചുവരുവാൻ അവൻ തന്റെയാരാണ്? താൻ, അവന്റെ കൂടെ ഇറങ്ങിപ്പോന്ന താന്തോന്നി!

പളനിക്ക് കുറേക്കാലമായി അവളിലൊരു നോട്ടമുണ്ട്. എന്നാൽ അവനത് അവളോട് പറഞ്ഞിട്ടില്ല. ചുമടെടുക്കൽ, കോൺക്രീറ്റ് കൂട്ടൽ തുടങ്ങിയ ഭാരപ്പെട്ട പണികളിൽനിന്നും അവളെ ഒഴിവാക്കുമായിരുന്നു. ഡിസൈൻ വർക്കിന് പളനിയെ സഹായിക്കുക, സൈറ്റിൽ പണിക്കാർക്ക് കട്ടനും കരിങ്ങാലിയും തിളപ്പിക്കുക തുടങ്ങിയവയാണ് മാധവിയുടെ ജോലികൾ. കൺസ്ട്രക്ഷൻ സീസണല്ലാത്തപ്പോഴും ഉള്ളപണിക്ക് അവളെ മെയ്ക്കാടിന് നിർത്തുമായിരുന്നു. മാസത്തിലൊരിക്കൽ നാട്ടിൽപ്പോയി ഭാര്യയേയും മക്കളേയുംകണ്ട് മടങ്ങിവരുന്ന പളനി ക്ഷമാപണത്തോടെ മാധവിയെ നോക്കും.

“കൊച്ചുപണിക്കൻ പോയാലെന്താ. നിനക്ക് പണിചെയ്യാൻ പളനി

യുണ്ടെല്ലോ.” ഉച്ചപറച്ചിലിനിടയിൽ കൊച്ചുകുറുമ്പ കളിയാക്കും. “പോ പെണ്ണേ. കളിയാക്കാതെ.” മാധവി ഊറിച്ചിരിക്കും.

പളനി നല്ലവനാണ്. നല്ല പണിക്കാരനാണ്. ധാരാളം പണികളുമുണ്ട്. വിശ്വസ്തനുമാണ്. സ്ത്രീകളോട് അപമര്യാദയായി പെരുമാറുകയില്ല. ദുഃസ്വഭാവങ്ങളൊന്നുമില്ല. കറുത്തവനെങ്കിലും മനസ്സുതുറന്ന് വെളുക്കെ ച്ചിരിക്കും.

ഒരു പെണ്ണിന് ആണിന്റെ ചൂടും ചൂരുമില്ലാതെ എത്രനാൾ പിടിച്ചു നില്ക്കുവാൻ കഴിയും?

അവളുടെ നെഞ്ചിൽ പളനിയൊരു ഇടവക്കുളിരുചൊരിഞ്ഞു.

അത്താഴമുണ്ട് പായവിരിച്ച് കോട്ടുവായിടുമ്പോഴും അവളുടെയു ള്ളിൽ ഒരു വല്ലായ്മ. ഒരു കുളിര്. അവൾ പായിൽ കിടന്നു. വിളക്കണച്ച് മൂടിപ്പുതയ്ക്കാൻ തുടങ്ങിയതാണ്. കതകിലാരോ മുട്ടുന്നു. ആരാണ്? കാർത്തികേയൻ? അവനാകാൻ വഴിയില്ല. മഴക്കാലമായാൽ അവൻ വരാ റേയില്ല. കുടിച്ചുകൂത്താടി ലയത്തിൽ, അല്ലെങ്കിൽ.... ഇല്ല. ഈ നേരത്ത്, ഈ ഇടവപ്പെയ്ത്തിൽ കാർത്തികേയൻ വരാൻ ഒരു സാദ്ധ്യതയുമില്ല. പിന്നാരാണ് കതകിൽ മുട്ടുന്നത്? പളനി? ശ്ച്ചേ! പളനി അത്തരക്കാരനല്ല. അവന് തന്നോട് ഇഷ്ടമുണ്ടെന്നുള്ളത് നേരുതന്നെ. പക്ഷേ,.... ഇതുവ രേയും അവൻ അതുപറഞ്ഞിട്ടില്ല. അനാവശ്യമായി തൊട്ടിട്ടുപോലുമില്ല. എന്തിന്; വൃത്തികെട്ട നോട്ടമോ, വാക്കോപോലും. അങ്ങനെയുള്ളവൻ ഒരു പെണ്ണ് ഒറ്റയ്ക്കുള്ളപ്പോൾ... അതും ഇതുപോലൊരു രാത്രിയിൽ..... ഒരു കള്ളനെപ്പോലെ...? വരുമെന്ന് ഒരുസൂചനയും തരാതെ?

അണുങ്ങളല്ലേ! അവർക്ക് നേരും നേരവുമുണ്ടോ? പെരുമ്പറപോലെ അവളുടെ ഹൃദയമിടിച്ചു. തണുത്തുചുരുണ്ട സിരകൾ ത്രസിച്ചുണർന്നു. ദേഹമാസകലം ചോരയുടെ ചൂടൊഴുകി. വല്ലാത്ത തരിപ്പ്.

കതകിനപ്പുറം പളനിയായിരിക്കണേ.... കുളിരുള്ള ഈ രാവിൽ പുല രിയോളം.......

അവൾ കിടക്കയിൽനിന്നും മെല്ലെയെഴുന്നേറ്റു.

അവളുടെ മുടി അഴിഞ്ഞുലഞ്ഞു കിടന്നിരുന്നു.

മണ്ണെണ്ണവിളക്ക് കൈയിലെടുത്തു. ഉറച്ചകാൽവെപ്പോടെ അവൾ കതകുതുറന്നു. തിണ്ണയിലേക്ക് മെല്ലെയിറങ്ങി.

“ങ്ഹേ! കേശോൻകുട്ടി!”

അവളിലെ അതിശയം വലിയൊരു നിശ്വാസമായി പുറത്തുവന്നു. അതിൽ, അവളുടെ കൈയിൽ കത്തിനിന്ന വിളക്ക് കെട്ടുപോയി.

“ങ്ഹാ....”

അവൻ വിളക്കുകത്തിക്കുവാൻ തീപ്പെട്ടിക്കൊള്ളിയുരച്ചു. മഴയിൽ കുതിർന്നുപോയ കൊള്ളിയിൽ, തീപ്പെട്ടിയിലുരസി മരുന്നടർന്ന് ശബ്ദ മുണ്ടാക്കിയതല്ലാതെ തീ തെളിഞ്ഞില്ല.

അവൾ വിളക്കുതെളിയിക്കുവാൻ മുറിയിലേക്കുതിരിഞ്ഞു. അവളുടെ

കാൽ തിണ്ണപ്പടിയിൽ തട്ടി. അവളുടെ കൈയിൽനിന്നും വിളക്കുതെറിച്ചു പോയി. ഈർപ്പത്തിൽ മണ്ണെണ്ണഗന്ധം പടർന്നു. പിന്നിലേക്ക് അടിതെറ്റിയ അവളെ അവൻ, അവന്റെ കൈകളിലേക്ക് ഒതുക്കി.

അവന്റെ ഒതുക്കത്തിൽനിന്നും അവൾ കുതറിയില്ല. മഴനനഞ്ഞൊട്ടിയ അവന്റെ നെഞ്ചിലേക്ക് അവൾ പറ്റിച്ചേർന്നു. നിറഞ്ഞമാറിന്റെചൂട് അവന്റെ ചങ്കിലേക്ക് അവൾ പകർന്നുകൊടുത്തു.

അപ്പോഴും, പുറത്ത് ഇടവം കുളിരുകോരി പെയ്തിറങ്ങുകയായിരുന്നു.

പതിനഞ്ച്

അഡ്വക്കേറ്റ് പനവിള രാവുണ്ണിമേനോന്റെ ജൂനിയറായി കുഞ്ഞനന്തന്റെ മകൻ നന്ദഗോപൻ ഹൈക്കോടതിയിൽ പ്രാക്ടീസ്ചെയ്യുന്നു. തൃപ്പൂണിത്തുറക്കാരൻ പനവിളവക്കീൽ ഹൈക്കോടതിയിലെ സീനിയർ അഡ്വക്കേറ്റാണ്. പനവിള അസോസിയേറ്റ്സ് അംഗവും വക്കീലിന്റെ രണ്ടാമത്തെ മകളുമായ ശാലിനിമേനോനും ഹൈക്കോടതിയിലാണ് പ്രാക്ടീസുചെയ്യുന്നത്. നന്ദഗോപനും ശാലിനിമേനോനും പ്രണയത്തിലാണ്. അവരുടെ വിവാഹം അടുത്ത മേടത്തിൽ തൃപ്പൂണിത്തുറ മഹാദേവർ ക്ഷേത്രത്തിൽവച്ചു നടത്തുവാൻ രണ്ടുവീട്ടുകാരും തമ്മിൽ ധാരണയിൽ എത്തിയിട്ടുണ്ട്.

പഠനത്തിൽ മണ്ടനായിരുന്ന മൊയ്തുവിന്റെമകൻ അസീസ് കൈക്കണക്കിലും കച്ചവടത്തിലും കഴിവുതെളിയിച്ച് ബാപ്പയുടെ പീടികയിൽ സഹായിയായി കഴിഞ്ഞുപോരുന്നു. കുഞ്ഞനന്തന്റെ മകൾ സുനന്ദയും മൊയ്തുവിന്റെ മകൾ സൈനബയും കോളേജിൽ പഠിക്കുന്നു. സുനന്ദ താഴൂരെ തറവാട്ടിൽനിന്ന് സയൻസ് പഠിക്കുവാൻ പോകുന്നു. ഡോക്ടറാകാനാണ് അവൾക്കാഗ്രഹം. സുറുമയെഴുതി കുപ്പിവളയിട്ട മൊഞ്ചത്തി സൈനബ *രമണനും* 'പൂതപ്പാട്ടും' പാടി മാതൃഭാഷ പഠിക്കുന്നു. പത്താംക്ലാസുതോറ്റ് നാടുവിട്ട കാളവണ്ടി ഉണ്ണൂണിച്ചന്റെ രണ്ടാമത്തെമകൻ ശാവുമേൽ പട്ടാളത്തിൽച്ചേർന്നു. അവധിക്ക് കൽക്കരിഗന്ധവും തകരപ്പെട്ടിയുംപേറി നാട്ടിലെത്തിയ ശാവുമേൽ മേക്കൊഴൂരെ തൊമ്മിച്ചന്റെ മൂത്തമകൾ അച്ചാമ്മയെ കെട്ടി. അവധികഴിഞ്ഞ് അച്ചാമ്മയേയുംകൂട്ടി ശാവുമേൽ ആസാമിലേക്കുപോയി. ശിക്ഷകഴിഞ്ഞ് ജയിലിൽനിന്നുമിറങ്ങിയ ഉണ്ണൂണിച്ചന്റെ മൂത്തമകൻ മാത്തുക്കുട്ടി, കിഴവള്ളൂർപ്പള്ളിയിലെ അന്തോണിക്കപ്പിയാരുടെ പുത്രി അമ്മിണിയെക്കെട്ടി. മാനസാന്തരപ്പെട്ട

മാത്തുക്കുട്ടി ഉപദേശിയായി. അമ്മിണിയിൽ മൂന്നുപുത്രന്മാരെ ജനിപ്പിച്ച് മാത്തുക്കുട്ടി സുവിശേഷകനായി സുഖമായിക്കഴിയുന്നു. തളർവാതംവന്ന് കിടപ്പിലായിരുന്ന മറിയേടത്തി കർത്താവിങ്കൽ വിലയംപ്രാപിച്ചെങ്കിലും ഉണ്ണൂണിച്ചൻ മെല്ലെമെല്ലെ പച്ചപിടിച്ചുവന്നു. പച്ചപിടുത്തംകണ്ട്, ഉണ്ണൂണിച്ചന്റെ മൂത്തമകൾ മേരിയേയും പിള്ളേരേയും കെട്ട്യോൻവന്ന് ടാക്സി പിടിച്ച് കാഞ്ഞിരപ്പള്ളിക്ക് കൂട്ടിക്കൊണ്ടുപോയി.

ഗൾഫിൽപ്പോയി പൊങ്ങച്ചവും അത്തറും പൂശിവന്നവർ, പട്ടാളത്തിൽച്ചേർന്ന് പുളുവടിച്ച് റമ്മുകുപ്പിയും തൂക്കിവന്നവർ, ബോംബെയിലോ ഡൽഹിയിലോ പോയി കറുത്തകണ്ണടയും ധരിച്ചുവന്നവർ..... ആനക്കുളത്തെ ചെറുപ്പക്കാർക്ക് ഡിമാന്റുകൂടി. അവർ ഒരുപാട് സ്ത്രീധനം വാങ്ങിക്കെട്ടി പത്രാസുകാട്ടിക്കഴിഞ്ഞു. പെൺകുട്ടികൾക്കും നല്ല ബന്ധുത്വം കിട്ടി.

എങ്ങനേയും സമ്പത്തുണ്ടാക്കണമെന്ന് കാർത്തികേയനും ആഗ്രഹമുണ്ട്. അച്ഛന്റെ ചെയ്തികളാണ് തന്റെ ഈ ദുർഗ്ഗതിക്കു കാരണം. ഒരിപ്പുറത്തെ തറവാടുവിഹിതം വാങ്ങിയില്ല, തന്നെ തുടർന്നുപഠിപ്പിക്കുവാൻ വിട്ടില്ല, തന്നേയും അമ്മയേയും ഉപേക്ഷിച്ച് മറ്റൊരുസ്ത്രീയുടെ കൂടെ, തന്റെ വഴിപിഴച്ചപോക്ക്.... എല്ലാത്തിനും ഇടയായത് വല്യച്ഛനെ കൊല്ലിച്ചതാണ്. അച്ഛനും അമ്മയുംകൂടി ആസൂത്രണംചെയ്ത് വല്യച്ഛനെ കൊല്ലിച്ചതാണെന്ന് അവൻ ഉറച്ചുവിശ്വസിക്കുന്നു. സഞ്ചയനത്തിന്റന്നു തന്നെ രണ്ടാളുംകൂടി ഒളിച്ചോടിയത് പിന്നെന്തിനാണ്? വല്യച്ഛന്റെ ആത്മാവിന് ഗതികിട്ടാത്തത് അതുകൊണ്ടല്ലേ? ഗതികിട്ടാതലയുന്ന വല്യച്ഛന്റെ ആത്മാവിന്റെ ഉപദ്രവവും മാതാപിതാക്കളുടെ അരുതായ്മകൊണ്ട് കുലദേവത ശപിച്ചതുമാണ് ഇങ്ങനെയൊക്കെ സംഭവിക്കാൻ കാരണം.

കാർത്തികേയന്റെ ഒന്നാംനമ്പർ ശത്രു കേശവൻകുട്ടിയാണ്. പിന്നെ മാധവിയും.

കേശവൻകുട്ടി തിരിച്ചുവന്നതറിഞ്ഞ് കാർത്തികേയൻ തീർച്ചയായുംവരും. അവൻ വന്നാൽ ഇവിടെയെന്താണ് നടക്കുന്നതെന്ന് പറയുവാൻ പറ്റില്ല. കേശവൻകുട്ടിയോട് കാർത്തികേയന് അത്രയ്ക്കും പകയാണ്. ഇരുപത്തിയാറ് വയസ്സുകഴിഞ്ഞ അവൻ ഒത്തൊരാളാണ്. അവന്റെ കൈയിൽത്തൂങ്ങാൻ തനിക്കും കേശവൻകുട്ടിക്കും കെല്പില്ല. പുത്തിരെവിയുടെ കൂടെക്കൂടി എല്ലാ തോന്ന്യാസങ്ങളും കാണിച്ച് മദമിളകിയ ഒറ്റയാനെപ്പോലെ നടക്കുകയാണവൻ. "ന്റീശരമ്മാരേ. കാത്തുകൊള്ളേണേ..." മാധവി എല്ലാ ദൈവങ്ങളേയും മനമുരുകിവിളിച്ചു.

"മാതൂ."

"മ്ഉം?"

"നമ്മുടെമോൻ?"

"അവൻ...."

"അവൻ?"

"പുത്തിരെവീടെകൂടാ."

"കാളത്തങ്കന്റെ ആ എരപ്പാളിമോന്റെ കൂടെയോ?!"

"മ്ഉം."

"കാർത്തികേയൻ ഇവിടെ വരത്തില്ലേ?"

"വല്ലപ്പോഴും."

"ജോലിക്ക്?"

"പുത്തിരെവീടെ ജോലിതന്നെയാ അവന്റേതും."

"ഭഗോതീ! ഇങ്ങനെയൊക്കെ....!"

"എല്ലാത്തിനും കാരണം....."

അവളിൽ വിങ്ങിക്കൂടിയതെല്ലാം പൊട്ടിയൊഴുകുവാൻ തുടങ്ങി.

"വേണ്ട മാതു. ഞാനാ എല്ലാത്തിനും കാരണം. ങ്ഹാ!" അവൻ ദീർഘമായി നിശ്വസിച്ചു.

കാർമേഘം ഒഴിഞ്ഞുനിന്ന പുലരിയിൽ, ഇടവപ്പെയ്ത്തുകുടിച്ച രാക്ഷസൻപാറയുടെ പായൽ തിണർപ്പുകളിലെ ചെനപ്പുകൾ ആനക്കുളത്തിനുമീതെ വർണ്ണങ്ങൾ ചൊരിഞ്ഞു.

പതിവുപോലെ ചോറ്റുപാത്രംനിറച്ച് അവൾ കുത്തുകല്ലിറങ്ങി. എവിടേക്കെന്ന് അവൻ ചോദിച്ചില്ല.

കേശവൻകുട്ടി തന്നെയുപേക്ഷിച്ച് ഇനിയും പോകുമായിരിക്കും. പോക്കോട്ടെ. അവൻ തന്റെയാരാണ്? അവനെ നിയന്ത്രിക്കാൻ അവന്റെ യാരാണ് താൻ? തന്റെ കഴുത്തിൽ താലിചാർത്തിയതവനല്ലല്ലോ. എല്ലാം... എല്ലാം... എല്ലാം വിധിയാണ്.

ഇത്രയുംകാലം എവിടെയായിരുന്നെന്നോ, തിരിച്ചുവന്നത് എന്തിനാണെന്നോ അവൾ അവനോടു ചോദിച്ചില്ല. കൊച്ചിനേയും ഉപേക്ഷിച്ച്, മൊസൈക്ക് പണിക്കുവന്ന ശരവണന്റെകൂടെ സുമതി തമിഴുനാട്ടിലേക്ക് ഒളിച്ചോടിയതുകൊണ്ടാണ് കേശവൻകുട്ടി മണ്ണാറക്കുളഞ്ഞിയിൽനിന്നും തിരിച്ചുവന്നതെന്ന മൂങ്ങാക്കിളി രഹസ്യം കൊച്ചുകുറുമ്പയിൽനിന്നുമാണ് അവൾ അറിഞ്ഞത്.

തിരക്കിനിടയിലും കുഞ്ഞനന്തൻ കേശവൻകുട്ടിയെ കാണുവാൻവന്നു. പഴയതെല്ലാം മറന്ന് പണിക്കുപോയി സുഖമായിക്കഴിയാൻ ഉപദേശിച്ചിട്ട് കുഞ്ഞനന്തൻ പോയി. എന്നാൽ കേശവൻകുട്ടി വീടിനുവെളിയിലിറങ്ങിയില്ല. മറ്റുള്ളവരെ അഭിമുഖീകരിക്കുവാൻ അവന് മടിയായിരുന്നു. പളനിയോടുതന്നെ ചോദിക്കാം; കേശവൻകുട്ടിയെ മരപ്പണിക്ക് കൺസ്ട്രക്ഷൻസൈറ്റിൽ നിർത്തുമോയെന്ന്. പളനി നല്ലവനാണ്. അവന് തന്നോട് ഒരുപാട് സ്നേഹവുമുണ്ട്. പക്ഷേ... ഇഷ്ടമുള്ള പുരുഷനോട് മറ്റൊരാൾക്കുവേണ്ടി യാചിച്ചാൽ അതയാൾക്ക് പിടിക്കുമോ? ഒരുപക്ഷേ, തന്നെ സൈറ്റിൽനിന്ന് പുറത്താക്കുമായിരിക്കും. എന്തും വരട്ടെ. കേശവൻകുട്ടിയെ മരപ്പണിക്ക് കൂട്ടുമോയെന്ന് അവൾ മടിച്ചുമടിച്ചാണ് പളനിയോട് ചോദിച്ചത്. എന്നാൽ, പളനി സ്നേഹത്തിന്റെ വെളുക്കെച്ചിരിയോടെ യാതൊരുമടിയുമില്ലാതെ കേശവൻകുട്ടിയെ പീസ്വർക്കിന് സൈറ്റിൽ മറ്റുമരപ്പണിക്കാർക്കൊപ്പം കൂട്ടി.

ഇടവപ്പെയ്ത്തും പഞ്ഞക്കുളിരുമൊഴിഞ്ഞ്, ചിങ്ങപ്പുലരിയുടെ തെളിവെട്ടം ആനക്കുളത്തുമെത്തി. തൊഴിലാളികൾ പണിക്കാശുകൊണ്ടും കർഷകർ വേലത്തിരക്കുകൊണ്ടും ഉന്മേഷരായി. ഓണക്കാലമിങ്ങെത്തിപ്പോയി.

ഓണക്കാലം പൊതുവേ ആനക്കുളത്തുകാർക്ക് സന്തോഷത്തിന്റെ ദിനങ്ങളാണ്. കഴിഞ്ഞനാളിലെ പഞ്ഞമെല്ലാം അവർ പെറുക്കിക്കൂട്ടും. ഉറി, തിരിക, ചൊരക്കുടുക്ക, ചിരട്ടത്തവി, ഈർക്കിൽച്ചൂല്......പഴകിപ്പോയതെല്ലാം പഴമുറത്തിലാക്കി സംക്രാന്തിനാളിൽ അതിരിനപ്പുറം കൊണ്ടിടും. അടിച്ചുമെഴുകിയ ഭവനത്തിലേക്ക് ചിങ്ങസ്സമൃദ്ധിയെ കുടിയിരുത്തും. വരുംനാളിന്റെ മധുരംനുണയാൻ കുട്ടികൾക്ക് ചക്കരയും തേങ്ങാപ്പൂളും കീറ്റിലയിൽ കൊടുക്കും. ടാപ്പിങ് തൊഴിലാളികൾ, നിർമ്മാണത്തൊഴിലാളികൾ, കർഷകർ, നാമമാത്ര കർഷകത്തൊഴിലാളികൾ; എല്ലാവർക്കും തിരക്ക്. അവശ്യംവേണ്ട പണവുമുണ്ട്. മറുനാട്ടിൽ ജോലി ചെയ്യുന്നവർ അവധിയെടുത്ത് നാട്ടിലെത്തും. ഓണപ്പരീക്ഷകഴിഞ്ഞ് സ്കൂളുകൾ അടയ്ക്കുന്നതുകൊണ്ട് പൂവിളിയുമായി കുട്ടികൾ ഇറങ്ങും. സ്റ്റേറ്റ്സിൽ നഴ്സുമാരായ ഗീവറുഗീസ് സാറിന്റെ പെൺമക്കൾ രണ്ടുപേരും –മൂത്തവൾ ആൻ മറിയം വറുഗീസും, ഇളയവൾ ജസ്സി മറിയം വറുഗീസും– ഭർത്താക്കന്മാരുമായി ഈയാണ്ടത്തെ ഓണംകൂടുവാൻ എത്തിയിട്ടുണ്ട്. തൂക്കുപാലത്തിനടുത്ത് കണ്ണാശുപത്രി നടത്തുന്ന പാറപ്പുറത്തു കുമാരന്മാഷിന്റെ ഏകമകൾ ഡോ.നളിനി ഉത്രാടത്തിനേ എത്തുകയുള്ളു.

ആനക്കുളം പബ്ലിക് ലൈബ്രറി & റീഡിങ് റൂം ഈ വർഷം വിപുലമായ ഓണപ്പരിപാടികളാണ് പ്ലാൻ ചെയ്തിരിക്കുന്നത്. തിരുവോണനാളിൽ രാവിലെ പൂക്കള മത്സരത്തോടെ തുടക്കം. തുടർന്ന് കായിക ഇനങ്ങൾ. കുപ്പിയിൽ വെള്ളംനിറയ്ക്കൽ, ലെമൺ സ്പൂൺ റെയിസ്, തീറ്റമത്സരം, സുന്ദരിക്ക് പൊട്ടുതൊടീൽ, കുളംകരച്ചാട്ടം, കസേരകളി, ഉറിയടി, വടംവലി തുടങ്ങിയവ. മത്സരങ്ങൾ ആൺ പെൺ വിഭാഗങ്ങളായി തിരിച്ചിട്ടുണ്ട്. പൂരാടത്തിന് പ്ലാക്കാട്ടച്ചൻ ആണുങ്ങളുടെ കിളിത്തട്ടുകളിമത്സരം കിളിപ്പാസടിച്ച് ഉദ്ഘാടനംചെയ്യും. തിരുവോണനാളിൽ വൈകിട്ടാണ് ഫൈനൽ. 6 പി എം ന് സുപ്രസിദ്ധ ഡിറ്റക്ടീവ് നോവലിസ്റ്റ് കോട്ടയം പുഷ്പരാജ് തിരുവോണത്തിരിതെളിച്ച് സാംസ്കാരിക സമ്മേളനം ഉദ്ഘാടനം ചെയ്യും. പ്രസ്തുത വിശിഷ്ടവ്യക്തി സമ്മാനദാനവും നിർവ്വഹിക്കും. അനന്തരം ആനക്കുളത്തിന്റെ കലാസന്ധ്യയും, ആലപ്പുഴ ബ്ലൂഡയമൺസിന്റെ ഗാനമേളയും. പരിപാടികളുടെ വിജയത്തിന് അഡ്വ:നന്ദഗോപൻ ജനറൽ കൺവീനറായുള്ള ആഘോഷക്കമ്മിറ്റി അക്ഷീണം പ്രവർത്തിച്ചുതുടങ്ങി.

ലളിതഗാനം, പദ്യപാരായണം, മാപ്പിളപ്പാട്ട്, ഓണപ്പാട്ട്, തുമ്പിതുള്ളൽ, പട്ടാളക്കാരൻ ശാവുമേൽ& പാർട്ടിയുടെ *ഗുഡ്നൈറ്റ്* നാടകം (രചന:–എൻ എൻ പിള്ള, സംവിധാനം:–കടവിൽ സോമൻ) തുടങ്ങിയവ

യുണ്ടെങ്കിലും കലാസന്ധ്യയിൽ എല്ലാവരും കാണാൻ കാത്തിരിക്കുന്നത് സുന്ദരി സുനന്ദയും പാർട്ടിയും അവതരിപ്പിക്കുന്ന തിരുവാതിരയും മൊഞ്ചത്തി സൈനബ മണവാട്ടിയാകുന്ന ഒപ്പനയുമാണ്.

കെട്ടിപ്പിടിച്ച്, പരസ്പരം കണ്ണീരൊപ്പി സൗഹൃദമത്സരത്തിനായി കളിക്കൂട്ടുകാരികൾ ആനക്കുളം പബ്ലിക് ലൈബ്രറി& റീഡിങ് റൂമിന്റെ ഓണാഘോഷ ആലോചനായോഗത്തിൽനിന്നും കൈകൊടുത്തു പിരിഞ്ഞു.

മൊയ്തു&അസീസ് സ്റ്റോഴ്സ് പലവ്യഞ്ജനങ്ങളും സ്റ്റേഷണറി സാധനങ്ങളും നിറച്ച് ഓണക്കച്ചവടത്തിനായൊരുങ്ങി. പ്രേംനസീറിന്റേയും ഷീലയുടേയും പുഞ്ചിരിക്കുന്ന മുഖം പുതുക്കി പെയിന്റടിച്ച് തയ്യൽക്കാരൻ ശീമോന്റെ പെണ്ണമ്മ ടെക്സ്റ്റെയിൽസ് 'ഓണം സ്പെഷ്യൽ ഓഫറു'തൂക്കി തയ്യാറായി. ആർട്ടിസ്റ്റ് കുഞ്ഞുമോൻ വരച്ച, കള്ളുകുടം തൂക്കിനില്ക്കുന്ന കരിമ്പന ജയൻ സുകൂസ് ഹെയർ സലൂണിൽ നെഞ്ചുവിരിച്ചു.

കേശവൻകുട്ടി മണ്ണാറക്കുളഞ്ഞിയിൽനിന്നും വന്നതിനുശേഷം കാർത്തികേയൻ വീട്ടിൽ വന്നിട്ടേയില്ല. ഒരുപക്ഷേ, ഓണത്തിന് വന്നേക്കും. പൂരാടമായതുകൊണ്ട് മാധവിയും കേശവൻകുട്ടിയും സൈറ്റിൽ പോയില്ല. പോക്കോണം കഴിഞ്ഞിട്ട് ഇനിയും പോയാൽമതി. മാർക്കറ്റിൽനിന്നും കേശവൻകുട്ടി കൊണ്ടുവന്ന നേന്ത്രക്കുല വറ്റലാക്കുവാൻ മൊയ്തുവിന്റെ പീടികയിൽനിന്നും എണ്ണവാങ്ങി വരികയായിരുന്നു മാധവി തയ്യൽക്കാരൻ ശീമോൻതുന്നിയ ബാനർ വായനശാലയുടെ ഭിത്തിയിൽ വലിച്ചുകെട്ടി, അവന്റെ മകൻ ആർട്ടിസ്റ്റ് കുഞ്ഞുമോൻ എഴുതുന്നതുകണ്ടു. തിരുവാതിര ശീലൊപ്പിച്ച് ലാസ്യത്തിൽനില്ക്കുന്ന മലയാളി മങ്കയുടെ മാറിടം സ്കെച്ചുചെയ്ത്, നിറവിനു തൂകേണ്ട ചായം റെഡ്ഓക്സൈഡിലും നീലത്തിലും ചാലിച്ചു മനസ്സിൽ പുരട്ടി, ദൂരെനിന്ന് ചാഞ്ഞും ചെരിഞ്ഞുംനോക്കി തലചൊറിയുന്ന കുഞ്ഞുമോനെ കണ്ടപ്പോൾ അവന്റെ അപ്പൻ തയ്യൽക്കാരൻ ശീമോനെയാണ് അവൾക്ക് ഓർമ്മവന്നത്.

ആനക്കുളത്തുവന്നകാലം. ഇട്ടുകൊണ്ടുവന്ന ബ്ലൗസ് പഴകിപ്പിഞ്ഞി. ഭാനുമതി തന്നത് എങ്ങുമെത്തുന്നില്ല. ഒരുവിധം പിന്നുകുത്തിയൊപ്പിച്ച്, കേശവൻകുട്ടി വാങ്ങിക്കൊണ്ടുവന്ന ചീട്ടിത്തുണിയുമായി തയ്യൽക്കാരൻ ശീമോന്റെ വീട്ടിലെത്തി. എണ്ണയിട്ട്, ചവിട്ടിനോക്കി തയ്യൽമെഷീന്റെ കടകട ശബ്ദം പരിശോധിക്കുകയായിരുന്നു ശീമോനപ്പോൾ. മുഖമുയർത്തി അതിശയംകൂറിയ അവനോട് മാധവി വന്നകാര്യം പറഞ്ഞിട്ട് തുണിപ്പൊതികൊടുത്തു. ശീമോന്റെ പെമ്പറന്നോൾ പെണ്ണമ്മ കട്ടിളപ്പടിയിലിരുന്ന് ചക്കക്കുരു ചുരണ്ടുകയായിരുന്നു. അളവെടുക്കാൻ പാകത്തിൽ നേര്യതുമാറ്റിയ മാധവിക്കും കറിക്കു കുരുചുരണ്ടുന്ന പെണ്ണമ്മയ്ക്കും നടുവിൽ അളവുടേപ്പുംപിടിച്ച് ശീമോൻ ധർമ്മസങ്കടത്തിൽനിന്നു. ഭാര്യയെ ദൃക്സാക്ഷിയാക്കി മറ്റൊരു പെൺമാറിന്റെ ചുറ്റളവിനായി ടേപ്പുചുറ്റുന്നതെങ്ങനെ? രണ്ടറ്റവും കൂട്ടിമുട്ടാൻ പാടുപെടുന്നതിനുള്ളിൽ വീർപ്പടക്കി

നില്ക്കുന്നവളുടെ ബ്ലൗസുവാങ്ങിയാൽ അളവുശരിയാകുമോ? മാറിലും പിറകിലും മാറിമാറി നോക്കിയും, രണ്ടുകൈപ്പത്തികൊണ്ടും സ്വന്തം മാറിലെടുത്ത മാധവിയുടെ അളവ് മനസ്സിൽക്കുറിച്ചും, പിന്നുകുത്തിയിട്ടും അടുക്കാൻ മടിച്ചുനില്ക്കുന്ന വിടവിലൂടെ ചാഞ്ഞും ചെരിഞ്ഞുംനോക്കി തലചൊറിഞ്ഞുനിന്ന ശീമോനെനോക്കി പെണ്ണമ്മ അരിശപ്പെട്ടു; "തുറിച്ചുനോക്കി മെഷ്യന് എണ്ണയിടാതെ മനുഷെനെ. എനിക്കൊള്ളതിന്റെ എരട്ടിവെച്ചങ്ങ് തൈച്ചുകൊടുത്താൽമതി."

കായനുറുക്കി ചീനച്ചട്ടിയിലെ തിളച്ച എണ്ണയിലിടുമ്പോൾ ശീമോന്റെ അന്നത്തെ ധർമ്മസങ്കടമോർത്ത് മാധവി ചിരിച്ചുപോയി.

"ന്താ മാതൂ ചിരിക്കുന്നെ?"

"ഓ. ചുമ്മാ."

"അതല്ല."

"ങ്ഹ! അത്...." അവൾ വിഷയംമാറ്റി. "പ്ലാക്കാട്ടച്ചൻ കിളിപ്പാസടിച്ചുകാണും. കിളിത്തട്ടുകാണാൻ പോണില്യോ?"

"ഇല്ല."

"ഓണപ്പരിപാടി കാണാനോ?"

"പോണം."

"ഓ! ലൈബ്രറീലെ പണ്ടത്തെ നായികയല്ലായിരുന്നോ."

"കളിയാക്കാതെ മാതൂ."

അവൾ ചിരിച്ചു. അവനും ചിരിച്ചു. എണ്ണ തിളച്ചുപൊന്തി. ചട്ടുകംകൊണ്ട് അവൾ വറ്റലിളക്കി.

കൊച്ചുകുറുമ്പ കുത്തുകല്ലുചവിട്ടി കിതച്ചോടിവരുന്നു.

എന്താണാവോ?

"മാതുക്കൊച്ചേ......"

"ന്താ പെണ്ണേ?"

"മ്മടെ സയിനബക്കൊച്ച്..."

"സൈനബയ്ക്ക്?"

"സയിനബ...."

കൊച്ചുകുറുമ്പ പൊട്ടിക്കരഞ്ഞു. അവൾക്ക് സങ്കടംസഹിച്ചില്ല. അവൾ മുഖംപൊത്തി തിണ്ണയിൽ ചടഞ്ഞിരുന്നു.

"സൈനബയ്ക്ക് എന്തുപറ്റിയെന്നു പറപെണ്ണേ."

മണവാട്ടിക്ക് മാലകോർക്കാൻ മഞ്ചാടിക്കായി സൈനബ മൊട്ടപ്പാറക്കാവിലേക്കുപോയി. അവൾക്ക് ഒരു തേക്കിലകുമ്പിളുനിറയെ മഞ്ചാടി കിട്ടി. അവൾ സന്തോഷത്താൽ ഒപ്പനപാടി. കാവിൽനിന്നും തിരിച്ചിറങ്ങുമ്പോൾ കാർത്തികേയനതാ മുന്നിൽ! അവൾ കേണുപറഞ്ഞിട്ടും അവൻ മാറിയില്ല. ലക്കുകെട്ട അവനപ്പോൾ ഒറ്റയാനെപ്പോലെയമറി. തലയിൽകെട്ടിയിരുന്ന തോർത്തഴിച്ച് അവളെ ശ്വാസംമുട്ടിച്ചു. അവൻ അവളെ അയ്യപ്പൻപ്ലാഞ്ചോട്ടിലെ പാറപ്പരപ്പിലേക്ക് വലിച്ചിഴച്ചു. അവളുടെ എതിർപ്പുകളൊന്നും അവൻ വകവച്ചില്ല. ഒറ്റമുലച്ചിയും അയ്യപ്പൻകുറവനും ആവ

തുനോക്കിയിട്ടും, കാടുമെതിച്ചെത്തിയ ഒറ്റയാൻ അവളുടെ നാഭിയിൽ തേറ്റയിറക്കി മുക്രയിട്ടു.

തളിരിലക്കുമ്പിളിൽനിന്നും ഉതിർന്ന മഞ്ചാടിമണികൾ പാറപ്പരപ്പിൽ ചിതറിവീണു. തവിട്ടുനിറത്തിന് ചോരമണംതൂകി മഞ്ചാടിമണികൾ പാറപ്പരപ്പിലാകെ പറ്റിപ്പിടിച്ചു.

"ന്റീശരമ്മാരേ.......! ഞാനെന്താ ഈ കേക്കണെ!"

മാധവി തളർന്നുവീണു. കേശവൻകുട്ടി അവളെ മടിയിൽതാങ്ങി. അവന്റെ നെഞ്ചിൽ കഫംകനത്തു. അവൻ ചുമച്ചു. ചുമച്ചുചുമച്ച് അവന്റെ കണ്ണുതള്ളി.

"പാസടിക്കാൻവന്ന പ്ലാക്കാട്ടച്ചനും കിളിത്തട്ടുകളിക്കാരും തെരഞ്ഞു ചെന്നപ്പം....... കുഞ്ഞുപെങ്ങളെകണ്ട അസീസ് പിരാന്തനെപ്പോലെ അലറിക്കൊണ്ടോടി. കാറുത്തികേയൻ ചിന്നക്കട വണ്ടീൽക്കേറി പോണതു കണ്ടോരൊണ്ട്."

കൊച്ചുകുറുമ്പ കുത്തുകല്ലിറങ്ങി ഇടവഴിയിലൂടെ പരവേശപ്പെട്ട് നടന്നുപോയി.

ആനക്കുളമിറങ്ങിയ ആംബുലൻസിന്റെ ദയനീയ തേങ്ങൽ താന്നിമൂടും പിന്നിട്ട് വടക്കോട്ടുവടക്കോട്ട് നേർത്തുനേർത്തുപോയി.

പതിനാറ്

അസീസ് ആംബുലൻസിൽ കയറിപ്പോയില്ല. നിവർത്തിപ്പിടിച്ച കഠാരയുമായി അവൻ അലറിവിളിച്ചുനടന്നു. കാർത്തികേയനെത്തേടി ആനക്കുളമാകെയലഞ്ഞു. കഠാരയുടെ വായ്ത്തലത്തിളക്കംകണ്ട് ആനക്കുളത്തുകാർ ഭയപ്പെട്ടു. ശവമഞ്ചത്തിൽ കിടന്ന് അസമയങ്ങളിൽ അവൻ വാങ്കുവിളിച്ചു. ഊണും ഉറക്കവുമില്ലാതെ അവൻ എല്ലുംതോലുമായി.

പോക്കോണനാളിൽ ഒരു ലോറിനിറയെ വീട്ടുസാധനങ്ങളുമായി ആനക്കുളമിറങ്ങുമ്പോൾ ഉടയതമ്പുരാന്റെ മിനാരങ്ങൾക്കുനേരെ കൈയുയർത്തി മൊയ്തു മന്ത്രിച്ചു; ഇന്നാ ലില്ലാഹി.....

പാലാക്കാരൻ ഒരു നസ്രാണിയാണ് മൊയ്തുവിന്റെ വീടും പുരയിടവും പീടികയും വിലയ്ക്കുവാങ്ങിയത്. അയാൾ വസ്തുക്കച്ചവടക്കാരനാണ്. അയാളെ ആനക്കുളത്തുകാർ കണ്ടിട്ടില്ല. വെണ്ടർ വേലുപ്പിള്ളയാണ് പാലാക്കാരന് വിലയാധാരം രജിസ്റ്ററാക്കിക്കൊടുത്തത്. വേലുപ്പിള്ളവഴിയാണ് ആനക്കുളത്തുകാർ വസ്തുക്കച്ചവടം അറിഞ്ഞത്. ഫർണിച്ചറുകളും പലവ്യഞ്ജനങ്ങളും പാലാക്കാരൻ മറ്റാർക്കോ മറിച്ചുകൊടുത്തിട്ട് വീടും പീടികയും പറങ്കിത്താഴിട്ടുപൂട്ടി. പുരയിടം കാടുപിടിച്ചു. അവിടം പാമ്പിന്റേയും, പന്നിയുടേയും, കാട്ടുപൂച്ചയുടേയും താവളമായി. നിസ്കാരപ്പള്ളി നില്ക്കുന്ന സ്ഥലം മൊയ്തു നേരത്തേ ജമാ അത്തിന് ഇഷ്ടദാനം ചെയ്തതാണ്.

കുട്ടികൾ വലിച്ചെറിയുന്ന പൊതിച്ചോറിന്റെ അവശിഷ്ടം പരതുവാൻ അസീസ് ഉച്ചനേരത്ത് പള്ളിക്കൂടത്തിലെത്തും. എളിയിൽ പൊന്തിനില്ക്കുന്ന കഠാരപ്പിടിനോക്കി കുട്ടികൾ പേടിച്ചുമാറിനില്ക്കും. മുഷിഞ്ഞുപിഞ്ഞിയ വസ്ത്രത്തിലേയും ജടപിടിച്ച മുടിയിലേയും മനംപുരട്ടുന്ന വാടയേല്ക്കാതെയവർ മൂക്കുപൊത്തും. എളിയിലെ കഠാരപ്പിടിയിൽപിടിച്ച്

ചിലപ്പോഴൊക്കെ അവൻ കുട്ടികൾക്കുനേരെ അലറും. കുട്ടികൾ പേടിച്ചോടി ക്ലാസ്മുറിയിൽ കയറിവിറയ്ക്കും.

"അവനെ അങ്ങനെ വിട്ടാൽപറ്റില്ല. മൂന്നാംമുറയിലൂടെ; ഐ മീൻസ്... ഷോട്ട്പുട്ടോ, ഡിസ്കസോ എറിഞ്ഞ്...... ജാവലിൻ തലയ്ക്കടിച്ച്.... എങ്ങനെയും കീഴ്പ്പെടുത്തി കടാരയൂരണം."

ഡ്രില്ലുമാഷ് തമ്പിരാജൻ വിസിലൂതി.

"കടാരയൂരണം. പക്ഷേൽ; ഒരുതുള്ളി ചോരചിന്താൻ പാടില്ല."

വെനീസിലെ ന്യായാധിപനെപ്പോലെ ഷേക്സ്പിയർ ഫിലിപ്പോസുമാഷ് വിയോജനം പറഞ്ഞു.

"എങ്ങനെയുമാകെട്ടെ. അവന്റെ കടാര ആരൂരും?"

യു പിയിലെ ഭാഷക്കാരി വാസന്തിടീച്ചർ ചോദ്യമെറിഞ്ഞു.

"സുഭദ്രാമ്മ ടീച്ചർ."

"ഹയ്യോ! ഞാനോ?!"

കഠാരമുനയിൽപൊടിയുന്ന Rh ഘടകമോർത്ത് ജീവശാസ്ത്രക്കാരി സുഭദ്രാമ്മ ടീച്ചർ ഞെട്ടിത്തരിച്ചു.

"ടീച്ചർക്കതാകും. പത്താംക്ലാസിലെ ജഗജില്ലികളുടെ എലിയിൽനിന്നും ടീച്ചറെത്ര ലൗലെറ്റർ ഊരിയെടുത്തതാ. മാത്രമോ! ടീച്ചറുടെ ഹസ് ഒരുമിലിട്ടറി. ധീരജവാന്റെ ഭാര്യ ഒരു പ്രതിസന്ധി കട്ടത്തിൽ? എലിയിൽനിന്നും അസീസിന്റെ കടാര ടീച്ചറൂരും."

സുഭദ്രാമ്മടീച്ചറുടെ ജീവശാസ്ത്രകേന്ദ്രത്തിന്റെ ചരിത്ര പശ്ചാത്തലത്തിലേക്ക് പലവട്ടം ഊളിയിട്ടിട്ടുള്ള സാമൂഹ്യപാഠക്കാരൻ സദാശിവൻമാഷ് ഉറക്കെ പ്രഖ്യാപിച്ചു.

അസീസിന്റെ എലിയിൽനിന്നും കഠാര വലിച്ചൂരുന്നതിനും, ആയത് ആഫീസ്മുറിയിൽ സൂക്ഷിക്കുന്നതിനും -കുട്ടികളെ കൂട്ടമണിയടിച്ച് വിട്ട ശേഷം വെള്ളിയാഴ്ച ഉച്ചയ്ക്കുമേൽ മൂന്നുമണിക്ക് പത്തു ബീയിൽ ചേർന്ന സ്റ്റാഫ്മീറ്റിങ്- ഹെഡ്മാസ്റ്റർ കോശിസാർ, ബയോളജിടീച്ചർ സുഭദ്രാമ്മ, ശിപ്പായി രാമൻ എന്നിവരെ ചുമതലപ്പെടുത്തി ചായകുടിച്ച് 3.30 ന് പിരിഞ്ഞു.

സ്റ്റാഫ്മീറ്റിങ്ങിന്റെ മിനിട്ട്സുപകർപ്പ് ഉള്ളടക്കംചെയ്ത കത്ത് സുഭദ്രാമ്മടീച്ചറുടെ കൈപ്പടയിൽ മിലിട്ടറിക്കാരൻ കെട്ട്യോനെത്തേടി അതിർത്തിയിലേക്കുപോയി. ഒരു പാകിസ്ഥാൻ ലഫ്റ്റനന്റിനെ പിടിക്കുവാൻ റജിമെന്റ് തയ്യാറാക്കിയ കുരുക്കിന്റെ ബ്ലൂപ്രിന്റുസഹിതം(ലഫ്റ്റനന്റിനെ പിടികിട്ടിയില്ലെങ്കിലും) അടിയിൽ രണ്ടുവെടിചുംബനങ്ങളോടെ മറുപടി രണ്ടാഴ്ചയ്ക്കുള്ളിലെത്തി.

"ന്താ ടീച്ചറെ. പാഞ്ചാലിയുടെ ചേലയോ?"

ചീനവലയും പ്ലാസ്റ്റിക് കയറും കൊണ്ടുമെനഞ്ഞ കുരുക്കുകണ്ട് ഹെഡ്മാസ്റ്റർ ചോദിച്ചു.

"ങ്ഹാ."

ക്രോമസോമിൽ അന്തർല്ലീനമായ ജൈവരഹസ്യങ്ങളുടെ കെട്ടു

പിണയൽപോലെ സുഭദ്രാമ്മടീച്ചർ ഗൂഢമായി ചിരിച്ചു.

സ്കൂൾ കോമ്പൗണ്ടിലെത്തിയ അസീസിനെ, ഹസിന്റെ ബ്ലൂപ്രിന്റു വച്ച് സുഭദ്രാമ്മടീച്ചർ മെനഞ്ഞുകെട്ടിയ കുരുക്കെറിഞ്ഞ് ഹെഡ്മാസ്റ്റർ കോശിസാറും ശിപ്പായി രാമനും ചേർന്ന് വരിഞ്ഞുമുറുക്കി.

"വലിച്ചൂരുടീച്ചറെ അവന്റെ കഠാര."

കഴുത്തൊടിഞ്ഞ പൂവന്റെ പിടയലിൽ, കുരുക്കിനുള്ളിൽക്കിടന്ന അസീസിന്റെ ജനനകേന്ദ്രത്തിൽ കാലൂന്നി സുഭദ്രാമ്മടീച്ചർ താണ്ഡവ മാടി.

ഒരു സുരതാലസ്യത്തിലെന്നപോൽ അവൻ പുളഞ്ഞു.

പുരാതന ജീവിയുടെ ഫോസിലെടുക്കുന്ന കരുതലോടെ സുഭദ്രാ മ്മടീച്ചർ അവന്റെ എളിയിൽനിന്നും കഠാര വലിച്ചൂരി.

"ങ്ഹേ! കപ്പത്തണ്ട്!"

അവൻ ദയനീയമായി ടീച്ചറെനോക്കി.

"പിരാന്തനസീസിന്റെ കപ്പത്തണ്ട് വയോളജിടീച്ചറു വലിച്ചൂരി യേയ്..."

കുട്ടികൾ കൂക്കുവിളിച്ചു.

അന്ന് പൗർണ്ണമിയായിരുന്നു. ഉണങ്ങിയ കപ്പത്തണ്ടുംവീശി, പാതി രായ്ക്ക് അലറിവിളിച്ചുകൊണ്ട് രാക്ഷസൻപാറയിലേക്ക് അസീസ് ഓടി പ്പോയി. രാക്ഷസൻപാറയുടെ മൂക്കിനിന്നും കുറുക്കന്മാർ ആർത്തിയോടെ ഓരിയിട്ടു. കൊടിച്ചിപ്പട്ടികളതുകേട്ട് കൊതിയൂറിമോങ്ങി.

അസീസിനെ ആനക്കുളത്തുകാർ പിന്നീടൊരിക്കലും കണ്ടിട്ടേയില്ല.

കേശവൻകുട്ടി സുമതിയോടൊപ്പം കഴിഞ്ഞപ്പോൾ മാധവിക്ക് സഹി ക്കുവാൻപറ്റാത്ത സങ്കടമായിരുന്നു. ഭവിഷ്യത്തുനോക്കാതെ ഒരാളോ ടൊപ്പം ഇറങ്ങിത്തിരിച്ചവൾ..... അയാളുടെ കുഞ്ഞിന് ജന്മമേകിയവൾ... എല്ലാമെല്ലാം; എല്ലാ പ്രതീക്ഷകളും അയാളിൽ അർപ്പിച്ചവൾ.... അങ്ങ നെയുള്ളവളെ ഉപേക്ഷിച്ചിട്ട് മറ്റൊരുവളുമായി! തന്റെ പുരുഷൻ മറ്റൊരു സ്ത്രീയുമായി കഴിയുന്നത് ഏതെങ്കിലും പെണ്ണിന് സഹിക്കുവാൻ കഴി യുമോ? ആദ്യമൊക്കെ മാധവിക്ക് വിഷമം താങ്ങുവാൻ കഴിഞ്ഞില്ല. പിന്നീട്; അത് തന്റെ വിധിയാണെന്നുകരുതി അവൾ സമാധാനിച്ചു. തന്നെ മടുത്തപ്പോൾ വേറൊരുവളുടെ കൂടെ അവൻ കഴിഞ്ഞു. അവൾ മറ്റൊരു വനെ കണ്ടെത്തിയപ്പോൾ അവൻ തിരികെപ്പോന്നു. എന്തിനാണ് സുമ തിയുടെ കൂടെ പൊറുത്തതെന്നോ, തിരികെ വന്നതെന്തിനാണെന്നോ അവനോട് അവൾ ചോദിച്ചില്ല. അതൊക്കെ ചോദിക്കാൻ താൻ അവന്റെ ആരാണ്? കുടുംബത്തിന്റെ ഐശ്വര്യമെന്നു പാടിപ്പുകഴ്ത്തി നടന്നവർത ന്നെയാണല്ലോ മൂശേട്ടയെന്നുവിളിച്ച് അധിക്ഷേപിച്ചത്. ഊണിലും ഉറ ക്കത്തിലും നന്മയ്ക്കുവേണ്ടി മനമുരുകി പ്രാർത്ഥിച്ചിട്ടും നാരായണൻ കുട്ടിയേട്ടൻ അകാലത്തിൽ ദാരുണമായി മരിച്ചു. സ്വന്തം അനുജനായി മാത്രം കണക്കാക്കിയിരുന്ന കേശവൻകുട്ടിയുടെ ബീജമേറ്റുവാങ്ങേണ്ടി വന്നു. ഹോ! എല്ലാം വിധിയാണ്. ദൈവനിശ്ചയം!

ഒരു കുഞ്ഞിനുകൂടി ജന്മമേകാൻ കഴിയാതെപോയതിൽ മാധവിക്ക് വിഷമമുണ്ട്. എങ്കിലും താനൊരു അമ്മയായതിൽ –കാർത്തികേയനെ പെറ്റതിൽ– അവൾക്ക് പറഞ്ഞറിയിക്കാൻ പറ്റാത്ത സന്തോഷമായിരുന്നു. അവൾ അതിരറ്റ് അഭിമാനിച്ചു. പേറ്റുശേഷിയില്ലെന്ന പേരുദോഷം മാറിയല്ലോ. അമ്മയാകാതിരുന്നത് തന്റെ കുഴപ്പംകൊണ്ടല്ലായിരുന്നെന്ന് തെളിഞ്ഞല്ലോ. താലികെട്ടിയവനിൽനിന്നും ഗർഭം ധരിക്കുവാൻ ഭാഗ്യം ലഭിച്ചില്ലെങ്കിലും ധന്യയായ നിമിഷം.

കാർത്തികേയൻ കൃശഗാത്രനും സുന്ദരനുമാണ്. അമ്മയുടെ സൗന്ദര്യവും അച്ഛന്റെ ശരീരപ്രകൃതിയുമാണ്. ചെറുപ്പത്തിൽ അവൻ എല്ലാവരുടേയും കണ്ണിലുണ്ണിയായിരുന്നു. വിഷുവിനും വിശേഷ ദിവസങ്ങളിലും കണിക്കായി ആളുകൾ അവനെ വീടുകളിലേക്ക് കൂട്ടിക്കൊണ്ടുപോകുമായിരുന്നു. അവൻ വീട്ടിൽ കണിയിരുന്നാൽ ഐശ്വര്യമെത്തുമെന്നതാണ് അവരുടെ അനുഭവം. പഠനത്തിൽ അവൻ മിടുക്കനായിരുന്നു. ചിത്രകലയിലും അവന് അഭിരുചിയുണ്ടായിരുന്നു. പ്രസംഗത്തിലും സമർത്ഥൻ. യുവജനോത്സവ വേദികളിൽ ആനക്കുളം സർക്കാർ സ്കൂളിനെ പ്രതിനിധീകരിച്ച് അവൻ സമ്മാനങ്ങൾ വാരിക്കൂട്ടിയിരുന്നു. അദ്ധ്യാപകർ അവനെ എറെ ഇഷ്ടപ്പെട്ടിരുന്നു. ആൺകുട്ടികളായ സഹപാഠികൾ തെല്ല് അസൂയയോടും പെൺകുട്ടികൾ ആരാധനയോടുമാണ് അവനെ നോക്കിയിരുന്നത്.

എന്തെന്തു പ്രതീക്ഷകളായിരുന്നു! കേശവൻകുട്ടി ഉപേക്ഷിച്ചുപോയാലും തന്നെ സംരക്ഷിക്കുവാൻ മിടുക്കനായ മകനുണ്ടല്ലോ; മാധവി തെല്ലൊരു അഭിമാനത്തോടെയാണ് കാർത്തികേയനെ വളർത്തിയത്.

എന്നാൽ; ഇപ്പോൾ.......

നാടിനും വീടിനുമാകെ അപമാനമുണ്ടാക്കി. എത്രയെത്ര പൊലീസ് കേസുകൾ! പിടിച്ചുപറി, മോഷണം, കൂലിത്തല്ല്, ചാരായംവാറ്റ്, വ്യഭിചാരം... ആനക്കുളത്തിന്റെ മനഃസാക്ഷിയിൽ സൈനബയുടെ മരണമേല്പിച്ച മുറിവ് ഇനിയും ഉണങ്ങിയിട്ടില്ല. പിച്ചിച്ചീന്തപ്പെട്ട കുഞ്ഞുപെങ്ങളുടെ ഉടലുകണ്ട് സമനിലതെറ്റിയ അസീസ് രാക്ഷസൻപാറയുടെ മൂക്കിൽ കുറുക്കന്മാർക്ക് ആഹാരമായി. കാർത്തികേയന്റെ ചതിയിൽപ്പെട്ട സത്യൻമാഷ് ജീവിച്ചിരിക്കുന്ന രക്തസാക്ഷിയാണ്.

നക്സലൈറ്റ് ആശയങ്ങൾ കേരളത്തിൽ വേരോടിത്തുടങ്ങിയകാലം. കണ്ണൂരിൽനിന്നും വയനാട്ടിലേക്ക് പാർട്ടിപ്രവർത്തനത്തിനു പോയതായിരുന്നു സ:വർഗ്ഗീസ്. കൊടുംചൂഷണത്തിന് വിധേയരാകുന്ന ആദിവാസികളെയാണ് സ:വർഗ്ഗീസിന് അവിടെ കാണുവാൻ കഴിഞ്ഞത്. നെല്ലും കുറച്ച് പണവും കൊടുത്ത് വള്ളിയൂർകാവ് ക്ഷേത്രത്തിൽനിന്നും എല്ലാ വർഷവും തമ്പ്രാക്കൾ ആദിവാസികളെ അടിമകളായി വാങ്ങുന്നു. മുട്ടിനുതാഴെമറച്ച് മുണ്ടുടുത്താൽ ആദിവാസി ആണുങ്ങളെ തമ്പ്രാക്കൾ തല്ലിച്ചതയ്ക്കും. തമ്പ്രാക്കളുടെ മുമ്പിൽ ഗോത്രഭാഷയല്ലാതെ മലയാളം പാടില്ല. കുറഞ്ഞ കൂലിക്ക് രാവിലെമുതൽ രാത്രിവരെ പാവങ്ങൾ പാടത്ത്

പണിയെടുക്കണം. ഇംഗിതത്തിനു വഴങ്ങാത്ത ആദിവാസി പെൺകുട്ടികളെ തമ്പ്രാക്കൾ ബലാത്സംഗം ചെയ്യുന്നു. നക്സൽബാരി കലാപത്തിന്റെ രാഷ്ട്രീയം ഉൾക്കൊണ്ട് ആദിവാസി നേതാവ് ചോമൻമൂപ്പനുമൊത്ത് സ:വർഗ്ഗീസ് അനീതിക്കും അസമത്വത്തിനുമെതിരെ പ്രക്ഷോഭങ്ങൾ നടത്തി. 1970 ഫെബ്രുവരി 18 ന് രാവിലെ ഇട്ടിച്ചിരി മനയമ്മയുടെ കുടിലിൽനിന്നും സ: വർഗ്ഗീസിനെ പൊലീസു പിടികൂടി. ഡെപ്യൂട്ടി എസ് പി ലക്ഷ്മണയുടെയും ഡി ഐ ജി വിജയന്റെയും നിർദ്ദേശപ്രകാരം അന്നുവൈകിട്ട് പൊലീസുകാരൻ രാമചന്ദ്രൻനായർ സ:വർഗ്ഗീസിനെ വെടിവെച്ചു. “വിപ്ലവം ജയിക്കട്ടെ” എന്നുചിരിച്ചുകൊണ്ട് സ:വർഗ്ഗീസ് തിരുനെല്ലിക്കാട്ടിൽ മരിച്ചുവീണു.

സ:വർഗ്ഗീസ് രക്തസാക്ഷിത്വം വരിച്ചതിന്റെ മൂന്നാംപക്കം ഇരുട്ടിത്തുടങ്ങിയനേരത്ത് ഒരു ചെറുപ്പക്കാരൻ കണ്ണൻപിള്ളിയിലെത്തി. വെളുത്തു മെലിഞ്ഞ ആ ചെറുപ്പക്കാരന് ഊശാൻതാടിയുണ്ടായിരുന്നു. തടിച്ച കണ്ണട ധരിച്ചിരുന്ന അവൻ തോളിൽ തുണിസഞ്ചി തൂക്കിയിരുന്നു. അവന്റെ വേഷം മുഷിഞ്ഞതായിരുന്നു. ഇംഗ്ലീഷ് സാഹിത്യത്തിൽ അവൻ ബിരുദമെടുത്തിരുന്നു. സത്യനാരായണൻ എന്നായിരുന്നു അവന്റെ പേര്.

ഇന്റർമീഡിയറ്റ് പഠനകാലത്ത് തന്റെ സഹപാഠിയായിരുന്ന ചേർത്തലക്കാരൻ നാരായണൻ നമ്പൂതിരിയുടെ മകനെ കുഞ്ഞനന്തൻ ഹൃദയപൂർവ്വം സ്വീകരിച്ചു. ആനക്കുളം ഗവൺമെന്റ് ഹൈസ്കൂളിന് സമീപം ട്യൂട്ടോറിയൽ തുടങ്ങുവാൻ കുഞ്ഞനന്തൻ അവന് സ്ഥലംകൊടുത്തു. കുഞ്ഞനന്തൻ കൊടുത്ത സ്ഥലത്ത് അവൻ ആഴാന്തലിൻതൂണുനാട്ടി. അടയ്ക്കാമരക്കീറുകൊണ്ട് ഷെഡ്ഡുപണിത് മുകളിൽ ചാക്കുഷീറ്റുപാകി. മുള്ളിലവിന്റെ പലകയടിച്ച് ചുറ്റും മറച്ചു. പാഴ്ത്തടി കീറിച്ച് ബഞ്ചും ഡസ്കും തീർപ്പിച്ചു. നീലപ്രതലത്തിൽ കടുംചുവപ്പുകൊണ്ട് ആർട്ടിസ്റ്റ് കുഞ്ഞുമോനെഴുതിയ ബോർഡ് ട്യൂട്ടോറിയലിൽ തൂക്കിയിട്ടു–

മോഡൽ കോളേജ്
H S Jn. ആനക്കുളം.
ക്ലാസുകൾ: V–X(ട്യൂഷൻ) & SSLC സെക്ഷൻ
പ്രിൻസിപ്പാൾ:– M N സത്യനാരായണൻ B A

സത്യനാരായണൻ കുട്ടികളെ ഇംഗ്ലീഷും ചരിത്രവും പഠിപ്പിച്ചു. നാരായണപുരത്തുനിന്നും കല്ലുംകടവിൽനിന്നും താടിയും മുടിയും വളർത്തിയ ചെറുപ്പക്കാർ തുണിസഞ്ചിയും തൂക്കി മോഡൽകോളേജിൽ പഠിപ്പിക്കുവാനെത്തി. നാടകകൃത്ത് കടവിൽ സോമനായിരുന്നു മലയാളംമാഷ്. ഷെല്ലിയും ഷേയ്ക്സ്പിയറും ഒക്ടോബർവിപ്ലവവും ഒരേപോലെ വഴങ്ങുന്ന മോഡൽകോളേജ് പ്രിൻസിപ്പാൾ എം എൻ സത്യനാരായണൻ ബി എ ആനക്കുളത്തിന്റെ സത്യൻമാഷായിമാറി.

കുട്ടികൾ ട്യൂട്ടോറിയൽ വിട്ടാൽ മാഷന്മാർ കുട്ടച്ചന്റെ ചായപ്പീടികയിൽ പോകും. കട്ടൻചായയും പരിപ്പുവടയും കഴിച്ച് തെറുപ്പുബീഡിയുമായി തിരികെവരുന്ന മാഷന്മാർ മോഡൽ കോളേജിൽ വിപ്ലവചർച്ചയ്ക്ക്

തിരികൊളുത്തും. *കമ്യൂണിസ്റ്റു മാനിഫെസ്റ്റോ*യും *മൂലധന*വും തലനാരിഴയ്ക്ക് കീറിമുറിക്കും. മാക്സിം ഗോർക്കിയുടെ *അമ്മ*യും, ചെഗുവേരയുടെ *ബൊളീവിയൻ ഡയറി*യും വിശകലനത്തിന് വിധേയമാക്കും. നക്സൽബാരി സഖാക്കൾ ചെയർമാൻ മാവോയെ തേടിപ്പോയ ദുർഘടപാതയിലൂടെ അവർ സഞ്ചരിക്കും. വലിച്ചും ചപ്പിയും പതംവന്ന ബീഡിത്തുമ്പ് ചുവപ്പുമഷിയിൽമുക്കി പോസ്റ്റർ എഴുതും. മെയ്ദിനം സിന്ദാബാദ്! ജന്മിത്തം തുലയട്ടെ! ഇന്ത്യൻ മോചനത്തിന് വസന്തത്തിന്റെ ഇടിമുഴക്കം! സായുധവിപ്ലവം നീണാൾ വാഴട്ടെ! നക്സൽബാരി സിന്ദാബാദ്! ചെയർമാൻ മാവോ സിന്ദാബാദ്! ചുവരുകളിൽ പതിഞ്ഞ ചുവപ്പൻ മുദ്രാവാക്യത്താൽ ആനക്കുളം പ്രകമ്പനംകൊണ്ടു.

പൗരാവകാശങ്ങൾ നിഷേധിക്കപ്പെട്ട അടിയന്തരാവസ്ഥയുടെ നാളുകൾ. രാഷ്ട്രീയ പ്രവർത്തനം നിരോധിച്ചു. നേതാക്കളെ ജയിലിലിടച്ചു. നക്സലൈറ്റുകളെ പൊലീസ് വേട്ടയാടി. അവരെ കൈകാര്യംചെയ്യുവാൻ പ്രത്യേക പൊലീസ്ക്യാമ്പുകൾ തുറന്നു. സത്യൻമാഷും കൂട്ടരും പൊലീസിന്റെ നിരീക്ഷണത്തിലാണ്.

കോഴിക്കോട് റീജണൽ എഞ്ചിനീയറിങ് കോളേജുവിദ്യാർത്ഥി, ഈച്ചരവാര്യരുടെ മകൻ രാജനെ നക്സൽബന്ധം ആരോപിച്ച് പൊലീസ് കസ്റ്റഡിയിലെടുത്തു. സബ്ഇൻസ്പെക്ടർ പുലിക്കോടൻ നാരായണനും സംഘവും കക്കയംക്യാമ്പിലിട്ട് അവനെ മൃഗീയമായി മർദ്ദിച്ചു. അവനെ അവർ ഉരുട്ടിക്കൊന്നു. രാജന്റെ കസ്റ്റഡിമരണം ആഭ്യന്തരവകുപ്പിനെ ഉലച്ചു. കസ്റ്റഡിയിൽനിന്നും നക്സലൈറ്റുകളെ രഹസ്യമായി മോചിപ്പിക്കുവാൻ തുടങ്ങി. അഡ്വ:പനവിള രാവുണ്ണിമേനോന്റെ ഓഫീസിലേക്ക് അഡ്വ:നന്ദഗോപന് ഒരു അജ്ഞാത ഫോൺകോളെത്തി; കുളത്തൂപ്പുഴ റസ്റ്റുഹൗസിനുസമീപം സത്യനാരായണൻ എന്നൊരു ചെറുപ്പക്കാരൻ അവശനിലയിൽ കിടപ്പുണ്ടെന്ന്.

മൃതപ്രായനായ സത്യനാരായണനെ ആശുപത്രിയിലെത്തിച്ചതും കേസുനടത്തിയതും നന്ദഗോപനായിരുന്നു. സാക്ഷിമൊഴിയുടെ അഭാവത്തിൽ കേസുതള്ളിപ്പോയി. മാതാപിതാക്കളും ബന്ധുക്കളും ആവത് നിർബ്ബന്ധിച്ചിട്ടും സത്യനാരായണൻ ചേർത്തലയ്ക്കുപോയില്ല.

പഴയമാഷന്മാർ മോഡൽകൊളേജ് ഉപേക്ഷിച്ചുപോയി. പുതിയവർ വന്നു. രഹസ്യഗ്രൂപ്പ് പൊളിഞ്ഞു. പരിസ്ഥിതി പ്രവർത്തനവും ട്യൂട്ടോറിയൽ നടത്തിപ്പുമായി, കൊടിയ മർദ്ദനമേല്പിച്ച തിരുശേഷിപ്പുകളുംപേറി സത്യൻമാഷ് ആനക്കുളത്തിന്റെ സ്വത്വത്തിൽ അലിഞ്ഞുചേർന്നു.

പതിനേഴ്

തന്റെ മകൻ എത്ര കൊള്ളരുതാത്തവനായാലും അമ്മ അവനെ വെറുക്കുമോ? മകന്റെ തോന്ന്യാസങ്ങൾ അമ്മയല്ലാതെ മറ്റാരുണ്ട് പൊറുക്കുവാൻ! കാർത്തികേയനെ ഒരുനോക്കുകാണുവാൻ മാധവി എത്ര നാളായി കാത്തിരിക്കുന്നു. അവൻ നാടുവിട്ടിട്ട് പതിനഞ്ചു വർഷം കഴിഞ്ഞു. അവന് നല്ലബുദ്ധി തോന്നിക്കുവാൻ..... അവന്റെ സൽഗതിക്കുവേണ്ടി... താഴൂരമ്മയോട്, ഒരിപ്പുറത്തു ഭഗവതിയോട്, മയിൽവാഹനനോട് ചങ്കുപൊട്ടി കേണപേക്ഷിച്ചതിന് കൈയും കണക്കുമില്ല. അവനുവേണ്ടി ആരോടെല്ലാം യാചിച്ചു. ആരോടെല്ലാം ക്ഷമചോദിച്ചു. ഒരിക്കലവൻ തെറ്റുകളെല്ലാം ഏറ്റുപറയും. ഒരിക്കലവൻ പശ്ചാത്തപിക്കും. തന്നെ തേടിയെത്തും. മാധവി ഉറച്ചു വിശ്വസിക്കുന്നു.

അവനെ തിരക്കുവാൻ കേശവൻകുട്ടിയോട് എത്ര തവണ പറഞ്ഞതാണ്. ഒരിപ്പുറത്തെ ശ്രീഭവനത്തു കുടുംബക്കാർ കേഴ്വികേട്ടവരാണല്ലോ. അവരിൽ പലരും പുറത്ത് ജോലി നോക്കുന്നുണ്ട്. ആ വഴിക്ക് അന്വേഷിച്ചാൽ എന്തെങ്കിലും വിവരം കിട്ടാതിരിക്കില്ല. അന്യദേശങ്ങളിൽ പണിയെടുക്കുന്ന ആനക്കുളത്തുകാരുമുണ്ടല്ലോ. ആരോടെങ്കിലും തിരക്കിയാൽ..... ഇല്ല. കേശവൻകുട്ടി കാർത്തികേയനെക്കുറിച്ച് ആരോടും ഒന്നുംതന്നെ തിരക്കിയില്ല.

കാർത്തികേയൻ കാട്ടിക്കൂട്ടിയ കൊള്ളരുതായ്മകൾ കേശവൻകുട്ടി തട്ടിച്ചുനോക്കുന്നത് തന്റേതുമായിട്ടാണ്. താനെന്തുമാത്രം താന്തോന്നിത്തരങ്ങൾ കാട്ടിയിട്ടുണ്ട്. കുഞ്ഞുപെങ്ങളുടെ കരണത്തടിച്ച് ഓണമുണ്ണൽ മുടക്കി അപ്പന്റേയും അമ്മയുടേയും കണ്ണുനീർ ഭവനത്തിൽ വീഴ്ത്തിയത്, കള്ളുകുടം വലിച്ചെറിഞ്ഞപ്പോൾ തേറുകൊണ്ട് ശങ്കുപ്പിള്ളയുടെ കാത് മുറിഞ്ഞു തൂങ്ങിയത്, മംഗലത്തു വല്യോന്റെ കാലുപിടിക്കേണ്ടി വന്നത്, നാടും വീടുമുപേക്ഷിച്ച് മാധവിയുടെ കരംഗ്രഹിച്ച് ഇവിടേക്ക്

ഓടിപ്പോന്നത്, കാളത്തങ്കനുനേരെ കൊച്ചുപിച്ചാത്തി വീശിയത്, മകനേയും മാധവിയേയും ഉപേക്ഷിച്ച് മണ്ണാറക്കുളഞ്ഞിയിൽ സുമതിക്കൊപ്പം കഴിയേണ്ടിവന്നത്..... അവയൊന്നും കരുതിക്കൂട്ടി ചെയ്തവയായിരുന്നില്ല. മുൻകൂട്ടി നിനയ്ക്കാതെ അപ്പപ്പോഴുണ്ടായ വികാരത്തള്ളലിൽ, സാഹചര്യങ്ങളുടെ സമ്മർദ്ദത്താൽ ചെയ്തുപോയവയായിരുന്നു. ബോധപൂർവ്വമായിരുന്നില്ല, എല്ലാം യാദൃച്ഛികം.

ആർക്കുവേണമെങ്കിലും തന്നെ കുറ്റപ്പെടുത്താം. പക്ഷേ; മനഃസാക്ഷിക്ക് നിരക്കാത്തതൊന്നും ചെയ്തിട്ടില്ല. ബഹുമാനത്തോടെമാത്രം കണ്ടിരുന്ന ജ്യേഷ്ഠത്തിയമ്മയെപ്പറ്റി വേണ്ടാതീനം പറഞ്ഞപ്പോൾ കുഞ്ഞുപെണ്ണുങ്ങളുടെ കരണത്തടിച്ചു. ശങ്കുപ്പിള്ളയെ കള്ളുകുടമെറിഞ്ഞു. തെറ്റൊന്നും ചെയ്യാത്തവളുടെ ആത്മഹത്യ ഒഴിവാക്കുവാൻ അവളെ ഇവിടേക്ക് കൊണ്ടുപോരുകയല്ലാതെ വേറെ പോംവഴിയില്ലായിരുന്നു. പ്രത്യാശയുടെ വെളിച്ചമേകാൻ അവളെ മാറോടുചേർത്ത് ഇണയാക്കുകയല്ലാതെ മറ്റൊരു മാർഗ്ഗവും കണ്ടില്ല. ആത്മമിത്രമായ കുഞ്ഞനന്തനെ അധിക്ഷേപിച്ചവൻ തന്നേയും ആക്രമിച്ചാൽ കൊച്ചുപിച്ചാത്തി ഓങ്ങുകയല്ലാതെ എന്തുചെയ്യുവാനൊക്കും? ആരോരുമില്ലാതെ, തുള്ളിപ്പനിച്ചപ്പോൾ ആശ്വാസമോതി ശുശ്രൂഷിച്ച പെണ്ണിന്റെ ഇംഗിതത്തിനു വഴങ്ങിയത് തെറ്റായിപ്പോയോ?

എന്നാൽ.....

കാർത്തികേയൻ ചെയ്തുകൂട്ടിയതൊക്കെയും........?

അവന്റെ പാപങ്ങൾ കഴുകിക്കളയുവാൻ ഏതു പുണ്യതീർത്ഥത്തിനാകും! എന്തെല്ലാമായിരിക്കും അവനെ കാത്ത് നരകത്തിലിരിക്കുന്നത്! ഹോ....! ദൈവമേ! ഇങ്ങനെയൊരുത്തൻ തനിക്കുണ്ടായിപ്പോയല്ലോ! മാധവിക്ക് പേറ്റുശേഷിയില്ലായിരുന്നെങ്കിൽ...... പിഴച്ച സന്തതിക്ക് ജന്മമേകേണ്ടി വരില്ലായിരുന്നു.

അരുംകൊലചെയ്തവനെ അറസ്റ്റുചെയ്യുവാൻ പൊലീസിന് കഴിയുന്നില്ലേ? അവനെ ശിക്ഷിക്കുവാൻ ഇവിടെ നിയമമില്ലേ? ഹോ...! ദൈവമേ!

കാർത്തികേയനെ ഇനിയുമൊരിക്കലും കാണാനിടയാകല്ലേയെന്ന് കേശവൻകുട്ടി പ്രാർത്ഥിച്ചു.

ഒരുപാട് ഋതുക്കൾ കടന്നുപോയി.

ആനക്കുളത്തിന്റെ കെട്ടുപിണഞ്ഞ സാമ്പത്തിക-ജൈവതലങ്ങളും ഋതുഭേദങ്ങൾക്ക് വിധേയമായി. എന്തെന്തു മാറ്റങ്ങൾ! പല ദേശങ്ങളിൽനിന്നും വന്നവർ.... ഭാഷകൾ, വേഷങ്ങൾ, ചര്യകൾ, സാമ്പത്തികക്രമങ്ങൾ, സംസ്കാര സരണികൾ..... കുടിയേറ്റമണ്ണിന്റെ നിത്യതയിൽ അവയെല്ലാം പറ്റിപ്പിടിച്ചു. പച്ചപിടിച്ചവരും പറ്റിക്കപ്പെട്ടവരും ഇടകലർന്നൊഴുകി. അദൃശ്യശക്തികളുടെ നീരാളിപ്പിടുത്തം ആനക്കുളത്തിന്റെ സകലമേഖലകളിലും പിടിമുറുക്കിത്തുടങ്ങിയിരുന്നു.

ഹോട്ടൽകോശിമുതലാളി തന്റെ ബിസിനസ് ആൺമക്കളെ ഏല്പിച്ചു. അവർ മേരിവില്ല എസ്റ്റേറ്റിന്റെ ആനക്കുളം ബ്രാഞ്ച് പാലക്കാ

ട്ടുകാരൻ ഒരു മേനോന് വിറ്റു. ലയങ്ങളിൽ താമസിച്ചിരുന്ന തൊഴിലാളികൾ ആനുകൂല്യങ്ങൾ കൈപ്പറ്റി ഒഴിഞ്ഞുപോയി. പുത്തിരെവിയുടെ അമ്മായിയമ്മ വല്ലി, രമണിയേയും അവളുടെ രണ്ടു ആൺമക്കളേയും കൊണ്ട് സ്വദേശമായ മാങ്കോട്ടേക്കുപോയി. രവിയും കൂടെപ്പോയി. മാങ്കോട്ട് ക്ലച്ചുപിടിക്കാതെ രവി തന്റെ തട്ടകമായ ആനക്കുളത്തേക്ക് പോന്നു. ആനക്കുളത്ത് തല്ലുണ്ടാക്കി മാങ്കോട്ടേക്കും, അവിടെ പറ്റാതെ വരുമ്പോൾ തിരിച്ചും; പുത്തിരെവി ഒരു നിശ്ചിത ഇടവേളവിട്ട് തന്റെ തട്ടകം മാറ്റിക്കൊണ്ടിരുന്നു.

കാടുപിടിച്ചുകിടന്ന, മൊയ്തുവിറ്റ പുരയിടം പല കൈകൾ മറിഞ്ഞ് ഒടുവിൽ പാലക്കാട്ടുകാരൻ മേനോന്റെ കൈയിലെത്തി. ആനക്കുളത്തേയും പരിസരങ്ങളിലേയും വസ്തുക്കൾ എന്തുവിലകൊടുത്തും അയാൾ വാങ്ങിക്കൂട്ടി. അതിനായി അയാൾ തയ്യൽക്കാരൻ ശീമോന്റെ മകൻ ആർട്ടിസ്റ്റ് കുഞ്ഞുമോനെ ഇടനിലക്കാരനായി നിയമിച്ചു. മൊയ്തുവിറ്റ പീടികവാങ്ങി അയാൾ കുഞ്ഞുമോനു കൊടുത്തു. കുഞ്ഞുമോൻ പീടികയിൽ ബോർഡുവച്ച് ഡാവിഞ്ചി മെമ്മോറിയൽ ഫൈനാർട്സ് തുടങ്ങി. പുത്തിരെവിയും കൂട്ടരും കുഞ്ഞുമോന്റെ കീഴിൽ ഗുണ്ടകളായി വിലസി. ഫൈനാർട്സിന്റെ മറവിൽ പാലക്കാട്ടുകാരൻ മേനോൻ ആനക്കുളത്തിന് വിലയിട്ടു. അടുത്ത നൂറ്റാണ്ടിൽ, കാടുപിടിച്ച ആനക്കുളത്തിനു നടുവിൽ ആർട്ടിസ്റ്റ് കുഞ്ഞുമോന്റെ ഫൈനാർട്സ് മാത്രമേ ഉണ്ടാകുകയുള്ളുവെന്ന് ആളുകൾ പറഞ്ഞുതുടങ്ങി.

പാലക്കാട്ടുകാരൻ മേനോൻ ബോംബെയിലെ ഒരു വ്യവസായിയാണെന്നും, അയാൾ സാമ്രാജ്യത്വത്തിന്റെ പിണിയാളാണെന്നും, ആനക്കുളത്തിന്റെ പച്ചപ്പും ഫലപുഷ്ടിയും നശിപ്പിച്ച് വിഷംതുപ്പുന്ന വൻ ഫാക്ടറി ഇവിടെ തുടങ്ങുമെന്നും, ആയതിനാൽ പ്രകൃതിസ്നേഹികൾ സംഘടിച്ച് ആയത് ചെറുക്കണമെന്നും ഉദ്ഘോഷിക്കുന്ന പോസ്റ്ററുകൾ ആനക്കുളം പരിസ്ഥിതി സംരക്ഷണ സമിതിയുടെ പേരിൽ പഴയ നക്സലൈറ്റ് സത്യൻമാഷ് ഭിത്തികളിൽ ഒട്ടിച്ചു. ഫാക്ടറി വരട്ടെ. പത്താൾക്ക് തൊഴിലു കിട്ടുമല്ലോ. അതു നാടിന്റെ വികസനമല്ലേ. നാടിന്റെ മുഖച്ഛായ മാറില്ലേ. ഫാക്ടറി വന്നിട്ടല്ലേ പരിസ്ഥിതി പ്രശ്നം അറിയാൻപറ്റൂ. ആദ്യം ഫാക്ടറി വരട്ടെ. പീടികബഞ്ചുകളിലും പഞ്ചായത്ത് വഴികളിലും ആനക്കുളത്തുകാർ സംവാദത്തിലേർപ്പെട്ടു. ആർട്ടിസ്റ്റ് കുഞ്ഞുമോനെ വിരട്ടാൻ ചെന്ന പ്രാദേശീയ നേതാക്കൾ, മേൽക്കമ്മിറ്റിക്കുകൊടുത്ത തുകയുടെ രശീതു കണ്ട് പത്തിമടക്കി. പിന്നെപ്പിന്നെ എല്ലാ പ്രാദേശീയരും കുഞ്ഞുമോനെ കറവപ്പശുവാക്കി. എത്രവേണമെങ്കിലും ഊറ്റിക്കൊള്ളു എന്നമട്ടിൽ അവനും ചുരത്തിനിന്നു.

പാലക്കാട്ടുകാരൻ മേനോൻ ഒരിക്കൽ വരും. അയാളുടെ വരവിനായി ആനക്കുളത്തുകാർ കാത്തിരുന്നു.

ഉണ്ണൂണിച്ചന്റെ രണ്ടാമത്തെ മകൻ, പട്ടാളക്കാരൻ ശാവുമേൽ ഇപ്പോൾ മഹാരാഷ്ട്രയിലാണ്. മിലിട്ടറി ക്വാർട്ടേഴ്സിലാണ് താമസം.

അച്ചാമ്മയും കൂടെയുണ്ട്. ശാവുമേൽ-അച്ചാമ്മ ദമ്പതിമാരുടെ മക്കൾ (ഒരാണും ഒരുപെണ്ണും) മേക്കൊഴൂരിൽ നിന്നാണ് പഠിക്കുന്നത്. വല്യപ്പച്ചൻ തൊമ്മിച്ചൻ ചത്തുപോയെങ്കിലും വല്യമ്മച്ചി റാഹേലമ്മ പൊന്നു പോലെയാണ് കൊച്ചുമക്കളെ നോക്കുന്നത്. അതിന്റെ ഗുണം റാഹേലമ്മയ്ക്ക് കിട്ടുന്നുമുണ്ട്. അച്ചാമ്മയ്ക്കുകൊടുത്ത കുടുംബ വസ്തുവിൽ വീടുപണി നടക്കുന്നതിനാൽ അവധിക്ക് തകരപ്പെട്ടിയും തൂക്കി കെട്ട്യോളേയും കൂട്ടി ശാമുവേൽ നേരെ മേക്കൊഴൂരിനു വച്ചുപിടിക്കും. തകരപ്പെട്ടി റാഹേലമ്മയെ ഏല്പിക്കും. എങ്കിലും, പൊടിയുംതട്ടി തിരികെ പോകാൻ നേരമാകുമ്പോൾ അപ്പനെകാണാൻ ശാവുമേലെത്താറുണ്ട്. റെമ്മുകുപ്പിയും കമ്പിളിയുടുപ്പും ചായക്കാശും കൊടുക്കും. നാട്ടിലിറങ്ങി പത്ത് പട്ടാളപ്പുളുവടിക്കും. വിശുദ്ധ കൊച്ചുതെരേസയ്ക്കുമുമ്പിൽ ഒരു കൂടു കൊച്ചുമെഴുകുതിരി കത്തിച്ച് മുട്ടിപ്പായി പ്രാർത്ഥിച്ച് കുരിശുവരയ്ക്കും.

"ഞാങ്കണ്ടതാ."

"ആരെ?"

കുഞ്ഞുമോൻ കാൽക്കുലേറ്ററിൽ തൊട്ടുകൂട്ടുന്നതിൽ ശ്രദ്ധവിട്ടില്ല.

"കാർത്തിയേയനെ."

"യേത്....?"

"കേശോങ്കുട്ടീടെ മോൻ കാർത്തിയേയനെ."

"ങ്ഹേ?!"

കണക്കുതെറ്റിയ കാൽക്കുലേറ്ററുമായി കുഞ്ഞുമോൻ പിടഞ്ഞെഴുന്നേറ്റു.

ശത്രുവിനെ കീഴ്പ്പെടുത്തിയ വാശിയിൽ ശാവുമേൽ മേശയ്ക്കപ്പുറമുള്ള കസാലയിലിരുന്നു. ഇടനിലക്കാരന്റെ കൗശലത്തോടെ കുഞ്ഞുമോൻ തന്റെ ഇരിപ്പിടത്തിൽ വിസ്തരിച്ചിരുന്നു.

"കുഞ്ഞുമോനേ. അവനിപ്പം ആരാ!"

"ആരാ?"

"ബോമ്പേലെ രാജാവല്ല്യോ."

"രാജാവ്! ചുമ്മാ പുളുവടിക്കാതച്ചായാ."

"ഒള്ളതാ."

"എന്തോന്ന്?"

"രണ്ടു കണ്ണോണ്ടും ഞാങ്കണ്ടതാ."

"ചുമ്മാ."

"നെനക്കു വിശ്വാസോല്ലേൽ ഞാമ്പറേണില്ല."

"ഓ. പെണങ്ങിയോ? ഒരു ചായ പറയട്ടെ."

"വേണ്ട. ഒന്നു വീശിയതാ. ചായകുടിച്ചാൽ പിരിയും."

"പട്ടാളം കൈയിലൊണ്ടോ അച്ചായാ?"

"ങ്ഹാ."

പാൻസിന്റെ പോക്കറ്റിൽനിന്നും പകുതി പിന്നിടാത്ത കോണ്ടസ

ക്കുപ്പി വലിച്ചെടുത്ത് മേശമേൽവച്ചു. ജനാലവഴിനോക്കി പുറത്താരുമി ല്ലെന്നുറപ്പാക്കി, കുട്ടച്ചന്റെ ഹോട്ടൽ പ്രൈവറ്റിൽനിന്നും ചായ കൊണ്ടു വന്ന രണ്ടു ഗ്ലാസുകഴുകി മേശമേൽ കോണ്ടസയ്ക്കു സമീപം കുഞ്ഞു മോൻ വച്ചു.

"ഒഴിക്കച്ചായാ."

ശാവുമേൽ കോണ്ടസയുടെ കടുംവെട്ട് രണ്ടുഗ്ലാസിലും പകർന്നു. കുഞ്ഞുമോൻ കൂജയിൽനിന്നും ഗ്ലാസുനെരക്കെ വെള്ളമൊഴിച്ചു. ഗ്ലാസു മുട്ടിച്ച് ചീയേഴ്സുപറഞ്ഞു. കുഞ്ഞുമോൻ പകുതികുടിച്ചിട്ട്, ഗ്ലാസ് മേശ വലിപ്പിൽ അടച്ചുവച്ചു. ശാവുമേൽ ഒറ്റവലിക്ക് ഗ്ലാസുകാലിയാക്കി ലഹ രിയൂതി ചിറിതുടച്ചു. അതിർത്തിയിലെ യോദ്ധാവിന്റെ ജാഗരൂകതയോടെ കുഞ്ഞുമോനുനേരെ ഉന്നംപിടിച്ചു.

"ടോ ആർട്ടിസ്റ്റേ."

"ന്താ അച്ചായാ?" കുഞ്ഞുമോൻ തലകുടഞ്ഞു.

"നെനക്കു കേൾക്കണേൽ ഞാമ്പറയാം."

"അച്ചായൻ പറ. ഞാൻ കേൾക്കാം."

"ഇയ്യാ! എങ്കീപ്പറയാം. കഴിഞ്ഞ ഡിസംബർ ആറിനാ. ബാബറി മസ്ജിദ് തകർത്തേന്റെ അഞ്ചാം വാർഷികമാ. ടെററിസ്റ്റുകളുടെ ഭീഷണി. കൺട്രി അലേർട്ട്. ഞങ്ങൾ, ജെവാൻമാർക്ക് അതീവ ജാഗ്രത തന്നിരി ക്കാ. തോക്കുംചൂണ്ടി ഊണും ഉറക്കവുമൊഴിഞ്ഞ് ഞങ്ങൾ എന്തിനും തയ്യാർ. ഞങ്ങളുടെ പ്ലാറ്റൂണിലേക്കതാ അർജന്റ് മെസേജ്. എവിടുന്നാ..."

തോക്കിൽ ഉണ്ടനിറയ്ക്കുന്ന കരുതലോടെ കുഞ്ഞുമോനെ നോക്കി ഒന്നുനിർത്തി.

"എവിടുന്നാ?"

"ഇയ്യാ! സെൻട്രൽ ഡിഫെൻസ് മിനിസ്റ്ററുടെ ഓഫീസീന്ന്. മിനി സ്റ്റർ മലയാളിയാ. അയാൾ ത്രീ പീയെമ്മിന് പോർട്ടിൽ ലാന്റുചെയ്യും. ഹോട്ടൽ മീരാഗ്രൂപ്പിന്റെ സിൽവർ ജൂബിലി ഉദ്ഘാടനം ചെയ്യാൻ. മിനി സ്റ്റർക്ക് സുരക്ഷയൊരുക്കേണ്ടത് ന്റെ പ്ലാറ്റൂൺ! പ്ലാറ്റൂൺ തോക്കുചൂണ്ടി പോർട്ടിലേക്ക്. മിനിസ്റ്റർക്കുചുറ്റും ഞങ്ങൾ വൻമതിൽതീർത്തു. എടയ്ക്കു പറയെട്ടെ."

"പറയച്ചായാ."

"ഇയ്യാ! മിനിസ്റ്റർ എന്നോടു ചോദിക്കാ; ആർ യൂ മലയാളി? യേസ് സേർ, എന്നു ഞാൻ. നീട്ടിയൊരു സലൂട്ടും കൊടുത്തു. ശാവുമേലേ യെന്നു വിളിച്ചോണ്ട് മിനിസ്റ്ററെന്നെ കെട്ടിപ്പിടിച്ചു."

"നേരാ?!"

"ഇയ്യാ! എക്സാറ്റിലി. വി ഐ പി ലോഞ്ചീന്ന് ഒരു സുന്ദരൻ മിനി സ്റ്റർക്ക് മാലയിട്ടു. ആരാന്നറ്യോ?"

"ആരാ?"

"ഇയ്യാ! മ്മടെ കേശോങ്കുട്ടീടെ മോൻ കാർത്തിയേയൻ. ഒരു മാന്യനും, ഒരു പെമ്പറന്നോളും, ഒരു പെങ്കൊച്ചും ബൊക്കകൊടുത്തു.

അയാൾ മീരാഗ്രൂപ്പിന്റെ എം ഡിയാ. പാലക്കാട്ടുകാരൻ ശ്രീധരമേനോൻ. എടപെടീലും ലെക്ഷണോം കണ്ടപ്പം.... മറ്റേത് അവന്റെ കെട്ട്യോളും മോളുമാണെന്നാ തോന്നുന്നെ. പെങ്കൊച്ചിന് ഒരിരുപത് വയസ്സു കാണും. എന്തൊരു സുന്ദരി."

"അതു ചുമ്മാതാ. കാർത്തിയേയനു ഇരുപതു വയസ്സുള്ള മോളോ?! അവൻ നാടുവിട്ടിട്ട് പതിനഞ്ചോ പതിനാറോ വർഷായിക്കാണും."

"അരേ ചൂത്ത്. ഐ സ്റ്റോപ്പ്."

ശാവുമേൽ പട്ടാളം അലറി. നിലത്ത് ആഞ്ഞു ചവിട്ടി. ഡാവിഞ്ചി ഫൈനാർട്സ് കുലുങ്ങി.

"ഈശോ! ന്താ അച്ചായാ ഇത്? മറ്റോനെ ലേശംകൂടി."

വലിപ്പുതുറന്ന് റമ്മുകാലിയാക്കി കുഞ്ഞുമോൻ ഗ്ലാസ് മേശമേൽ വച്ചു.

കൊണ്ടസയുടെ കടും വെട്ട് വീണ്ടും ഗ്ലാസുകളിൽ! ഒറ്റവലിക്ക് തീർത്ത്, രണ്ടുപേരും കൈകൊടുത്തു. കസാലയിൽ കിറുങ്ങിയിരുന്നു.

"കുഞ്ഞോനെ."

"ന്താച്ചായാ?"

"ഈയ! ഹോട്ടെലെന്നു പറഞ്ഞാൽ അതാ ഹോട്ടൽ. പെങ്കോച്ചിന്റെ ടാൻസായിരുന്നു ആകോഷത്തിൽ പ്രെതാന ഇനം. കൊച്ചിന്റെ പേര്..? ഐ ഫൊർഗോട്ട്. ന്റെ കുഞ്ഞോനേ."

"ന്താ അച്ചായാ?"

"ഈയാ! പെങ്കോച്ചിനൊരു ടൊന്റി. സുന്നരി. കർത്താവിനെ കറക്കിയ മഗ്ദലക്കാരി മറിയത്തെപ്പോലെ. ടാൻസും ആട്ടോം കൊഴച്ചിലും. പ്ലാറ്റൂണിന്റേം മിനിസ്റ്ററുടേം മേലു പെരുത്തുപോയി. പിന്നീട് തീറ്റീം കുടിയുമായിരുന്നു. മിനിസ്റ്റേഴ്സ്. ഫിലിംസ്റ്റാഴ്സ്. ഫോറിനേഴ്സ്. എല്ലാം വീ ഐ പികൾ. അവനും പെങ്കോച്ചും കെട്ട്യോളും മേനോനും ഓടിനടന്ന് ഷേക്ക്ഹാൻഡ് കൊടുക്കുന്നു. ഹോ! ഒന്നു കാണേണ്ടതായിരുന്നു."

കാർത്തികേയൻ നാടുവിട്ടിട്ട് ഏറിയാൽ പതിനെട്ടു വർഷം. അവന്റെ മോൾക്ക് ഇരുപത് വയസ്സ്! പട്ടാളക്കാരൻ ശാവുമേൽ കണ്ടത് അവനെ തന്നെയോ? കൂടെയുണ്ടായിരുന്നത് അവന്റെ ഭാര്യയും മകളുമാണെന്ന് എന്താണുറപ്പ്? ഡിഫൻസ് മിനിസ്റ്ററെ സ്വാധീനിക്കാൻ തക്കവണ്ണം അവൻ വളർന്നോ? അവനിപ്പോൾ ആരാണ്?

പട്ടാളക്കാരൻ ശാവുമേൽ പുളുവടിക്കുകയായിരിക്കും.

വിലയാധാരം ഉറപ്പിക്കുവാൻ കഴിയാത്ത കൂട്ടുപ്രമാണം കൈയിൽകിട്ടിയതുപോലെ, വസ്തു ബ്രോക്കർ ആർട്ടിസ്റ്റ് കുഞ്ഞുമോൻ റെമ്മിന്റെ കെട്ടുപിടിച്ച് ഡാവിഞ്ചി മെമ്മോറിയൽ ഫൈനാർട്ട്സ് പൂട്ടി. രണ്ടാളും പുറത്തിറങ്ങി.

"കുഞ്ഞോനെ..."

"ന്താച്ചായാ..."

"അച്ചാമ്മോടും നിന്നോടും മാത്രമേ ഈ രെഹസിയം പറഞ്ഞിട്ടൊള്ളു. മറ്റൊരു തെണ്ടി ഇതറ്യരുത്. നോട്ട് ദ പോയിന്റ്. വെരി സീക്രട്ട്. മനസ്സിലായോ? സാലേ കുത്താ."

"ഓ അച്ചായാ."

കന്നിക്കോണിൽനിന്നും വീശിയടിച്ച കാറ്റിൽ മേഘങ്ങൾ ഒഴുകിയെത്തി. അത് ആനക്കുളത്തിന്റെ സന്ധ്യക്ക് കരിനിഴൽ പടർത്തി. കാർമേഘം മൂടിക്കെട്ടി.

പാൻസിന്റെ പോക്കറ്റിൽനിന്നുമെടുത്ത കൊച്ചുമെഴുകുതിരിക്കൂടുമായി പട്ടാളക്കാരൻ ശാവുമേൽ വിശുദ്ധ കൊച്ചുതെരേസയുടെ കുരിശടിയിലേക്ക് ആടിയാടി നടന്നുപോയി.

പതിനെട്ട്

പാലക്കാട്ടുകാരൻ മേനോൻ വാങ്ങിയ മേരിവില്ല എസ്റ്റേറ്റിലെ ഔട്ട്ഹൗസ് പുതുക്കിപ്പണിത് മോടി പിടിപ്പിച്ചു. തൃക്കാക്കരക്കാരൻ കൃഷ്ണപിള്ളയാണ് അതിന് മേൽനോട്ടം വഹിച്ചത്. ആനക്കുളത്തുകാർ ഇതുവരേയും കണ്ടിട്ടില്ലാത്ത മേനോൻസാറിന്റെ ബിസിനസുകളുടെ കേരളത്തിലെ ചുമതലക്കാരനാണ് തൃക്കാക്കരക്കാരൻ കൃഷ്ണപിള്ള. തൃക്കാക്കരയിൽ നിന്നുമാണ് പണിക്കാരെ കൊണ്ടുവന്നത്. രണ്ടാഴ്ച കൂടുമ്പോൾ അയാൾ വരും. വർക്കുകൾ വിശദമായി വിലയിരുത്തും. കണക്കുകൾ കീറിമുറിച്ച് പരിശോധിക്കും. പണം പാർട്ടികൾക്ക് കൊടുത്തിരുന്നത് അയാളല്ലായിരുന്നു. ആർട്ടിസ്റ്റ് കുഞ്ഞുമോനായിരുന്നു പണമിടപാടുകൾ നടത്തിയിരുന്നത്. നാരായണപുരം എസ് ബി ടി ശാഖയിലെ കുഞ്ഞുമോന്റെ അക്കൗണ്ടിലേക്ക് കൃഷ്ണപിള്ള പണം ഇട്ടുകൊടുക്കും.

വസ്തുക്കച്ചവടം, സംഭാവന എന്നിവയ്ക്ക് കുഞ്ഞുമോനുവേണ്ട പണവും എത്തിയിരുന്നത് കൃഷ്ണപിള്ള വഴിയാണ്. ബ്രോക്കറുഫീസ് ശതമാനംവച്ച് അക്കൗണ്ടിലെത്തിക്കൊള്ളും. കൂടാതെ, കുഞ്ഞുമോന്റേയും ഗുണ്ടകളുടേയും ശമ്പളം, യാത്രാബത്ത എന്നിവയും കൃത്യം. ചെലവുകളുടെ ബില്ലും വൗച്ചറും സ്റ്റേറ്റുമെന്റുസഹിതം കുഞ്ഞുമോൻ അയച്ചുകൊടുക്കും. കൃഷ്ണപിള്ള അത് കീറിമുറിക്കും. തെറ്റുകണ്ടാൽ ശാസിക്കും, തിരുത്തും. ശരിയെങ്കിൽ പ്രശംസിക്കും. ബിസിനസ് അനുസരിച്ച് ഓണത്തിന് ബോണസും ഇൻസെന്റീവും. എല്ലാം കൃത്യം. എല്ലാം മേനോൻസാറിന്റെ മിടുക്ക്.

ചുറ്റും കാടുപിടിച്ചുകിടന്ന പഴയ കൽക്കോട്ടയല്ല ഇന്ന് ഔട്ട്ഹൗസ്. മോടിപിടിപ്പിച്ച് കൊട്ടാരസദൃശ്യമാക്കി. പടർന്നു പന്തലിച്ചുകിടന്ന ബോഗൻവില്ലകൾ വെട്ടിമാറ്റി. പകരം മുന്തിയയിനം പൂച്ചെടികളാൽ പൂന്തോട്ടം മനോഹരമായി. ദീപാലങ്കാരത്താൽ കണ്ണഞ്ചിച്ചു. ഔട്ട്ഹൗ

സിനുള്ളിൽ വെണ്ണക്കല്ല് പാകി. വലിയ കോൺക്രീറ്റുകൂടുകളിൽ ജർമ്മൻ ഷെപ്പേഡുകൾ കുരച്ചു. രണ്ട് എക്സ് മിലിട്ടറികളെ തൃക്കാക്കരയിൽനിന്നും കാവലിനുകൊണ്ടുവന്നു. മുറ്റമടിക്കുന്നതിനും, വീടുവൃത്തിയാക്കുന്നതിനും, പൂന്തോട്ടം പരിപാലിക്കുന്നതിനും ആനക്കുളത്തെ പെണ്ണുങ്ങളെ വേലയ്ക്കുനിർത്തി. കൊച്ചുകുറുമ്പയ്ക്ക് ഇപ്പോൾ ഔട്ട്ഹൗസിലാണ് വേല. കൃഷ്ണപിള്ള വഴി മേനോൻസാർ എത്തിക്കുന്ന ശമ്പളം കുഞ്ഞുമോന്റെ അക്കൗണ്ടിലെത്തും. എല്ലാവരും മാസാമാസം ഒപ്പിട്ടുവാങ്ങിയാൽ മാത്രംമതി.

വിശുദ്ധ കൊച്ചുതെരേസപ്പള്ളിയിലെ പെരുനാളിന്റന്ന് വൈകിട്ട് ഡാവിഞ്ചി മെമ്മോറിയൽ ഫൈൻ ആർട്ട്സിന്റെ മുന്നിൽ ഒരു ബെൻസ് വന്നുനിന്നു. ഡാവിഞ്ചി മെമ്മോറിയൽ ഫൈനാർട്ട്സ് അപ്പോൾ അടഞ്ഞുകിടക്കുകയായിരുന്നു. പെരുനാൾ സ്പോൺസർ ചെയ്ത മേനോൻസാറിന്റെ പ്രതിപുരുഷനായി ആർട്ടിസ്റ്റ് കുഞ്ഞുമോൻ വിശിഷ്ട അതിഥിയായി ഇടവകപ്പള്ളിയിൽ പെരുന്നാളുകൂടാൻ പോയതായിരുന്നു. ഇടവകപ്പള്ളിയിൽ മാത്രമല്ല, ജമാഅത്തിലും കരയോഗത്തിലും സംഘങ്ങളുടെ ശാഖകളിലും പ്രതിപുരുഷനായ വിശിഷ്ടവ്യക്തി കുഞ്ഞുമോൻതന്നെ.

ബെൻസ് നേരെ ഔട്ട്ഹൗസിലേക്ക് പോയി. കൃഷ്ണപിള്ള, കാവല്ക്കാരൻ എക്സ്മിലിട്ടറിയെ വിട്ട് കുഞ്ഞുമോനെ ഔട്ട്ഹൗസിലേക്ക് വരുത്തിച്ചു. ഔട്ട്ഹൗസിന്റെ മുറ്റത്ത് ഓട്ടോയിൽ വന്നിറങ്ങിയ കുഞ്ഞുമോൻ പോർച്ചിൽ ബെൻസ് കിടക്കുന്നതു കണ്ടു. ഔട്ട്ഹൗസും പരിസരവും ദീപപ്രഭയാൽ മുങ്ങിയിരിക്കുന്നു. മേനോൻസാറ് വന്നിട്ടുണ്ട്. അവന്റെ മുട്ടിടിക്കുവാൻതുടങ്ങി. തന്റെ എല്ലാ ഉയർച്ചയ്ക്കും കാരണക്കാരനായ ആ വലിയ മനുഷ്യൻ –ആ മഹാമനസ്കനെ എങ്ങനെ അഭിമുഖീകരിക്കും. തന്നെ ശകാരിക്കുകയോ മറ്റോ....? വരാന്തയിൽനിന്ന കൃഷ്ണപിള്ള അവനെ ഔട്ട്ഹൗസിലേക്ക് ക്ഷണിച്ചു. അവൻ വരാന്തയിൽ കയറി. അവന്റെ ചങ്കിടിപ്പ് കൂടിക്കൂടിവന്നു. വാതിൽ കർട്ടൻ നീക്കി കൃഷ്ണപിള്ള അവനെ സ്വീകരണ മുറിയിലേക്ക് ആനയിച്ചു. അവൻ സ്വീകരണ മുറിയിലേക്ക് കയറി. സ്വീകരണമുറിയിലെ സെറ്റിയിൽ ജീൻസും ടീഷർട്ടുംധരിച്ച സുമുഖനായ ഒരാൾ കുനിഞ്ഞിരിക്കുന്നു. അയാൾ മൊബൈലിൽ ആരെയോ ഡയൽ ചെയ്യുകയാണ്. അയാളുടെ കാലിൽ വിലകൂടിയ ഷൂസ്. കണ്ണടയുമുണ്ട്. കാല്പെരുമാറ്റംകേട്ട് അയാൾ മുഖമുയർത്തി.

"ങ്ഹേ! കാർത്തിയേയൻ!"

അവൻ ഒരടി പിന്നോട്ടുവച്ചു. അവന്റെ തൊണ്ട വരണ്ടു.

"നോ. കാർത്തിക് ബാബു."

മുഴങ്ങുന്ന ശബ്ദം.

"ങ്ഹേ!"

"എടോ പിള്ളേച്ചാ. ആർട്ടിസ്റ്റിനെ പിടിച്ചിരുത്തടോ. ഡാവിഞ്ചി ആർട്ടിസ്റ്റിലൂടെ ഞാനെന്റെ ആനക്കുളം കാണട്ടെ. എനിക്കുവേണ്ടി ആനക്കുളം

പിടിച്ചടക്കിയത് ഇവനല്ലേ. സബാഷ്. ഹാ...ഹാ...ഹാാാ.."

കാർത്തികേയൻ കുഞ്ഞുമോന്റെ തോളിൽത്തട്ടി ഉറക്കെയുറക്കെ ചിരിച്ചു.

കാർത്തികേയന് അഭിമുഖമായി സെറ്റിയിലിരുന്ന കുഞ്ഞുമോന് ഔട്ട്ഹൗസ് ആടിയുലയുന്നതായി തോന്നി. ആനക്കുളം കുലുങ്ങിവിറയ്ക്കുന്നതായി തോന്നി. അവന്റെ തല കറങ്ങി. ചെവിക്കുള്ളിലൊരു ഇരമ്പൽ. രാക്ഷസൻപാറ മൂളിയതുപോലെ.

രാക്ഷസൻപാറ അമർത്തി മൂളിയാൽ.....

രാക്ഷസൻപാറയുടെ മൂക്കിലിരുന്ന് കുറുക്കന്മാർ ഉറക്കെ ഓരിയിട്ടു. അതുകേട്ട് നായ്ക്കൾ നീട്ടിനീട്ടി മോങ്ങി.

"എടോ പിള്ളേച്ചാ. താനെന്താ ബ്ലിങ്കി നില്ക്കുന്നെ. ആ മറ്റോനെ. ഓ! പുത്തിരെവിയെ കസ്റ്റഡിയിലെടുത്ത് ഉടൻ ഹാജരാക്കൂ... എനിക്കുവേണ്ടി ഒരുപാട് കഷ്ടപ്പെട്ടതല്ലേ. എല്ലാവരും ഇനീം കാർത്തിക് ബാബുവിന്റെ കൊട്ടാരത്തിൽ. കാർത്തിക് ബാബുവിന്റെ ഉത്സവം."

കാർത്തികേയൻ വീണ്ടും പൊട്ടിച്ചിരിച്ചു.

കൃഷ്ണപിള്ള ബെൻസിൽ പുറത്തേക്കുപോയി.

"കാർത്തിയേയൻ.....?"

"നോ. കാർത്തിക് ബാബു."

"സേർ.... കാർത്തിക് ബാബു." കുഞ്ഞുമോൻ കാർത്തികേയനെ വണങ്ങി.

"യേസ്."

മൊബൈലിൽ ആരോടോ സംസാരിച്ചുകൊണ്ട് കാർത്തികേയൻ മുറിയിലേക്കുപോയി. ഹിന്ദിയിലായതുകൊണ്ട് കുഞ്ഞുമോനൊന്നും മനസ്സിലായില്ല. ഇടയ്ക്ക് പൊട്ടിച്ചിരിക്കുന്നുണ്ടായിരുന്നു. അടുക്കളയിൽനിന്ന് സ്വാദുള്ള മണം. കുഞ്ഞുമോന് കൊതിവന്നു. സ്വീകരണ മുറിയിൽ ഒറ്റയ്ക്കിരുന്നപ്പോൾ തടവിലാക്കപ്പെട്ടപോൽ അവന് ശ്വാസംമുട്ടൽ അനുഭവപ്പെട്ടു. പുത്തിരെവിയും കൃഷ്ണപിള്ളയും വന്നിരുന്നെങ്കിൽ; അവൻ കൈതിരുമ്മി അക്ഷമനായി.

കുറേക്കഴിഞ്ഞപ്പോൾ കൃഷ്ണപിള്ള രവിയുമായി തിരികെയെത്തി. കുഞ്ഞുമോന് ആശ്വാസമായി. തന്റെ ശിഷ്യനെക്കണ്ട പുത്തിരെവി അന്തംവിട്ടു.

"ടാ...കള്ളക്കാത്തൂ..."

"നോ. അയാം കാർത്തിക് ബാബു."

"കാറുത്തിക് വാവു..?!"

"യേസ്."

"ങ്ഹാ?"

"സാരമില്ല. എല്ലാം വഴിയേ മനസ്സിലായിക്കോളും."

ഭക്ഷണം ശരിയായെന്ന് അടുക്കളയിൽനിന്നും അറിയിച്ചു. അവർ തീൻമുറിയിലേക്ക് പോയി. തീൻമേശമേൽ ഇറച്ചിയും മീനും അടങ്ങിയ വിഭവങ്ങൾ കൊതിയൂറുന്ന മണം പരത്തി. അവർ മേശയ്ക്കുചുറ്റുമിരുന്നു.

"ടോ പിള്ളേച്ചാ. താൻ ബ്ലിങ്കി നില്ക്കാതെ ഫ്രിഡ്ജുതുറന്ന് ഐസ്ക്യൂബും ഒരുബോട്ടിൽ വാട്ടറും എടുക്ക്. ഒരു സ്കോച്ചും. ഇവമ്മാര് നല്ല സാധനമടിച്ച് ഒന്നു മിനുങ്ങട്ടെ."

കൃഷ്ണപിള്ള ഫ്രിഡ്ജ് തുറന്ന് ഐസ്ക്യൂബും വാട്ടറും സ്കോച്ചുമെടുത്ത് മേശമേൽവച്ചു. അയാൾ ഗ്ലാസുകളിൽ മദ്യം പകർന്നു. അതിലേക്ക് തണുത്ത വെള്ളമൊഴിച്ചു. അതിനുമീതെ ഐസ്ക്യൂബ് പൊന്തി.

ഗ്ലാസുകൾമുട്ടിച്ച് ചീയേഴ്സ് പറഞ്ഞു. കുഞ്ഞുമോനും പുത്തിരെവിയും ആർത്തി പിടിച്ചു. അവരുടെ ആർത്തിനോക്കി കാർത്തികേയൻ സ്കോച്ചുനുണഞ്ഞു. ചുരുട്ടുപുകച്ച് പൊട്ടിച്ചിരിച്ചു.

"ആർത്തികാട്ടാതെ. പതിയെ." കൃഷ്ണപിള്ള പുഞ്ചിരിച്ചു.

"ടോ പിള്ളേച്ചാ. അവർ കുടിക്കട്ടെടോ. എനിക്കുവേണ്ടി എന്തു ജോലിചെയ്തതാ. ബട്ട്. ഐ ആം ബോസ്. യു ആർ സബോർഡിനേറ്റ്സ്. നിങ്ങൾ.. മീൻസ്... പിള്ളേച്ചൻ, ആർട്ടിസ്റ്റ്, പുത്തി... മൂന്നുപേർക്ക് മാത്രമേ എന്റെകൂടെ ഇങ്ങനെയിരിക്കാൻ അനുവാദമുള്ളു. എന്നാൽ അതിന്റെ സ്വാതന്ത്ര്യം കാണിച്ചുപോയേക്കരുത്. അണ്ടർസ്റ്റാന്റ്."

"ഉം്മും." മൂവരും വാപൊത്തി മൂളി.

"എടോ പുത്തി."

"ന്തോ?" രവി കുമ്പിട്ടു.

"നിന്റെ അമ്മായിയമ്മ... ടാപ്പിങ്ങുകാരി വല്ലിയിപ്പോഴും നിന്റെ കൂടെയാണോ?"

"ആണേ.."

"നിന്റെ ചെറുക്കമ്മാര് മുട്ടനായോ?"

"ഓ. മൂത്തവൻ ഒരു പെണ്ണിനെ വിളിച്ചോണ്ടും വന്നേ."

"നിന്റെയല്ലേ സന്തതി. ആട്ടെ ചെറുക്കമ്മാര് നിനക്ക് വല്ലതും തരോ?"

"ഓ. മൂത്തോൻ വല്ലപ്പോഴും തരും. എളയോൻ കഴിഞ്ഞദെവസം കൈയോങ്ങി. ഒഴിഞ്ഞുമാറ്യോണ്ട് കിട്ടിയില്ലേ."

"ഗുഡ്. നിന്റെകൂടെ തല്ലിനിറങ്ങണ്ടോരല്ലെ അവമ്മാര്. തന്തേത്തന്നെ തല്ലിപ്പടിക്കട്ടെ."

കാർത്തികേയൻ പൊട്ടിച്ചിരിച്ചു. കൃഷ്ണപിള്ള കുലുങ്ങിച്ചിരിച്ചു. കുഞ്ഞുമോൻ വാപൊത്തിച്ചിരിച്ചു. പുത്തിരെവി ഇളിഭ്യനായി ചിരിച്ചു.

"സേർ..?"

"ന്താ പിള്ളേച്ചാ."

"ഇനീം?"

"ഒഴിക്കെടോ. എല്ലാർക്കും. ടോ പിള്ളേച്ചാ....." അണപ്പല്ലിനിടയിൽ കുടുങ്ങിയ പോത്തിനെ നാക്കുകൊണ്ട് തോണ്ടിയെടുത്ത് കാർത്തികേയൻ കൃഷ്ണപിള്ളയ്ക്കുനേരെ തിരിഞ്ഞു.

"സേർ..."

"തന്റെ പണിക്കാരെന്നുവരും?"

“നാളെയോ, മറ്റന്നാളോ.....സാറുപറഞ്ഞതുപോലെ അവര് ചെയ്യും.”

“അതിന് ഞാനൊന്നും പറഞ്ഞില്ലല്ലോ.”

“ഉവ്വോ? സാറു പറഞ്ഞാട്ടെ.”

കൃഷ്ണപിള്ള കാതുകൂർപ്പിച്ചു. രവിയും കുഞ്ഞുമോനും സ്കോച്ചു തുടച്ച് ചുണ്ടുകൂർപ്പിച്ചു.

“കേട്ടോളു. രാക്ഷസൻപാറ മുതൽ പറക്കുളംവരെയല്ലെ എന്റെ സാമ്രാജ്യം?”

“അതേ സേർ.”

“ആദ്യം അതിർത്തിചുറ്റി. പിന്നെ അകത്തേക്കകത്തേക്ക്. റൗണ്ടപ്പ് സ്പ്രേചെയ്യണം. പുല്ലും പോച്ചയും... തറയിൽ പറ്റിപ്പിടിച്ച പച്ചപ്പുകളെല്ലാം കരിഞ്ഞുണങ്ങും. പാമ്പും പഴുതാരയും ഓന്തും... എല്ലാ ജന്തുക്കളും ഉള്ളിലേക്ക് പോകും. റൗണ്ടപ്പ് ചുറ്റിത്തളിച്ചുകൊണ്ടിരിക്കണം. ഒടുക്കം... ഏറ്റവും നടുക്ക്. ഒരു അഞ്ചുസെന്റ്. അവിടെമാത്രം പച്ചപ്പ്. പാമ്പും, എലിയും, ഓന്തും വീർപ്പുമുട്ടി അവിടെപ്പുളയ്ക്കും. ചുറ്റിലും പെട്രോളൊഴിച്ച് തീകൊളുത്തണം. എല്ലാം വെന്തൊടുങ്ങിക്കോളും. പത്തു മിനിട്ടു കൊണ്ട്. മനസ്സിലായോ?”

“ആയേ...”

വെന്തുനീറുന്ന ഉരഗത്തിന്റെ പുളച്ചിലിൽ കൃഷ്ണപിള്ള അസ്വസ്ഥനായി. അയാൾ തന്റെ ഗ്ലാസ് ഒറ്റവലിക്ക് കാലിയാക്കി. പോത്തുഫ്രൈ വായിലേക്കെറിഞ്ഞു.

“മരങ്ങൾ മുറിച്ചുമാറ്റി പ്ലാന്റുചെയ്യാൻ ആൾക്കാർ വരും. ജെസീബിയും ഹിറ്റാച്ചിയും വന്ന് കുഴിയെടുക്കും. നൂറ്റഞ്ചും നാനൂറ്റേഴും റബർ ബോട്ടിൽ പറഞ്ഞിട്ടൊണ്ട്. കറയൊള്ള എനങ്ങൾ അവയാ.”

“വെരി ഗുഡ് പിള്ളേച്ചാ.” കാർത്തികേയൻ സ്കോച്ച് ചുണ്ടോടടുപ്പിച്ചു. “തൈകൾക്കിടയിൽ ഇടകൃഷി ചെയ്താലോ?”

“ആവാം. എന്തു ക്രിഷിയാ?” കൃഷ്ണപിള്ള മീൻചാറ് നാവിൽ തൊട്ടു.

“കൈതകൃഷി.”

“കൈതയോ?”

“അതേടോ. രണ്ടുവർഷംകൊണ്ട് കായ്ക്കുന്ന നാടനല്ല. ടിഷ്യൂകൾച്ചർ. ഏറിയാൽ ഒരാണ്ട്. തൊടുപുഴേൽ കിട്ടും. റബറിനിടയിൽ പണകോരി കൈതക്കന്നുവച്ച് ചിതൽനാശിനി അടിക്കണം. ടെർമിനേറ്റർ. പിന്നെ എറുമ്പുപോലും അവിടെക്കാണില്ല. എടയ്ക്ക് റൗണ്ടപ്പും. ആറു മാസമാകുമ്പോൾ എത്തിപ്പോൺ ഹെലിക്കോപ്റ്ററിൽ സ്പ്രേചെയ്യണം.” സബോർഡിനേറ്റ്സിനെ മാറിമാറി നോക്കിയിട്ട്, ബോസ് അവരോടായി ചോദിച്ചു;“എന്തിനാ?”

“എന്തിനാ?” സബോർഡിനേറ്റ്സ് വാപൊളിച്ചു.

“ഒന്നിച്ചു പൂക്കാൻ. വർഷം ഒന്നാകുമ്പോൾ പൈനാപ്പിൾ റെഡി. തമിഴര് പറിച്ചുകൂട്ടി കാർബൈഡുതളിച്ച് മാർക്കറ്റിലെത്തിച്ചോളും.

നെറ്റിൽനിന്നും കിട്ടിയതാ ഇത്. എങ്ങനെയുണ്ട്?"

"ബോസിനെ സമ്മതിക്കണം." സ്കോച്ചിന്റെ ആവേശത്തിൽ പുത്തിയും ആർട്ടിസ്റ്റും ഒന്നിച്ചു സുല്ലിട്ടു.

"യു ഫൂൾസ്. ഇത് സ്പീഡിന്റെ ലോകമാ. കുറച്ചുകാലംകൊണ്ട് പരമാവധി നേട്ടം. പരമാവധി വളർച്ച. ഫോർ എക്സാമ്പിൾ. എന്റെ മകൾ അപർണാകാർത്തിക്ക്. അവൾ നയൻതിലായിട്ടേയുള്ളു.

ഡ്യൂൺ സ്കൂളിൽ. ബോർഡിങ്ങിലാ. കണ്ടാൽ ഒരു ഇരുപത് വയസ്സിന്റെ ആളുണ്ട്. ഋതിക്കിന്റെ ഹീറോയിനായി രണ്ടു ഫിലീമിൽ. പത്തെണ്ണത്തിൽ അല്ലാതെ. പ്രശസ്ത നർത്തകി മൃണാളിനിയുടെ ശിഷ്യയാണ്. അടുത്ത മാസം സ്റ്റേറ്റ്സിൽ പ്രോഗ്രാമുണ്ട്."

"സാറിന്റെ ഭാഗ്യം."

അയാൾ മുറിയിലേക്കുപോയി. സൂട്ട്കേയ്സ് തുറന്ന് വലിയൊരു ആൽബവുമായി വന്നു. അയാൾ ആൽബം തുറന്ന് മകളുടെ ചിത്രങ്ങൾ സബോർഡിനേറ്റ്സിനെ കാണിച്ചു. അല്പവസ്ത്രധാരിയായ അപർണയുടെ ത്രസിപ്പിക്കുന്ന പോസുകൾ, സിനിമാ നടന്മാരോടൊത്തുള്ള പ്രണയ, വശ്യരംഗങ്ങൾ, അണിഞ്ഞൊരുങ്ങിയ നൃത്ത വേഷങ്ങൾ, ലോകപ്രശസ്തരുടെ അനുഗ്രഹവും ചുംബനവും ഏറ്റുവാങ്ങുന്ന നിമിഷങ്ങൾ.... ലോകാത്ഭുതങ്ങളുടേയും പ്രകൃതി രമണീയതയുടേയും പശ്ചാത്തലത്തിൽ പകർത്തിയ അപർണയുടെ ചിത്രങ്ങൾ.

ബോസിന്റെ മകൾ അപർണാ കാർത്തിക്കിന്റെ മനോഹാരിത കണ്ണുകളിൽ ഒപ്പിയെടുത്ത് സബോർഡിനേറ്റ്സ് അതിശയംകൂറി;"ലോകസുന്ദരി!"

"അതെ. ലോക സുന്ദരി. അപർണയെ മിസ് വേൾഡ് ആക്കും. പത്തുവർഷത്തിനുള്ളിൽ ലോകം ആരാധിക്കുന്ന നർത്തകിയാക്കും. സിനിമാലോകത്തിന്റെ നെറുകയിലെത്തിക്കും. അതിനായി, കണ്ണിലെ കൃഷ്ണമണിപോലെ അവളെ സംരക്ഷിക്കും. എന്റെ എല്ലാമെല്ലാം അവളാണ്. അപർണാകാർത്തിക്. അവളില്ലാത്ത ലോകത്തെക്കുറിച്ച് എനിക്ക് ആലോചിക്കാനേ കഴിയുന്നില്ല. എന്റെ മകളുടെ പ്രശസ്തിയിലൂടെ.... സൗന്ദര്യത്തിലൂടെ..... സമ്പത്തിലൂടെ.... ഞാനീ ലോകം കീഴ്പ്പെടുത്തും." സ്കോച്ചു നുകർന്ന് കറങ്ങുന്ന പങ്കയിലേക്ക് അയാൾ നോക്കി. അയാളുടെ മുഖം അഭിമാനംകൊണ്ട് ചുവന്നു.

"അപ്പോൾ ഞങ്ങളെ മറക്കുമോ?"

പോത്തുഫ്രൈ തൊണ്ടയിൽകുടുങ്ങിയ എക്കിളിയോടെ പുത്തിരെവി നെഞ്ചുതടവി.

"നോ ഫൂൾസ്. ബട്ട്. തന്തേം തള്ളേം.... ഇല്ല. അറ്റുപോയ ആ ബന്ധം..."

"അവരെ...?"

"ബ്ലഡി. ഷട്ടപ്പ്. അയാം ബോസ്."

കാർത്തിക് അലറി. മേശമേൽ ആഞ്ഞിടിച്ചു. കുപ്പിയും ഗ്ലാസും പാത്രങ്ങളും കുലുങ്ങിവിറച്ച് തെറി പിറുപിറുത്തു.

കുറേനേരത്തേക്ക് ആരും ഒന്നും മിണ്ടിയില്ല. ക്ലോക്കിന്റെ ടിക് ടിക് മിടുപ്പുമാത്രം.

കാർത്തികേയൻ ഒഴിഞ്ഞ പ്ലേറ്റിലേക്ക് വിരൽചൂണ്ടി.

“കുറച്ചു ഫ്രൈ.”

കൃഷ്ണപിള്ള അടുക്കളയിലേക്കുനോക്കി വിളിച്ചുപറഞ്ഞു. അടുക്കളയിൽനിന്നും വന്നയാൾ പ്ലേറ്റുകൾ നിറച്ചു.

“എന്റെ എസ്റ്റേറ്റിൽ ആനക്കുളത്തുകാർ പണിയെടുക്കും. ഇവിടെയൊരു ഫാക്ടറി പടുത്തുയർത്തും. എല്ലാറ്റിന്റെയും മേൽനോട്ടം നിങ്ങൾക്കാ. എന്തു ഫാക്ടറിയാ..?”

“സേർ... ന്തു ഫാറ്ററിയാ?”

“ക്രെഷർ.”

“ക്രെഷറ്....?”

“ങ്ഹാ. ഓ! നിങ്ങൾ ക്രെഷറു കണ്ടിട്ടില്ലല്ലോ. തമിരടിച്ച് പാറപൊട്ടിക്കുന്നതല്ല. മഹാരാഷ്ട്രയിലുണ്ട്. പാറപൊടിച്ച് മെറ്റലും മണലുമാക്കുന്ന വല്യ യൂണിറ്റ്. ജാക്ക്ഹാമർ ആറടി ആഴത്തിൽ പാറതുരക്കും. കുഴിയിൽ ഡിറ്റനേറ്ററുകൾ നിറയ്ക്കും. ഒന്നും രണ്ടുമല്ല. ഒരേസമയം ആയിരം വെടികൾ പൊട്ടും. ഒറ്റ സ്വിച്ചിടലിൽ. ഇലക്ട്രിക് ബ്ലാസ്റ്റിങ്. എല്ലാം മെഷീൻ. പൊട്ടിച്ച പാറ കോരിയെടുക്കുന്നതും, പലയിനം മെറ്റലും എം സാന്റുമായി വേർതിരിക്കുന്നതുമെല്ലാം. എന്നെ എതിർക്കുന്നവനെയെല്ലാം.... ക്രഷറിലിട്ട് പൊടിച്ചെടുക്കും.” അയാൾ ഒന്നു നിർത്തിയിട്ട് എല്ലാവരേയും മാറിമാറി നോക്കി. എല്ലാവരും അയാളെത്തന്നെ ശ്രദ്ധിച്ചിരിക്കുകയാണ്. “രാക്ഷസൻപാറയുടെ നെഞ്ച് ജാക്ക്ഹാമറുകൊണ്ട് തുരന്നിറക്കും. പാറ പൊട്ടിച്ച് തകർക്കും. എന്നിട്ട്..... മെറ്റലും മണലുമാക്കി വിറ്റുകാശാക്കും.” ഭീമാകാരനായ ഒരു യന്ത്രത്തിന്റേതുപോൽ അയാളുടെ ശബ്ദം വല്ലാതെ പരുക്കനായി. “നിങ്ങൾ എന്റെകൂടെയല്ലേ?”

“യേസ് സേർ.... ഞങ്ങൾ അങ്ങയുടെ കൂടെ.”

മദ്യത്തിന്റെ ലഹരിത്തെറിപ്പിൽ അവർ അയാൾക്ക് ഐക്യദാർഢ്യം പ്രഖ്യാപിച്ചു.

“സബാഷ്.”

അയാൾ കസാലയിളക്കി കുലുങ്ങിച്ചിരിച്ചു.

പുത്തിയും ആർട്ടിസ്റ്റും മദ്യം മോന്തി, ആഹാരം വലിച്ചുവാരിത്തിന്നു.

“ഇവമ്മാരുടെ ആർത്തി ഇതുവരേം അടങ്ങിയില്ലേ?”

കൃഷ്ണപിള്ള മൂക്കത്ത് വിരലുവച്ചു.

“ന്റെ പിള്ളേച്ചാ... അവരു തിന്നെട്ടെടോ. എനിക്കും ആർത്തിയായിരുന്നു. എല്ലാറ്റിനോടും. ഒടുങ്ങാത്ത ആർത്തി.”

ആകാശ ഉച്ചിയിലെത്തിയ പൂർണ്ണചന്ദ്രനുനേരെ കുറുക്കന്മാർ ഓരിയിടുന്നുണ്ടായിരുന്നു.

പാതിരാ കഴിഞ്ഞിട്ടും ഔട്ട്ഹൗസിൽ വിളക്കുകൾ അണഞ്ഞില്ല.

പത്തൊൻപത്

കാർത്തികേയന് എന്നും ആർത്തിയായിരുന്നു. ആഹാരത്തിനോട്, സമ്പത്തിനോട്, രതിയോട്... എല്ലാറ്റിനോടും ആർത്തിയായിരുന്നു. അവൻ സ്വയം സങ്കല്പിച്ചുകൂട്ടിയ അവഗണനയിൽനിന്ന്– അവഹേളനയിൽനിന്ന് രക്ഷപ്പെടുവാൻ ആർത്തിപിടിച്ച് ഓട്ടമായിരുന്നു. എത്തിപ്പെടാത്ത ദേശങ്ങളില്ല. അവൻ ചെയ്യാത്ത ജോലികളില്ല. മദ്രാസ്, ഡൽഹി, കല്ക്കട്ട, പൂന, ഗ്വാളിയോർ.... ഒടുക്കം; ബോംബെയിൽ. ബോംബെയാണ് കാർത്തികേയനെ വളർത്തിയത്. അവനെ വളർത്തി വലുതാക്കിയത് ബോംബെയാണ്. ബോംബെയിലെ ചുവന്ന തെരുവുകൾ. ഘാഡ്കോപ്പർ, സോനാ ചൗക്ക്, ഘൽവാ സ്റ്റേഷൻ... മദ്യത്തിന്റെയും മയക്കുമരുന്നിന്റെയും സുക്കയുടെയും ഉഷ്ണപ്പുണ്ണിന്റെയും മനംപുരട്ടുന്ന ഗന്ധംനിറഞ്ഞ കാമാത്തിപ്പുര.

പകൽ നേരത്ത് അവൻ ഗല്ലികളിൽ പണിയെടുക്കും. തെരുവിൽനിന്നും ആക്രിസാധനങ്ങൾപോലും അവൻ ശേഖരിച്ചുവില്ക്കും. സന്ധ്യകഴിഞ്ഞാൽ ഇണയെത്തേടിയാകും കാർത്തികേയന്റെ യാത്ര. അവൻ കാമാത്തിപ്പുരയിലെ നിത്യ സന്ദർശകനായി. കാമാത്തിപ്പുരയിൽ അവന് ഒരു പതിവുകാരിയുണ്ടായിരുന്നു. കന്നടക്കാരി രാഗിണി. അവൾ സുന്ദരിയായിരുന്നു; ചെറുപ്പവും. മറ്റു ചരക്കുകളേക്കാളും വിലയും മാർക്കറ്റും കൂടുതലായിരുന്നു അവൾക്ക്. അതുകൊണ്ട് സമ്പാദ്യവും കൂടുമെന്ന് അവനറിയാം. അവളുമായി അവൻ സൗഹൃദം സ്ഥാപിച്ചു. പ്രണയം നടിച്ചു.

ക്രമേണ അവളിൽനിന്നും അവൻ പണം മോഷ്ടിക്കുവാൻ തുടങ്ങി. രതിയുടെ ആലസ്യത്തിലമരുമ്പോൾ അവളിൽനിന്നും പണം പിടുങ്ങും.

അവന്റെ മോഷണം അധികനാൾ നീണ്ടുനിന്നില്ല. അവൻ പിടിക്കപ്പെട്ടു. രാത്രി ഒൻപതുമണിയായിക്കാണും. രതിമൂർച്ഛയിൽ അമർന്ന ഇണയുടെ വിരിപ്പിനടിയിൽനിന്നും അവളുടെ അന്നത്തെ സമ്പാദ്യം അവൻ കൈക്കലാക്കി കീശയിൽ തിരുകി. തന്റെ ഇണയോട് (ഇരയോട്) യാത്രപറഞ്ഞ്, ആരും ശ്രദ്ധിക്കുന്നില്ലെന്ന് ഉറപ്പാക്കി കാമാത്തിപ്പുര ഗല്ലികടക്കുവാൻ അവൻ ധൃതിയിൽ നടന്നു. പെട്ടെന്ന് ഒരുപറ്റം ചെറുപ്പക്കാർ അവനെ വളഞ്ഞു. അവർ അവനെ പിടികൂടി. ഒന്നു കുതറുവാൻപോലും അവന് കഴിഞ്ഞില്ല. പാൻമസാല വായിൽതിരുകിയ അവരുടെ കണ്ണുകൾ ദേശിമോന്തിയ ലഹരിയിൽ ചുവന്നുകലങ്ങിയിരുന്നു.

ഈ വേശ്യത്തെരുവിൽനിന്ന് പിടിക്കപ്പെട്ടവരാരും ഇതുവരേയും രക്ഷപ്പെട്ടിട്ടില്ലെന്നുള്ള തിരിച്ചറിവ് അവനെ നടുക്കി. ഇവിടെ; ഈ വേശ്യത്തെരുവിൽ..... താൻ ചെയ്ത കർമ്മങ്ങളുടെയെല്ലാം അന്ത്യവിധി നിർണ്ണയിക്കുന്നത് ഇവിടെയായിരിക്കും. വീട്ടിൽനിന്നും, നാട്ടിൽനിന്നും..... എല്ലായിടങ്ങളിൽനിന്നും എറ്റുവാങ്ങിയ അവഹേളന... പരദേവതയുടെ കൊടും ശാപം..... ഒരുപക്ഷേ; ജീവിച്ചിരുന്നാൽ ഇനിയുമെന്തെല്ലാം? മാതാപിതാക്കൾ ചെയ്തുകൂട്ടിയ മഹാപാതകങ്ങളുടെ ശിക്ഷയേറ്റുവാങ്ങി ഇവിടെ ഒടുങ്ങുവാനായിരിക്കും തന്റെ വിധി. എന്തും വരട്ടെ.

അവൻ ദൈവങ്ങളെ വിളിച്ച് പ്രാർത്ഥിച്ചില്ല. എല്ലാം വിധിപോലെ നടക്കട്ടെ.

അവൻ ഇതുവരേയും കണ്ടിട്ടില്ലാത്ത, കാമാത്തിപ്പുരയുടെ തെരുവിലൂടെ അവർ അവനെ കൊണ്ടുപോയി. ആകാശക്കോണിൽ തിളങ്ങിനിന്ന പൂർണ്ണചന്ദ്രന്റെ മഞ്ഞവെട്ടത്തിൽ ഇടുങ്ങിയ തെരുവിന്റെ ഇരുപുറവുമുള്ള കുടിലുകളിൽനിന്നും വേശ്യപ്പെണ്ണുങ്ങൾ കാമക്കണ്ണുകളാൽ ഇരകളെ ക്ഷണിച്ചുകൊണ്ട് പുഞ്ചിരിക്കുന്നു. ചെറുപ്പക്കാർ അവറ്റകളെ തെറിവിളിച്ചു. തിരിച്ച് തെറിവിളിച്ചും ഉടുതുണി ഉയർത്തിക്കാട്ടിയും പെണ്ണുങ്ങൾ ചെറുപ്പക്കാരെ പുലയാട്ടി. പാൻമസാല ചവച്ച വായിൽ വിരലിട്ട് ഗോഷ്ടികാട്ടി. കാർത്തികേയൻ അതൊന്നും ശ്രദ്ധിച്ചില്ല. വധശിക്ഷയ്ക്കു വിധിക്കപ്പെട്ട കുറ്റവാളിയെപ്പോലെ അവൻ അവർക്കൊപ്പം തലതാഴ്ത്തി നടന്നു.

രതിയുടേയും ലഹരിയുടേയും ദുർഗ്ഗന്ധം മുറ്റിനില്ക്കുന്ന തെരുവിലൂടെ അവർ അവനെ കൊണ്ടുപോയി. ഏതാണ്ട് പതിനഞ്ചു മിനിട്ടുനേരം തെരുവിലൂടെ നടന്നു. തെരുവ് അവസാനിക്കുന്നിടത്ത്, ഒരു വലിയവീടിന്റെ മുമ്പിൽ ചെറുപ്പക്കാർ അവനെ എത്തിച്ചു.

“ദീദി. രേണുകാദീദി.”

ചെറുപ്പക്കാരിൽ മുതിർന്നവൻ കതകിൽമുട്ടി വിളിച്ചു.

വീടിന്റെ വരാന്തയിൽ വിളക്കുതെളിഞ്ഞു.

കാമാത്തിപ്പുരയിലെ വീടുകളിൽനിന്നും തികച്ചും വ്യത്യസ്തമായിരുന്നു അത്. ഇടുങ്ങിയതെങ്കിലും നടുമുറ്റം വെടിപ്പുള്ളതായിരുന്നു. ചെടി

ച്ചട്ടികളിൽ പൂത്തുനില്ക്കുന്ന വിവിധയിനം റോസുകൾ മനോഹരമായി ക്രമീകരിച്ചിരിക്കുന്നു. വരാന്തയിൽ ചുവപ്പു പരവതാനി വിരിച്ചിട്ടുണ്ട്. അതിഥികൾക്ക് ഇരിക്കുവാൻ വരാന്തയിൽ ഇരിപ്പിടങ്ങൾ നിരത്തിയിട്ടുണ്ട്. ഭിത്തികൾക്ക് വാത്സ്യായനകലയുടെ ചുവർചിത്രഭംഗി.

മനോഹരമായ ആ വീട് ആരെയും ആകർഷിക്കുന്നതായിരുന്നു.

കാമാത്തിപ്പുരയിൽ ഇമ്മാതിരി ഒരു വീട് ഉണ്ടാകുമെന്ന് കാർത്തികേയൻ കരുതിയിരുന്നതേയില്ല.

ചിത്രപ്പണികളാൽ അലങ്കൃതമായ വാതിൽ മലർക്കെത്തുറന്നു. പൂർണ്ണേന്ദുപോലെ ഒരു മദ്ധ്യവയസ്ക വരാന്തയിലേക്കിറങ്ങിവന്നു. ചെറുപ്പക്കാർ ആദരവോടെ ഇരുവശത്തേക്കും ഒതുങ്ങിനിന്നു. അവൾ കാർത്തികേയനെ അടിമുടി നിരീക്ഷിച്ചു. അവൾ അവനെ കൈയാട്ടി വരാന്തയിലേക്ക് ക്ഷണിച്ചു. അവൻ വരാന്തയിൽ കയറി അവൾക്കഭിമുഖമായി നിന്നു.

അവൾ അണിഞ്ഞിരുന്ന ആടയാഭരണങ്ങൾ കാമാത്തിപ്പുരയിലെ അവളുടെ പ്രൗഢി വിളിച്ചോതുന്നതായിരുന്നു. കഴുത്തിലും കാതിലും കൈയിലും ആഭരണങ്ങൾ തിളങ്ങി. പട്ടുചേലയിൽ ഒതുങ്ങാത്തതായിരുന്നു അവളുടെ അഴകാർന്ന മേനി. അവളുടെ മാംസളമായ മാറിടവും തുടുത്തുചുവന്ന കവിൾത്തടവും ഇടയൊതുങ്ങിയ ആകാരവടിവും ഇടതൂർന്ന മുടിയിലെ വെള്ളിരേഖകളും തിരുനെറ്റിയിൽ ചാർത്തിയ വലിയ കുങ്കുമപ്പൊട്ടും എതുപുരുഷനെയും കൊതിപ്പിക്കുന്നതായിരുന്നു. അവളിൽ സുഗന്ധലേപനത്തിന്റെ മാദകമണം. മീട്ടാപ്പാൻ ചവച്ചതിന്റെ ചുവപ്പുരാശി അവളുടെ അധരങ്ങളിൽ പറ്റി നിന്നിരുന്നു.

ആരെയോ പ്രതീക്ഷിച്ചിരുന്നപോലെ അവളുടെകണ്ണുകൾ തിളങ്ങുന്നു.

രേണുകാദേവി; കാമാത്തിപ്പുരയുടെ ദീദി......

ഈ വേശ്യത്തരുവിന്റെ മഹാറാണിയാണ് രേണുകാദേവി. തലമുറകളായി ദേവദാസികുലത്തിൽ പിറന്നവരായിരുന്നു വേശ്യത്തെരുവിന്റെ ദീദിമാർ.

ദേവന്മാരുടെ അംശമായി മനുഷ്യരെ ഭൂമിയിൽ സൃഷ്ടിച്ചു. പ്രകൃതിയിലെ അതിജീവനത്തിലും അത്യദ്ധ്വാനത്തിലും വശംകെട്ട നരവംശത്തിലെ ആണുങ്ങൾ സ്വധർമ്മത്തിൽനിന്നും കർമ്മത്തിൽനിന്നും വ്യതിചലിച്ച് പരസ്പരം കലഹിച്ചും പോരടിച്ചും ഒടുങ്ങിക്കൊണ്ടിരുന്നു. ഋതുക്കളുടെ അംശത്തിന്റെ അവസ്ഥകണ്ട് ദേവേന്ദ്രൻ ദുഃഖിതനായി. മർത്ത്യകുലത്തിലെ ആണുങ്ങളെ അവന്റെ ധർമ്മവും കർമ്മവും ഓർമ്മപ്പെടുത്തി ഉത്തേജിതരാക്കുവാൻ പുരന്ദരൻ അപ്സരസുകളെ ഭൂമിയിലേക്കയച്ചു. സുരാംഗനകളുടെ പാദസ്പർശമേറ്റ് ധരണിയിലെങ്ങും പച്ചപ്പുകൾ പടർന്നു. വൃക്ഷലതാദികൾ പൂവിട്ടു പരിമളം പരത്തി. കാമവും മോഹവും ശമിപ്പിച്ച് സ്വർവേശ്യകൾ പുരുഷനെ കർമ്മോത്സുകരാക്കി.

ദേവദാസികളായി മനുജകുലം അവരെ ആരാധിച്ചു. ദേവാലയവളപ്പിൽ രമ്യഹർമ്മ്യങ്ങൾ പണികഴിപ്പിച്ച് ദേവദാസികളെ അവിടെ പാർപ്പിച്ചു.

ഏകാഗ്രത വീണ്ടെടുക്കുവാൻ, അറുപത്തിനാലു കലകളിലും നിപുണരായ ദേവദാസികളെ പുരോഹിതർപോലും പ്രാപിച്ചിരുന്നുവത്രെ!

ഈസ്റ്റ് ഇന്ത്യാ കമ്പനിയുടെ വരവോടുകൂടി ചക്രവർത്തിമാരും നാടുവാഴികളും നാശോന്മുഖരായി. പരസ്പരം പോരടിച്ചുനിന്ന ഭരണാധികാരികളെ വരുതിയിലാക്കാൻ അവർക്ക് അധികനാൾ വേണ്ടിവന്നില്ല. ക്ഷേത്രങ്ങളും ഭണ്ഡാരപ്പുരകളും കൊള്ളയടിച്ച് കടൽ കടത്തിയ വെള്ളക്കാർ ദേവദാസികളുടെ അഭിമാനവും കവർന്നെടുത്തു. പ്രജകളില്ലാത്ത തമ്പുരാക്കന്മാർ വെള്ളക്കാർക്ക് കപ്പംകൊടുത്ത് സേവനം നടത്തിയപ്പോൾ, ദേവദാസി വേശ്യയിലേക്ക് പരിണമിക്കുകയായിരുന്നു. കൊണ്ടും കൊടുത്തും വളർന്ന ആർഷ സംസ്കാരം പുതിയ പദവും ഏറ്റുവാങ്ങി;'പ്രോസ്റ്റിറ്റ്യൂട്ട്.'

ജനായത്തഭരണത്തിൽ വേശ്യാവൃത്തി നിരോധിക്കപ്പെട്ടുവെങ്കിലും അധികാരത്തിന്റെയും അധിനിവേശത്തിന്റെയും നിലനില്പിന് അപ്സരജന്മങ്ങൾ ആവശ്യമായി വന്നു. സ്ത്രീകളെ ഉപഭോഗസംസ്കാരത്തിന്റെ ഏറ്റവും നല്ല ഉല്പന്നമായി അധീശവർഗ്ഗം കണക്കാക്കി.

വൻകിട ഫാക്ടറികൾ ഉയർന്നുപൊന്തുമ്പോൾ അവയ്ക്കുചുറ്റും ധാരാളം അനുബന്ധ സ്ഥാപനങ്ങളും പിറവിയെടുക്കും. ക്വാർട്ടേഴ്സുകൾ, കച്ചവട സ്ഥാപനങ്ങൾ, കളിസ്ഥലങ്ങൾ, സിനിമാശാലകൾ, ഹെയർ സലൂണുകൾ, മദ്യശാലകൾ, ആശുപത്രികൾ തുടങ്ങിയവ. വ്യവസായത്തിന് ആവശ്യമായ അസംസ്കൃത വസ്തുപോലെ, അല്ലെങ്കിൽ; വൈദ്യുതി, ഗതാഗതം തുടങ്ങിയ അവശ്യഘടകംപോലെ വേശ്യയും വേശ്യാലയവും ഒഴിച്ചുകൂടാനാവാത്തതായി മാറി. ഫാക്ടറികൾക്കായി കുടിയൊഴിപ്പിക്കപ്പെട്ടവരിലെ പെണ്ണുങ്ങളിൽ അധികവും വേശ്യാലയത്തിലെത്തി. ഫാക്ടറികളിൽ എല്ലാ ദേശക്കാരും പണിയെടുക്കുന്നതുപോലെ വേശ്യാവൃത്തിക്ക് എല്ലാ ഭാഷക്കാരുമെത്തി.

ചുവന്നതെരുവുകൾ പുതുതായി ഉണ്ടാകുകയോ, ഉള്ളവ വിപുലീകൃതമാകുകയോ ചെയ്തു.

"നിന്റെ പേര് എന്താണ്?"

ഗൗരവം വിടാതെ രേണുകാദീദി പുഞ്ചിരിച്ചു.

"കാർത്തികേയൻ."

"കാർത്തിക്. നല്ലപേര്. നാട്?"

എവിടെയോ ഒരു മൂങ്ങ അമർത്തിമൂളി.

"കേരളം."

അവൻ തലകുനിച്ചുനിന്നു.

"ഓ....!മദ്രാസി."

ചെറുപ്പക്കാരോട് പൊയ്ക്കൊള്ളുവാൻ അവൾ ആംഗ്യം കാണിച്ചു.

ചെറുപ്പക്കാർ പോയി.

“ഓ. കാർത്തിക്. എന്റെ ആൾക്കാർ നിന്നെ ശ്രദ്ധിക്കുന്നുണ്ടായിരുന്നു. ഓരോ ചലനവും. മോഷണത്തിലെ കൈയടക്കം.... ആരേയും വശത്താക്കുന്ന വാക്ചാതുര്യം. പിന്നെ... നിന്റെ ഈ ചടുലമായ ശരീരവും സൗന്ദര്യവും. നിന്നെ എനിക്കുവേണം. ഈ കാമാത്തിപ്പുരയ്ക്കു വേണം.”

രേണുകാദേവി അവന്റെ മാറിലും കൈവണ്ണയിലും ആഞ്ഞുതട്ടി. അവൾ അവനെ വീടിനുള്ളിലേക്ക് കൂട്ടിക്കൊണ്ടുപോയി.

“ഞാൻ....”

“വേണ്ടാ. ഞാൻ പറയുന്നത് നീ കേൾക്കണം. നീ ചെയ്യണം. നിനക്കതിനു കഴിയും. ആവശ്യത്തിന് പണംതരും.”

അവൻ അനുസരണയോടെ തലയാട്ടി. “മ്ഉം.”

“ഇന്നുമുതൽ കാർത്തിക് ഈ വീട്ടിൽ രേണുകാദേവിയുടെ കൂടെ. ഇവിടെ താമസിക്കും. കാമാത്തിപ്പുരയുടെ കാർത്തിക് ബാബുവായി.”

കാർത്തിക് ബാബു! കാമാത്തിപ്പുരയിൽ രേണുകാദീദിക്കൊപ്പം!

തെരുവോരക്കോണിലോ, പണിശാലയുടെ മൂലയ്ക്കോ രാത്രികാലം കഴിച്ചുകൂട്ടിയിരുന്നവന് മഹാനഗരത്തിൽ തലചായ്ക്കാനൊരിടം! അതും കാമാത്തിപ്പുരയുടെ ദീദിയുടെ കൊട്ടാരത്തിൽ! കാർത്തിക് ബാബുവായി! കാർത്തികേയൻ വിശ്വസം വരാതെ അവളെ നോക്കി. അവൾ ആലസ്യഭാവത്തിൽ പുഞ്ചിരിതൂകി; “മ്ഉം...”

അടക്കാനാവാത്ത സന്തോഷത്താൽ അവൻ വാനോളമുയർന്നു.

ആദരപൂർവ്വം അവനവളെ വണങ്ങി.

അവന്റെ കരങ്ങൾ അവൾ ഗ്രഹിച്ച് അവളുടെ മാറിൽ ചേർത്തു.

വ്യവസായപ്രമുഖർ, സാഹിത്യകാരന്മാർ, പണ്ഡിതർ, മാർവാടികൾ, സേഠുമാർ... സമൂഹത്തിലെ ഉന്നതശ്രേണിയിലുള്ളവരെല്ലാം രേണുകാദീദിയുടെ സന്ദർശകരായിരുന്നു. അവളുടെ സാമീപ്യം അവർക്ക് ഒരു പുണ്യതീർത്ഥാടനമായിരുന്നു. വിശ്രമമില്ലാത്ത അദ്ധ്വാനത്തിന്റെ ഫലമായി ശരീരത്തിലും മനസ്സിലും അടിഞ്ഞുകൂടിയ വിഴുപ്പുകൾ കഴുകിക്കളഞ്ഞ് ശുദ്ധരാകുവാൻ ദീദിയുടെ സന്നിധിയല്ലാതെ മറ്റൊന്നുമില്ലെന്ന് അവർക്കറിയാം. സംഗീതം, നൃത്തം, നഖചിത്രമെഴുത്ത്, കുളിരുകോരിലാളനകൾ... അധരങ്ങളീമ്പി പുലരുവോളം രാസലീല. മനഃശാന്തി നേടിയ അവർ, ദീദിക്ക് കാഴ്ച സമർപ്പിച്ച് മീട്ടാപ്പാൻ ചവച്ചുതുപ്പി മടങ്ങിപ്പോകും.

കാർത്തികേയന്റെ വരവോടെ രേണുകാദീദിയുടെ സന്ദർശകരും കൂടിവന്നു. അവളുടെ സമ്പാദ്യം വർദ്ധിച്ചു. പല ദേശക്കാരികളെ കാമാത്തിപ്പുരയിലെത്തിച്ചു. ഇടപാടുകാർക്ക് ചരക്കുകളെ അവർ നിർദ്ദേശിക്കുന്ന സ്ഥലത്ത് അവൻ എത്തിച്ചുകൊടുത്തു. കാർത്തികേയൻ കാമാത്തിപ്പുരയുടെ അവിഭാജ്യ ഘടകമായിത്തീർന്നു. അവനിലേക്കും സമ്പത്തൊഴുകിയെത്തി. പതിയെപ്പതിയെ വേശ്യത്തെരുവിന്റെ നിയന്ത്രണം

അവന്റെ കൈകളിലേക്കെത്തി.

രേണുകാദീദിയോടല്ലാതെ, കാമാത്തിപ്പുരയിലെ മറ്റു പെണ്ണുങ്ങളുമായിട്ടുണ്ടായിരുന്ന എല്ലാ ഇടപാടുകളും അവൻ ഉപേക്ഷിച്ചു.

അവന്റെ വളർച്ചയ്ക്കുവേണ്ടി –ബിസിനസിന്റെ വളർച്ചയ്ക്കുവേണ്ടി– അവൻ അധോലോകവുമായി ബന്ധം സ്ഥാപിച്ചു. തെമ്മാടികളായ ചെറുപ്പക്കാരെ സംഘടിപ്പിച്ച് കാമാത്തിപ്പുരയിൽ അവൻ ഒരു ഗ്യാങ്ങുണ്ടാക്കി. കാർത്തിക് ബാബു കാമാത്തിപ്പുരയുടെ അധോലോക നായകനായി.

ക്രമേണ, ബോംബെ അധോലോക സാമ്രാജ്യത്തിലും അവൻ പിടിമുറുക്കി.

ഇരുപത്

മലബാർ റസിഡൻസിയിലെ കേണൽ ജയിംസ് പെറ്ററുടെ സ്റ്റെനോയായിരുന്നു പാലക്കാട്ടുകാരൻ പങ്കുണ്ണിമേനോൻ. കേണൽസായിപ്പിനെ കമ്പനി ബോംബെയിലേക്ക് ട്രാൻസ്ഫറുചെയ്തപ്പോൾ പങ്കുണ്ണി മേനോനേയും സ്റ്റെനോയായി സായിപ്പ് കൂടെക്കൂട്ടി. മേനോൻ പ്രശസ്ത നർത്തകിയായ മൃണാളിനിയുടെ അമ്മായി, രാജസ്ഥാൻകാരി വസുന്ധരയെക്കെട്ടി ബോംബെയിലെ മിലിട്ടറി ക്വാർട്ടേഴ്സിൽ താമസിച്ച് കേണൽ സായിപ്പിനെ സേവിച്ചു. കേണൽ സായിപ്പിന്റെ തണലിൽ തളിരിട്ട അവരുടെ ദാമ്പത്യ വല്ലരിയിൽ മൂന്നു പൂക്കൾ വിടർന്നു; അരുന്ധതി മേനോൻ, സൈരന്ധ്രി മേനോൻ, ശ്രീധരമേനോൻ. പെൺമക്കളെ ആഢ്യ മലബാർ മേനോൻമാർക്ക് ആർഭാടപൂർവ്വം കെട്ടിച്ചു കൊടുത്തു. ഓക്സ്ഫോർഡ് യൂണിവേഴ്സിറ്റിയിൽനിന്നും മാനേജുമെന്റിൽ ബിരുദമെടുത്ത ശ്രീധരമേനോൻ, ബോംബെയിൽ സായിപ്പൻമാർ നടത്തിവന്നിരുന്ന സ്റ്റാർ ഹോട്ടലിൽ മാനേജരായി.

വെള്ളക്കാർ രാജ്യം വിട്ടുപോയപ്പോൾ പങ്കുണ്ണിമേനോൻ പെൻഷൻതുക എണ്ണിവാങ്ങി വസുന്ധരയേയുംകൂട്ടി തറവാട്ടുവീടായ പാലക്കാട്ടെ കാരൂരിലേക്ക് തിരിച്ചുപോന്നു. ശ്രീധരമേനോൻ യു എൻ അണ്ടർസെക്രട്ടറി ശാശ്വതൻപിള്ളയുടെ മകൾ മീരാപ്പിള്ളയെ വിവാഹം കഴിച്ചു. മാതാപിതാക്കൾക്കൊപ്പം ഭാര്യയെ തറവാട്ടുവീട്ടിൽ താമസിപ്പിച്ചിട്ട്, മധുവിധു കഴിഞ്ഞയുടൻ ശ്രീധരമേനോൻ ബോംബെയ്ക്കുപോയി. തനിക്കുകിട്ടിയ സ്ത്രീധനംകൊണ്ട്, സായിപ്പന്മാർ ഉപേക്ഷിച്ചുപോയ സ്റ്റാർഹോട്ടൽ ശ്രീധരമേനോൻ വിലയ്ക്കുവാങ്ങി. മീരാപ്പിള്ള ഒരു മകളെ പ്രസവിച്ചു. എന്നാൽ; പ്രസവാനന്തരം ബ്ലീഡിങ് നിലയ്ക്കാതെ മീരാപ്പിള്ള മരിച്ചു. അൻപത്താറുകഴിഞ്ഞപ്പോൾ തന്റെ മകൾ ആരതിമേനോ

നേയുംകൊണ്ട് ശ്രീധരമേനോൻ ബോംബെയ്ക്ക് വിമാനം കയറി. കൊച്ചു മകളെ സംരക്ഷിക്കുവാൻ, വസുന്ധര പങ്കുമേനോനെ തറവാട്ടുവീട്ടിൽ തനിച്ചാക്കി മകന്റെകൂടെ വിമാനത്തിൽ പറന്നു.

സഹധർമ്മിണി ഇഹലോകവാസം വെടിഞ്ഞുവെങ്കിലും, മകളുടെ സംരക്ഷണച്ചുമതല ഏറ്റെടുത്തുവെങ്കിലും ശ്രീധരമേനോൻ തളർന്നില്ല. സമ്പത്തും പൗരുഷവും ധാരാളം കൈവശമുണ്ടായിട്ടും അയാൾ മറ്റൊരു സ്ത്രീയെ വിവാഹം കഴിച്ചില്ല. അകാലത്തിൽ വിട്ടുപിരിഞ്ഞ വാമഭാഗത്തിന്റെ പേരുനല്കി സ്റ്റാർഹോട്ടലിനെ പരിപാലിച്ചുവളർത്തി. തന്റെ പ്രാണപ്രേയസിയുടെ സ്മരണ പരത്തിയ മുഗൾ ചക്രവർത്തി ഷാജഹാനെപ്പോലെ ഹോട്ടൽ മീരാഗ്രൂപ്പിന്റെ പ്രവർത്തനം ബോംബെ ആസ്ഥാനമാക്കി ഭാരതമാകെ പ്രചരിപ്പിക്കുന്നതിനും, അതിലൂടെ ഖ്യാതിനേടുന്നതിനും, രാജ്യത്തെ സമ്പന്നരുടെ പട്ടികയിൽ ഇടംനേടി നൂറിൽ ഒരുവനായി മാറുന്നതിനും ശ്രീധരമേനോന് കഴിഞ്ഞു.

കമ്യൂണിസ്റ്റ് രാഷ്ട്രത്തലവന്മാർ, സാമ്രാജ്യത്വക്കഴുകന്മാർ, ചേരിചേരാനേതാക്കൾ, വികസ്വര-അവികസ്വര രാജ്യമുഖ്യർ, സാർവ്വദേശീയ കലാകാരന്മാർ........ രാജ്യത്തെത്തുന്ന പ്രമുഖർക്കെല്ലാം ഹോട്ടൽ മീരയിലാണ് വിശ്രമം. ഭരണ-പ്രതിപക്ഷ-സാമൂഹ്യ-മത നേതാക്കളുടെ പക്ഷത്ത് ഒരേപോലെ നിലയുറപ്പിച്ച് തന്റെ ഡിപ്ലോമസി നിലനിർത്തുവാൻ ശ്രീധരമേനോന് കഴിഞ്ഞു. ബിസിനസ് ലോകത്തെ ഭീഷണിയിൽനിന്നും തന്റെ ഗ്രൂപ്പിനെ സംരക്ഷിക്കുവാൻ മേനോൻ ഒരു അധോലോക സംഘത്തെ വളർത്തിയെടുത്തിരുന്നു. ഹോട്ടൽ ബിസിനസ് ടൂറിസവുമായി ബന്ധപ്പെട്ടുകിടക്കുന്നതുകൊണ്ട് അത്തരം സംഘം ആവശ്യവുമാണ്. അറബിക്കല്യാണം കൊതിച്ചെത്തുന്ന ഒട്ടകഗന്ധമുള്ള മൊല്ലാക്കമാർ, കറുത്ത പെണ്ണിന്റെ സഹശയനം തേടിയെത്തുന്ന വെള്ളക്കാർ, കഞ്ചാവിലും കൊക്കയിനിലും ബ്രൗൺഷുഗറിലും ഹാഷിഷിലും ആംപ്യൂളിലും മയങ്ങുന്ന ഡിജെ പാർട്ടിയിലെ വിദേശ സഞ്ചാരികൾ, ആയുധക്കടത്തുകാർ, ടെററിസ്റ്റുകൾ....... മഹാനഗരത്തിലെ വൻകിട ഹോട്ടലുകൾ എല്ലാത്തരം ആവശ്യങ്ങളും നിറവേറ്റുവാൻ പ്രാപ്തമായിരിക്കണം.

രേണുകാദീദിയുടെ ആരാധകർ ഹോട്ടൽ മീരയിൽ സംഘടിപ്പിച്ച ഗണേശോത്സവ പാർട്ടിയിൽ വച്ചാണ് സഹൃദയർ 'കൊക്കാച്ചി'യെന്ന ഓമനപ്പേരിട്ടു വിളിക്കുന്ന കാർത്തിക് ബാബുവിനെ ശ്രീധരമേനോൻ ആദ്യമായി കാണുന്നതും പരിചയപ്പെടുന്നതും. സുമുഖനായ ആ ചെറുപ്പക്കാരൻ എല്ലായ്പ്പോഴും ദീദിക്കുചാരെ ഉണ്ടാകും. അധികം സംസാരമോ അംഗചലനമോ ഇല്ല. മാന്യമായി വസ്ത്രധാരണം ചെയ്ത അവൻ പെരുമാറ്റത്തിലും അതു പുലർത്തി. എല്ലാറ്റിനും ഒരു പുഞ്ചിരിമാത്രം. ആരേയും വശീകരിക്കുന്ന നോട്ടം. തന്റെ കസ്റ്റമേഴ്സിന്റെ ആവശ്യം അംഗചലനങ്ങളിലൂടെ, പുരികം വളച്ചുള്ള നോട്ടത്തിലൂടെ ദീദി അവനെ അറിയിക്കും. അവളുടെ ആജ്ഞ തന്റെ സംഘാംഗങ്ങൾക്ക് മെസേജിലൂടെ അവൻ നല്കും. നിമിഷങ്ങൾക്കുള്ളിൽ കസ്റ്റമേഴ്സിന് അവരുടെ

ആവശ്യം മുന്നിലെത്തും. കീറ്റമിൻ, മരിജുവാന, കഞ്ചാവുലേഹ്യം..... എന്തിന്; ശുദ്ധ വാറ്റുചാരായംവരെയും.

മേനോന്റെ ആൾക്കാർ അവന്റെ മെസേജുകൾ പിന്തുടർന്നു. ഹാക്കു ചെയ്യുവാൻ ശ്രമിച്ചു. ഇല്ല. കഴിയുന്നില്ല. അവർക്ക് ഒന്നും മനസ്സിലാക്കുവാൻ കഴിഞ്ഞില്ല. മറ്റാർക്കും തിരിച്ചറിയാൻ സാധിക്കാത്ത നമ്പർ മെസേജുകൾ.

ഉത്സവപാർട്ടി പിരിഞ്ഞപ്പോൾ മേനോൻ അവന് ഷേയ്ക്ക്ഹാൻഡ് കൊടുത്തു. അവർ പരസ്പരം പുഞ്ചിരിച്ചു.

അവൻ ശ്രീധരമേനോനെ ഹാക്കുചെയ്യുകയായിരുന്നു.

തന്റെ ഗ്രൂപ്പിനുവേണ്ടി അവന്റെ സഹായം ശ്രീധരമേനോൻ അഭ്യർത്ഥിച്ചു. മേനോന്റെ അഭ്യർത്ഥന അവൻ സ്വീകരിച്ചു. കാർത്തിക് ബാബു മീരാ ഗ്രൂപ്പിൽ ചേർന്നു.

അവൻ എത്തിയതോടെ മീരാ ഗ്രൂപ്പിന്റെ സുവർണ്ണകാലം ആരംഭിച്ചു. ഗ്രൂപ്പ് എല്ലാ സംസ്ഥാനങ്ങളിലും സ്റ്റാർ ഹോട്ടലുകൾ തുറന്നു. മറ്റു മേഖലകളിലും മീരാ ഗ്രൂപ്പ് മുതൽമുടക്കി. വിദേശ കമ്പനികളിൽ പാർട്ട്ണറായി. കയറ്റ്–ഇറക്കുമതിക്കും, റിയൽ എസ്റ്റേറ്റിനും പ്രത്യേകം ഡിപ്പാർട്ടുമെന്റ് രൂപീകരിച്ചു. എല്ലാറ്റിനും ചുറുചുറുക്കോടെ കാർത്തിക് ഉണ്ട്. കാരൂർ തറവാട്ടിലെ അംഗത്തെപ്പോലെ ശ്രീധരമേനോന് തുണയായി എല്ലായ്പ്പോഴും കാർത്തിക് ബാബു കൂടെയുണ്ട്.

"ആരതി..... നീ അമ്മയില്ലാത്ത പെൺകുട്ടിയാണ്. സൗന്ദര്യവും സമ്പത്തും ധാരാളമുണ്ട്. മീരാ ഗ്രൂപ്പിന്റെ ഏക അവകാശി നീയാണ്. ആൺകുട്ടികൾ നിന്നെ വലവീശും. ശ്രദ്ധിക്കണം. വഴിപിഴയ്ക്കാൻ എളുപ്പമാണ്. നിന്റെ ഈ പ്രായം..... പോത്തീ. തൂ സാവ്ധാൻ കരോ."

മുത്തശ്ശിയുടെ അമിത കരുതലും ഉപദേശവും. വസുന്ധര ദാദിക്ക് എപ്പോഴും അതേയുള്ളു. കണ്ടും കേട്ടും മടുത്തു. വിദേശ യാത്രകൾ, കൊമേഷ്യൽ കോൺഫറൻസുകൾ..... അച്ഛനെപ്പോഴും തിരക്കിലാണ്. തന്നോട് അച്ഛന് ഒരുപാട് സ്നേഹമുണ്ട്. എന്തുചെയ്യാം. ആണ്ടിൽ ഒന്നോ രണ്ടോ തവണ മാത്രമേ അച്ഛനെ കണ്ടുകിട്ടാറുള്ളു. സ്നേഹവും വാത്സല്യവും കൊതിച്ച ആരതി, അതുകിട്ടാതെ തന്നിലേക്ക് ഉൾവലിഞ്ഞു. അവളുടെ ശ്രദ്ധമുഴുവൻ പഠനത്തിൽ മാത്രമായി.

പുതുവർണ്ണങ്ങൾ വിതറിയ സുമുഖനായ ചെറുപ്പക്കാരന്റെ ചടുലസാമീപ്യം അവളെ ആർദ്രയാക്കി. നീർത്തുള്ളികൾ ഇറ്റിയ ഊഷരഭൂമിപോലെ അവൾ മെല്ലെമെല്ലെ പുഷ്ടിപ്പെട്ടു. അവളിലെ മാറ്റങ്ങൾ അവൻ നോക്കിക്കാണുന്നുണ്ടായിരുന്നു. അക്കൗണ്ടൻസിയിൽ അണ്ണാമല യൂണിവേഴ്സിറ്റിയിൽനിന്നും സെക്കന്റ് റാങ്കോടെ പോസ്റ്റുഗ്രാജുവേറ്റെടുത്ത ആരതിയുടെ നെഞ്ചിൽ വസന്തത്തിന്റെ സമൃദ്ധിയായി കാർത്തിക് ചുണ്ടുരുമ്മി ശ്രുതിമീട്ടി.

കാർത്തിക് ഉന്നതകുലജാതനാണെന്ന് അവന്റെ പ്രൗഢിയും വിനയവും പെരുമാറ്റവും കണ്ടാലറിയാം. പിന്നെന്തിന് അവന്റെ കുലവും

ദേശവും ബന്ധുത്വവും തിരക്കണം. തനിക്ക് ഒരേയൊരു അവകാശിമാത്രം – ആരതിമേനോൻ. തന്റെ എല്ലാമെല്ലാം അവൾക്കുള്ളതാണ്. അവളുടെ ഇഷ്ടത്തിന് എതിരായി ഒന്നും ചെയ്യില്ല. മാത്രമോ; തന്റെ കാലശേഷവും മീരാ ഗ്രൂപ്പിന്റെ കീർത്തി സംരക്ഷിക്കുവാൻ പ്രാപ്തിയുള്ളവനാകണം മകൾക്ക് തുണയാകുവാൻ. കാർത്തിക്.... അവനത് തെളിയിച്ചുകഴിഞ്ഞു. മീരാ ഗ്രൂപ്പിന്റെ സമീപകാലത്തെ അഭൂതപൂർവ്വ വളർച്ചയ്ക്ക് കാരണം അവന്റെ കഠിന പ്രയത്നമാണ്. അവനെ പിണക്കുന്നത് തന്റെ ബിസിനസിനെ ബാധിക്കും. അവൻ മീരാ ഗ്രൂപ്പിന്റെ അവശ്യഘടകമാണ്.

മീരാഗ്രൂപ്പിന്റെ ചക്രവർത്തി ശ്രീധരമേനോനാണെങ്കിൽ സർവ്വസൈന്യാധിപൻ കാർത്തിക് ആണ്. ആരതിയുടെ വസുന്ധരാദാദി കാർത്തിക്കിന്റേയും മുത്തശ്ശിയായിക്കഴിഞ്ഞിരുന്നു.

എന്തുകൊണ്ടും ആരതിക്ക് ചേർന്നത് കാർത്തിക്കുതന്നെ. അവരുടെ പ്രണയത്തിൽ ശ്രീധരമേനോൻ അഭിമാനംകൊണ്ടു. വിവാഹം ചെറിയ ചടങ്ങായിരുന്നു; സാരനാഥിൽ. മാര്യേജ് പാർട്ടി കങ്കാരുവിന്റെ നാട്ടിൽ. അവിടെ മീരാ ഗ്രൂപ്പിന്റെ പെരുമ വിളിച്ചോതി.

കാർത്തിക് മലയാളിയാണെന്ന് ശ്രീധരമേനോൻ അറിഞ്ഞത് വിവാഹശേഷമാണ്. അവന്റെ നിർദ്ദേശപ്രകാരമായിരുന്നു ശൃംഖലയുടെ മലബാർ സോണൽ മാനേജർ തൃക്കാക്കരക്കാരൻ കൃഷ്ണപിള്ള ആനക്കുളത്ത് വസ്തു വാങ്ങിക്കൂട്ടിയത്.

"സഖാവ് ഈയെമ്മെസ് അന്തരിച്ചു."

ഈർക്കിലി കീറി നാവുവടിച്ച് ഓക്കാനിച്ചു നില്ക്കുകയായിരുന്നു കേശവൻകുട്ടി. അപ്പോഴാണ് ഇ എം എസ് അന്തരിച്ച വിവരം കുഞ്ഞനന്തൻ വിളിച്ചുപറഞ്ഞത്. കവലയിൽ കരിങ്കൊടി കെട്ടുവാൻ പറമ്പിൽനിന്നും കമ്പുവെട്ടുകയായിരുന്നു കുഞ്ഞനന്തൻ.

ഇ എം എസിനോടുള്ള ആദരസൂചകമായി ഉച്ചയ്ക്കുശേഷം കടകമ്പോളമടച്ച് ഹർത്താൽ ആചരിക്കുന്നു. വൈകിട്ട് ആനക്കുളം കവലയിൽ കുഞ്ഞനന്തന്റെ അദ്ധ്യക്ഷതയിൽ അനുശോചന യോഗമുണ്ട്.

കേശവൻകുട്ടി അനുശോചനയോഗത്തിൽ പങ്കെടുക്കുവാൻ പോയിരിക്കുകയാണ്. അവൻ പൊതു പരിപാടികളിൽ പങ്കെടുത്തിട്ട് എത്രയോ നാളുകളായി. ഇ എം എസ് അന്തരിച്ചതറിഞ്ഞതു മുതൽ അവന്റെ മുഖം മ്ലാനമായിരുന്നു. അവൻ ആഹാരം കഴിച്ചില്ല. മൺകൂജയിൽനിന്നും ഇടയ്ക്കിടയ്ക്ക് വെള്ളം കുടിച്ചു.

തന്റെ സ്വത്തെല്ലാം പാർട്ടിക്കുകൊടുത്ത ധീര കമ്യൂണിസ്റ്റിനെ അവൻ ഗാന്ധിജിയെപ്പോലെ ഹൃദയത്തിൽ സൂക്ഷിച്ചിരുന്നു.

കുഞ്ഞനന്തൻ ഇപ്പോൾ ആനക്കുളത്തുതന്നെയുണ്ട്. വയസ്സ് എഴുപതായി. പാർട്ടിക്കുവേണ്ടി പഴയതുപോലെ ഓടിനടക്കണമെന്ന് മനസ്സുണ്ടെങ്കിലും ശരീരം അതിന് അനുവദിക്കുന്നില്ല. അവൻ ഉപരിക്കമ്മിറ്റിയിൽനിന്നും സ്വയം ഒഴിവായി പ്രവർത്തനം ലോക്കലിൽ ഒതുക്കിയിരിക്കുകയാണ്. ന്യൂ ജെൻ കോമ്രേഡ്സിന് ഓൾഡ് ജനറേഷൻ സഖാക്ക

ളുടെ ശൈലിയിൽ താല്പര്യവും കുറഞ്ഞു.

ആനക്കുളത്തിന്റെ സർവ്വ സമ്മതനാണ് കുഞ്ഞനന്തൻ. എന്നാൽ ഒരു തിരഞ്ഞെടുപ്പിൽപോലും ആനക്കുളത്തുകാർ കുഞ്ഞനന്തനെ വിജയിപ്പിച്ചിട്ടില്ല. "തോറ്റാലും ജയിച്ചാലും എല്ലാകാര്യത്തിനും സഖാവുണ്ടല്ലോ. സഖാവു തോറ്റാൽ ജയിക്കുന്ന ആളേക്കൂടി ആനക്കുളത്തിനു കിട്ടുമല്ലോ. അങ്ങനെ ആനക്കുളത്തിനു രണ്ടുമെമ്പർ." കുഞ്ഞനന്തനെ വിജയിപ്പിക്കാതിരിക്കുന്നതിനുള്ള ആനക്കുളത്തുകാരുടെ ന്യായം അതാണ്.

സന്ധ്യമയങ്ങി. മാധവി നിലവിളക്കു കൊളുത്തി നാമംചൊല്ലി. ഉച്ചഭാഷിണിയുടെ ശബ്ദം നിലച്ചു. അനുശോചനയോഗം കഴിഞ്ഞുകാണും. മാധവിക്ക് ആധികൂടി. കേശവൻകുട്ടി വരുമ്പോൾ എന്തു പറയും. അവന്റെ അനുവാദമില്ലാതെ കാർത്തികേയനെ കാണാൻപോയിട്ട്..... കാർത്തികേയൻ തന്നെ ആട്ടിയിറക്കിയെന്നറിഞ്ഞാൽ.... കാലമിത്രയും കഷ്ടതകൾ മാത്രം കുടിച്ചിറക്കിയ പെറ്റമ്മയോട് ഇങ്ങനെ..... വൃദ്ധ മാതാപിതാക്കളെ സംരക്ഷിക്കേണ്ടവൻ.... അവൻ ഇത്രമാത്രം ക്രൂരനായതെന്തേ? അവനോട് എന്തു തെറ്റാണ് ചെയ്തത്? "ന്റീശരമ്മാരേ... ന്റെ കുഞ്ഞിന് എന്തുപറ്റി? കേശോൻകുട്ടിക്ക് ഇതു താങ്ങാൻ പറ്റ്വോ?"

കാർത്തികേയനെ കാണാൻ പോകണമെന്ന് കേശവൻകുട്ടിയോട് ഒരുപാടു നിർബ്ബന്ധിച്ചതാണ്. മകനെ ചെന്നുകാണണമെന്ന് ഭാനുമതിയും പറഞ്ഞു. എന്നാൽ അവൻ തിരിച്ചുവന്നതറിഞ്ഞ് കേശവൻകുട്ടി ഒന്നുകൂടി ഉൾവലിഞ്ഞു.

"കേശോൻകുട്ടി...."

"ങ്ഹാ?"

"കാർത്തികേയനെ കാണാൻ ഔട്ട് ഹൗസിൽ....?"

"എന്തിന്?"

നിരാശ പരന്ന അവന്റെ ശബ്ദം കനത്തു.

"മ്മടെ മോൻ..."

"ശെരി. നമ്മുടെ മോൻതന്നെ. അപ്പോൾ നമ്മളാരാ?"

"അവന്റെ അച്ഛനും അമ്മേം."

"ആണല്ലോ. എന്നിട്ട് നമ്മളെ കാണാൻ അവൻ വന്നോ?"

"അവൻ രണ്ടു ദെവസമല്ലേ ഇവിടെ ഉണ്ടായിരുന്നൊള്ളു. പിന്നെ, ഇന്നലെയല്ലേ വന്നത്."

"ഉ്മം."

"കേശോൻകുട്ടി വന്നാലും ഇല്ലേലും ഞാമ്പോകും. അവനെന്റെ മോനാ."

സങ്കടവും ദേഷ്യവും സഹിക്കാതെയവൾ കയറുമടക്കി പശുവിന്റെ തോമ്പലിൽ ആഞ്ഞടിച്ചു. പശു ഉറക്കെക്കരഞ്ഞു. അവൾ പശുവിനെ വലിച്ച് കുത്തുകല്ലിറങ്ങി.

രാക്ഷസൻപാറയുടെ ചെരുവുമുതൽ കിളിർത്ത റബറുതൈക്കിടയിൽ പണകോരി നട്ടുവളർത്തിയ കൈതക്കന്നുകൾക്ക് മരുന്നുതളിക്കുന്ന

തൊഴിലാളികൾ, ആനക്കുളത്തുകാർ ഇതുവരേയും കണ്ടിട്ടില്ലാത്ത വലിയ വാഹനങ്ങൾ ഭീമൻയന്ത്രങ്ങളുമായി രാക്ഷസൻപാറയ്ക്കരികിലേക്ക് കയറിപ്പോകുന്നു. തിണ്ണയിലിരുന്ന കേശവൻകുട്ടിക്ക് എല്ലാം അവ്യക്തമാണ്.

കേശവൻകുട്ടിക്ക് ഒന്നും വ്യക്തമല്ല. എല്ലാം മങ്ങിയവ. അവന്റെ കാഴ്ചകളെ തിമിരം മറച്ചുതുടങ്ങിയിരുന്നു.

വെളിച്ചം മങ്ങിത്തുടങ്ങിയ അവന്റെ കാഴ്ചയിൽ തൂങ്ങിനിന്ന കണ്ണുനീരിൽതട്ടി പ്രഭാതകിരണം ചിന്നിച്ചിതറി.

ഉച്ചകഴിഞ്ഞിട്ടും തിണ്ണയിൽ വിരിച്ച പായയിൽനിന്ന് അവൻ എഴുന്നേറ്റില്ല. ഒരു വല്ലാത്ത തളർച്ചയിൽ പാതിമയക്കത്തിലായിരുന്നു. വെയിലിന്റെ തിളപ്പിൽ അവൻ വെന്തൊഴുകി. അവന്റെ കിടപ്പുകണ്ട് മാധവിക്ക് ദേഷ്യമാണ് തോന്നിയത്. അവൾ ചോറുവിളമ്പി. ഉച്ചയൂണിന് അവൾ അവനെ വിളിച്ചില്ല. അവൾ ഉണ്ണാനിരുന്നു. തൊണ്ടയിൽനിന്നും ചോറ് ഇറങ്ങുന്നില്ല. അവൾക്ക് അകാരണമായ ഉൽക്കണ്ഠ. അവൾ കൈകഴുകി തിണ്ണയിൽവന്നു.

"കേശോൻകുട്ടി...."

അവളുടെ ശബ്ദം വല്ലാതെ കനത്തിരുന്നു.

"ഉ്മം?"

പാതി മയക്കത്തിൽനിന്നും അവനുണർന്നു.

"ഞാമ്പോവ്വാ."

"എങ്ങോട്ട്?"

"ന്റെ മോന്റടുത്തേക്ക്."

"ഉ്മം."

"കേശോൻകുട്ടി വരുന്നോ?"

"ഇല്ല."

"എങ്കീൽ ഞാൻ..."

"ഈയെമ്മെസിന്റെ അനുശോചനത്തിന് വൈകിട്ട് കവലേൽ പോകും."

അവൻ പറഞ്ഞതുകേൾക്കാത്ത ഭാവത്തിൽ അവൾ തിണ്ണയിൽനിന്നുമിറങ്ങി. സാരിത്തുമ്പ് എളിയിൽചുറ്റി മുറുക്കിക്കുത്തി. കുത്തുകല്ലിറങ്ങി ഇടവഴിയിലൂടെ അവൾ വേഗംനടന്നു.

ഇരുപത്തിയൊന്ന്

ആകാശത്ത് കാറുംകോളും നിറഞ്ഞത് പെട്ടെന്നായിരുന്നു. കാതടപ്പിക്കുന്ന ഇടിയും മിന്നലും. കാറ്റുമുണ്ട്. ഇടിച്ചുകുത്തിപെയ്യുമായിരിക്കും. മീനമാസത്തിൽ ഇങ്ങനെയൊരു കാലാവസ്ഥ ഒട്ടും പ്രതീക്ഷിക്കാത്തതാണ്. മാധവി തിണ്ണയിലെ ഉത്തരത്തിൽ നോക്കി. കേശവൻകുട്ടി കുട കൊണ്ടുപോയിട്ടില്ല. കുട ഉത്തരത്തിൽതന്നെ തൂങ്ങിക്കിടപ്പുണ്ട്. അവൻ മഴ നനയുമല്ലോ. ടോർച്ച് കൊണ്ടുപോയിട്ടുണ്ട്. അതു കാര്യമായി. അനുശോചന യോഗം കഴിഞ്ഞിട്ട് കുറേനേരം കഴിഞ്ഞല്ലോ. അവൻ ഒന്നും കഴിക്കാതെയാണല്ലോ പോയത്. സന്ധ്യ മയങ്ങിയിട്ടും കേശവൻകുട്ടിയെ കാണാഞ്ഞിട്ട് അവൾ അസ്വസ്ഥയായി.

അവൻ മറ്റെങ്ങും തങ്ങുവാനോ, പോകുവാനോ സാദ്ധ്യതയില്ല. തിണ്ണയിൽ വിരിച്ച പായയിൽ കിടന്നുറങ്ങുകയോ, ബീഡി പുകച്ച് ചിന്തയിലാണ്ടിരിക്കുകയോ, പശുവിനെ തീറ്റാൻ കൊണ്ടുപോകുകയോ ചെയ്യുകയല്ലാതെ അവൻ പുറത്തേക്ക് പോകാറേയില്ല. ഇ എം എസിന്റെ അനുശോചനമായതുകൊണ്ടു മാത്രമാണ് അവൻ പോയത്. കയറ് പിഞ്ചി പൊട്ടാറായതുകൊണ്ടാകാം മിനിയാന്ന് പീടികയിൽപോയി കയറുവാങ്ങി കറുമ്പിപ്പശുവിനെ കെട്ടിയത്.

ഇപ്പോൾ ആനക്കുളത്ത് കേശവൻകുട്ടിക്ക് ആരും കൂട്ടില്ല. പണിക്ക് പോകുവാൻ അവന് തീരെ വയ്യതാനും. മാധവി ഇപ്പോൾ മെയ്ക്കാടിന് പോകുന്നില്ല. അവൾക്കും പ്രായമായല്ലോ. എങ്കിലും അവളാണ് വീടു പുലർത്തുന്നത്. പശുവിനെ കറന്ന് പാലുവില്ക്കും. കോഴിമുട്ട മാർക്കറ്റിൽ കൊണ്ടുപോകും. കണ്ണൻപിള്ളിയിൽ വീട്ടുപണിക്കുപോകും. അവളുടെ കഷ്ടപ്പാടുകൾക്ക് ഏറെ ആശ്വാസമേകിയത് ഭാനുമതിയായിരുന്നു.

രാക്ഷസൻപാറയുടെ നെറുകയിൽ മിന്നൽരേഖ ചിന്നിച്ചിതറി. ഇടിമുഴക്കത്തിനൊപ്പം അവളുടെ ഉള്ളവും വല്ലാതെ നടുങ്ങി. ഒരു മിന്നായംപോലെ ഇടവഴിയിൽ ടോർച്ചുവെളിച്ചം. കേശവൻകുട്ടിയായിരിക്കും. അതെ. അവൻതന്നെ. കുത്തുകല്ല് കയറിവന്ന അവന്റെ മുഖം കൊള്ളിയാൻ വെട്ടത്തിൽ അവൾ ശ്രദ്ധിച്ചു. അവൻ വല്ലാതെ അവശനാണ്. തുള്ളപ്പനിയുടെ മൂർദ്ധന്യതയിൽ നെഞ്ചുപൊട്ടി, ശ്വാസം കിട്ടാതെ ചുമച്ചുപുളയുന്ന അവന്റെ മുഖമാണ് അപ്പോൾ അവൾക്ക് ഓർമ്മവന്നത്. പനിക്കാലത്തല്ലാതെ അവനെ ഇത്രത്തോളം അവശനായി കണ്ടിട്ടില്ല. തുള്ളപ്പനിയുടെ കാലമായില്ലല്ലോ. സാധാരണഗതിയിൽ കന്നിയിലോ തുലാത്തിലോ ആണ് അവന് തുള്ളപ്പനി വരാറുള്ളത്. അതിന് ഇനിയും അഞ്ചോ ആറോ മാസംകൂടിയുണ്ട്. പിന്നെയെന്തേ ഇങ്ങനെ?

കേശവൻകുട്ടി വന്നപാടെ, അവളെ നോക്കുകപോലും ചെയ്യതെ കട്ടിലിൽ പായ വിരിച്ചു. ഷർട്ടുപോലും ഊരാതെ അവൻ കിടന്നു. താങ്ങാൻപറ്റാത്ത വലിയ ഭാരം ചുമലിലേറ്റിയതുപോലെ അവൻ ആയാസപ്പെട്ടു. എന്നിട്ടും അവൻ അവളോടൊന്നും മിണ്ടിയില്ല.

അവനെന്തേ തന്നോടൊന്നും ഉരിയാടാത്തത്? അവന് ഇഷ്ടമില്ലാഞ്ഞിട്ടും കാർത്തികേയനെ കാണാൻ പോയതിന്..... തിരിച്ചുവന്നത് എന്തിനാണെന്നുപോലും.... ഒന്നു വഴക്കുപറയുകയെങ്കിലും? ഇല്ല. അവൻ ഒന്നും ശ്രദ്ധിക്കുന്നില്ല. മറ്റേതോ ലോകത്തിലാണ്. കട്ടിലിൽ മലർന്നുകിടന്ന് നിർമ്മനായി മേല്ക്കൂരയുടെ മോന്തായത്തിലേക്ക് നോക്കിക്കിടക്കുന്നു. കാറുംകോളും വീശിയെത്തുന്ന തണുത്ത കാറ്റിലും അവൻ ഉഷ്ണിക്കുന്നുണ്ടായിരുന്നു.

ഇരുളിനുകുറുകെ പുളച്ചുചിതറുന്ന കൊള്ളിയാൻവെട്ടം. ഇടിമുഴക്കത്തിന്റെ അനുരണനംപോലെ അവളുടെ ഉള്ളം വല്ലാതെ വിമ്മിട്ടപ്പെട്ടു.

"കേശോൻകുട്ടിയേ..."

"ഉ്മം?"

അവന്റെ ശബ്ദത്തിൽ കഫം കുറുകി.

"എന്തേലും കഴിക്കാതെ...?"

"വേണ്ട."

"ഇതുവരേം ഒന്നും കഴിച്ചില്ലല്ലോ."

"വെശപ്പില്ല."

"അതെന്താ?"

അവൾ അവനരികിൽ ഇരുന്നു.

"വെശക്കാതെ കഴിക്കാനൊക്കോ?"

അവന്റെ നോട്ടം അപ്പോഴും മോന്തായത്തിലായിരുന്നു.

"കേശോൻകുട്ടിയേ..."

"ഉ്മം?"

"നമ്മുടെ മോൻ..."

"മ്മുടെ മോൻ."

"അവനെന്നെ ആട്ടിയിറക്കി."

"ഹ്ങേ....?!"

അവളുടെ വിമ്മിട്ടം അണപൊട്ടി. അവൾ അവനിലേക്ക് കൂമ്പി. ദുർബ്ബലമായ കൈകൊണ്ട് അവനവളെ തന്നിലേക്കു ചേർത്തു. കഫംതിങ്ങിയ അവന്റെ നെഞ്ചിലൊട്ടി അവൾ തേങ്ങിക്കരഞ്ഞു.

ഇടിമുഴക്കംകേട്ട് ഭയന്നതുപോലെ ചായ്പ്പിൽനിന്നും കറുമ്പിപ്പശു ഉറക്കെയമറി. കണ്ണൻപിള്ളി പുരയിടത്തിന്റെ യമകോണിൽനിന്ന് കാലൻപട്ടി നീട്ടിമോങ്ങി. വീശിയടിച്ച തണുത്തകാറ്റിൽ നിലവിളക്കണഞ്ഞു.

ഏറെനേരമായി ഘനീഭവിച്ചുനിന്ന മേഘം ആർത്തുപെയ്തു.

"ഹ്ങേ....?!"

കനലിന്റെ പൊള്ളലേറ്റതുപോലെ അവൾ അവന്റെ മാറിൽനിന്നും ഞെട്ടിയെണീറ്റു.

അവൻ പനിച്ചുതുള്ളുന്നു. തൊണ്ടയിൽ കനത്ത ചുമയുടെ കിടുങ്ങലിൽ അവൻ പുളഞ്ഞു. ഒരുതുള്ളി പ്രാണവായുവിനായി കണ്ണുതള്ളി.

അവൾ ജനാല തുറന്നിട്ടു. ആവോളം വായു മുറിക്കുള്ളിലേക്ക് കയറിക്കൊള്ളട്ടെ.

കിടാരിയെ നാവുകൊണ്ടുഴിയുന്ന കറുമ്പിയുടെ കഴുത്തിൽ കേശവൻകുട്ടി മിനിയാന്ന് വാങ്ങിക്കെട്ടിയ ചക്കരക്കയർ കൊള്ളിയാൻവെട്ടത്തിൽ ജനാലയിലൂടെ അവൾ കണ്ടു.

അവൾ കട്ടിലിൽ ഇരുന്നു. തന്റെ മടിയിലേക്ക് അവൾ അവനെ താങ്ങിവച്ചു. അവൾ അവന്റെ നെഞ്ചുതടവിക്കൊടുത്തു.

പനിയുടെ പാരമ്യതയിൽ കേശവൻകുട്ടിയുടെ ഓർമ്മകൾ ഉരുകിമറിഞ്ഞു.

കെട്ടുതേരിന്റെ ഭാരമേറ്റുവാങ്ങി ഉടലുപൊട്ടിയ നാരായണൻകുട്ടിയേട്ടൻ, പാണ്ടിലോറിതട്ടി ചത്തുപോയ പിരാന്തൻ മൂക്കിലാശാൻ, അയ്യപ്പൻപ്ലാവിന്റെ ചില്ലയിലേക്ക് പേറെടുപ്പിന്റെ ലാഘവത്തോടെ കയറിപ്പോയ നാണിപ്പതിച്ചി, കപ്പത്തണ്ടുപോലെ ശോഷിച്ചുപോയ അസീസിന്റെ ചോര നക്കി രാക്ഷസൻപാറയുടെ മൂക്കിലിരുന്ന് ആർത്തിയോടെ ഓരിയിടുന്ന കുറുക്കന്മാർ, വിങ്ങുന്ന നെഞ്ചുമായി എല്ലാം അള്ളാഹുവിലർപ്പിച്ച് ആനക്കുളമിറങ്ങിപ്പോയ മൊയ്തുക്ക.....

അതാ.....

ഒപ്പനയ്ക്ക് മാലകോർക്കാൻ ഇലക്കുമ്പിൾനിറയെ മഞ്ചാടിയുമായി സൈനബ ഓടിവരുന്നു.

"സൈനബേ...."

കഫത്തിൽ കുടുങ്ങിയ അവന്റെ വിളി തൊണ്ടയിലൊടുങ്ങിയെങ്കിലും സൈനബ അതുകേട്ടു;"ന്തോ..."

മൈലാഞ്ചിയിട്ട മണവാട്ടി അവനരികിലെത്തി പൊന്നിൻകൊലുസുപോലെ കുണുങ്ങിച്ചിരിച്ചു. സുറുമയെഴുതിയ മൊഞ്ചത്തി അവന്റെ

കാതിൽ ഒപ്പനമൂളി. അവന്റെ നെഞ്ചിൽ കുമിഞ്ഞ പഴുത്തകഫത്തിലേക്ക് ഇലക്കുമ്പിളിൽനിന്നും മഞ്ചാടിതൂകി. കുപ്പിവളക്കിലുക്കംപോലെ സൈനബ ചിരിച്ചു. നിർവൃതിയിലാണ്ട കേശവൻകുട്ടി പൊട്ടിച്ചിരിച്ചു.

നിർവൃതിയുടെ ആലസ്യത്തിൽ പിഞ്ചുകുഞ്ഞിന്റെ നിഷ്കളങ്കതയോടെ അവൻ കമിട്ടി. ചോരചാലിച്ച പഴുത്ത കഫവും ഈത്തവെള്ളവും അവന്റെ കടവാക്കോണിലൂടെ ഒലിച്ചിറങ്ങി.

അവൻ നിഷ്കളങ്കമായി പിന്നെയും ചിരിച്ചു. വീണ്ടും വീണ്ടും കമിട്ടി.

അവന്റെ പനി അവളുടെ മടിയിൽ തുള്ളിത്തുള്ളിയൊടുങ്ങി.

"ന്റീശരമ്മാരേ......"

അവൾ മാറത്ത് ആഞ്ഞടിച്ചു.

ഔട്ട്ഹൗസ് പുലർച്ചെതന്നെ സജീവമായി. ഡൈനിങ് ടേബിളിൽ ചപ്പാത്തിയും ചിക്കൻ ഫ്രൈയും ചെമ്മീൻ ഗ്രേവിയും പ്രഭാത ഭക്ഷണത്തിനായി നിരന്നു. ഫ്രിഡ്ജിൽനിന്നും മഞ്ഞുപറ്റിയ സ്കോച്ചുകുപ്പിയും തണുത്ത സ്പ്രൈറ്റും ഐസ്ക്യൂബ് ബോക്സുമെടുത്ത് കൃഷ്ണപിള്ള ടേബിളിൽ വച്ചു. കൃഷ്ണപിള്ളയും കുഞ്ഞുമോനും പുത്തിരെവിയും ബോസിന്റെ വരവും പ്രതീക്ഷിച്ച് ടേബിളിനുചുറ്റും കസാലയിൽ അക്ഷമരായി ഇരുന്നു.

കാർത്തിക് തീൻമുറിയിലേക്ക് കയറിവന്നു. അയാൾ പതിവിലും സന്തോഷവാനായിരുന്നു. ബോസിനെ വണങ്ങി സബോർഡിനേറ്റ്സ് എഴുന്നേറ്റുനിന്നു. ബോസ് തന്റെ ചെയറിൽ അമർന്നിരുന്നു.

"സിറ്റ്ഡൗൺ റാസ്ക്കെൽസ്. സിറ്റ്ഡൗൺ."

മൂവരും ഇരുന്നു.

"സേർ..."

"പറഞ്ഞു തൊലെയ്ക്കടൊ പിള്ളേച്ചാ."

"റബറുനട്ടു. പണകോരി കൈതക്കന്നും വച്ചു."

"കൺഗ്രാറ്റ്സ്. ക്ണാപ്പ് നട്ടതിനല്ല. പാമ്പിനേയും പഴുതാരയേയും ശവംതീനിയേയും ചുട്ടുകൊന്നല്ലോ. അതിനാ. മണ്ണ് മനുഷ്യനുള്ളതാ."

"താങ്ക്സ് സേർ."

"ടോ പിള്ളേച്ചാ."

"യേസ് സേർ..."

"അണ്ടിപോയ അണ്ണാനെപ്പോലെ ബ്ലിങ്കി നിക്കാതെ സ്ക്കോച്ചൊഴിയടോ. രാവിലെയൊന്ന് ഉഷാറാകെട്ടടോ."

സോണൽ മാനേജർ കൃഷ്ണപിള്ള ഗ്ലാസിൽ സ്കോച്ചൊഴിച്ചു. ആർട്ടിസ്റ്റ് കുഞ്ഞുമോൻ സ്കോച്ചിൽ സ്പ്രൈറ്റ് പകർന്നു. പുത്തിരെവി മീതെ ഐസ്ക്യൂബിട്ടു. ചിയേഴ്സ് മൊഴിഞ്ഞ് ബോസും സബോർഡിനേറ്റ്സും ഉഷാറായി.

"ബ്ലെഡി റാസ്ക്കെൽസ്."

"യേസ് ശേസേർർർ..."

ചിക്കൻ ഫ്രൈ തൊണ്ടയിൽ കുടുങ്ങാതിരിക്കാൻ മൂവരും പാടുപെട്ടു.

"നെക്സ്റ്റ് സൺഡേയിൽ മീരാ ഗ്രാനേറ്റ്സിന്റെ ഉൽക്കാടനമാ. എന്റെ ക്രെഷറിന്റെ. ആരാ ഉൽക്കാടനം ചെയ്യുന്നത്?"

"ആരാ ചെയ്യുന്നെ?"

"മീരാ ഗ്രൂപ്പ് സാമ്രാജ്യത്തിന്റെ ചക്രവർത്തി. സാക്ഷാൽ കാരൂർ ശ്രീധരമേനോൻ സ്വിച്ചോൺ ചെയ്യും."

"ഹ്ങേ...!"

മൂവരും വാപൊളിച്ചു. ഗ്രേവിതൊട്ട് നാക്കിൽവച്ചു.

"അതേടോ. രാക്ഷസൻ പാറ തുരന്നു പൊടിക്കും. എന്നിട്ട്..... പാറയ്ക്കടിയിൽ മലർന്നുകിടക്കുന്ന രാക്ഷസനെയെടുത്ത് ചുട്ടുതിന്നും."

കാർത്തിക് ബാബുവിന്റെ മുഖത്ത് രാക്ഷസീയഭാവം മിന്നിമറഞ്ഞു. അവൻ ഉറക്കെച്ചിരിച്ചു. സബോർഡിനേഴ്സ് ആർത്തുചിരിച്ചു. പ്ലേറ്റും ഗ്ലാസും കുലുങ്ങിച്ചിരിച്ചു. ഗ്ലാസിൽ വീണ്ടും ലഹരിനിറഞ്ഞു. കിച്ചൺ ബോയ് പ്ലേറ്റുനിറച്ചു.

"ക്രെഷറിന്റെ ഉൽക്കാടനത്തിന് ആനക്കുളത്തെ എല്ലാ തെണ്ടികളേയും ഇൻവിറ്റേഷൻ കാർഡുകൊടുത്ത് വിളിക്കണം. എല്ലാ തെണ്ടികളും തിന്നും കുടിച്ചും മദിക്കട്ടെ. ബോമ്പേ മീരാ ഹോട്ടലീന്ന് ഫ്ളൈറ്റിൽ ഫുഡ്ഡെത്തും. വലിയ പന്തലു കെട്ടണം. ടോ പിള്ളേച്ചാ. എടവകേലെ അച്ചനേം വാങ്കു പള്ളീലെ മുക്രിയേം ദേവസ്വത്തിലെ പോറ്റിയേം വിളിച്ചേക്കണം. തേങ്ങയുടച്ചോ, ഓശാന പാടിയോ, വാങ്കുവിളിച്ചോ അർമാദിക്കട്ടെ. കൈമടക്കും കൊടുത്തേക്കാം."

"സേർ..." കുഞ്ഞുമോൻ തല ചൊറിഞ്ഞു.

"പറയടോ ഡാവിഞ്ചിയാർട്ടിസ്റ്റെ."

"സത്യൻമാഷും കുഞ്ഞനന്നൻ സഹാവുമൊക്കെ എതിരാ."

"ഹാ.ഹാ..ഹാ... സത്യൻ! പരിസ്ഥിതി വാദി! ഫേ! പരട്ടക്കെളവൻ ചഖാവ്! സത്യൻ അടിയന്തരാവസ്ഥയിൽ ജീവനോടെ രക്ഷപ്പെട്ടത് ഭാഗ്യത്തിനാ. അവനെ ഒറ്റിയതിന്റെ പക എന്നോടുണ്ട്. അവനെ പച്ചയ്ക്ക് ക്രെഷറിലിട്ട് ഞാൻ പൊടിക്കും. പിന്നെയാ കെളവനേയും. ഒരു സന്ന്യാസി.... ഓ! നിത്യ ചൈതന്യ യെതി! സത്യനും കാവിൽ ഷാജിയുംകൂടി ആ സന്ന്യാസിയെ കൊണ്ടുവന്ന് രാക്ഷസൻപാറയെ കെട്ടിപ്പിടിപ്പിച്ചെന്നറിഞ്ഞു. എന്നെ എതിർക്കുന്നവനെ ഒന്നിനേയും.... സ്വന്തം തന്തയായാൽപോലും... ജീവനോടെ വച്ചേക്കില്ല."

അവന്റെമുഖം വല്ലാതെ വക്രിച്ചു.

"കൊറച്ചൂടെ കോഴി."

പുത്തിരെവി എരിയൂറി അടുക്കളയിലേക്ക് നോക്കി.

"എന്തൊരു ആർത്തിയാടാ പുത്തി."

"അവൻ തിന്നെട്ടെടൊ ആർട്ടിസ്റ്റേ." കാർത്തിക് ഇളകിയിരുന്നു. വിസ്കിനുണഞ്ഞ് ലഹരി പിടിച്ചു. ചുരുട്ടുവലിച്ച് പുകയൂതി. "മീരാഗ്രൂപ്പിന്റെ അടുത്ത ആന്വൽ കോൺഫ്രെൻസിൽ സർവ്വ സൈന്യാധിപനെ ചക്രവർത്തിയായി അഭിഷേകം ചെയ്യും. പിന്നെ കാർത്തിക്

ബാബുവും കാർത്തിക്കിന്റെ മകൾ അപർണാ കാർത്തിക്കും ചേർന്ന് ഈ ലോകം കീഴ്പ്പെടുത്തും.” അയാൾ തീൻമേശമേൽ ആഞ്ഞിടിച്ചു.

ബോസിന്റെ പ്രഖ്യാപനത്തെ സബോർഡിനേറ്റ്സ് കൈയടിച്ചു സ്വാഗതം ചെയ്തു.

ഉൾമുറിയിലെവിടെയോ കാർത്തിക്കിന്റെ മൊബൈൽഫോൺ ഉറക്കെ റിങ്ങുചെയ്തു. കൃഷ്ണപിള്ള മുറിയിൽപോയി മൊബൈൽ എടുത്തുകൊണ്ടുവന്നു.

“ആരാടാ ഈ നേരത്ത്? കോൾ കട്ടുചെയ്യ്.”

“ഡോക്ടർ മേത്ത.”

കൃഷ്ണപിള്ള കോൾ കട്ടുചെയ്തു. ഫോൺ ടേബിളിൽ വച്ചു.

“ഹാ.ഹാ.ഹാാാ. ഡോക്ടർ മേത്ത! ആർത്തി പണ്ടാരം. എത്ര കിട്ടിയാലും തികയില്ല. ലിറ്റിൽ ജോബ്. ഫിഫ്റ്റീ തൗസെന്റ് കൊടുത്തു. അപർണ്ണയ്ക്ക് ചെറിയൊരു കൈയബദ്ധം. അവൾ നർത്തകി. പോരെങ്കിൽ ഹീറോയിനും. നയൻത്തിലാണേലും ഇരുപതിന്റെ പടുക്ക. ആരും കൊതിച്ചുപോകും. ബോളിവുഡ്ഡല്ലേ. ഡയറക്ടർ... പ്രൊഡ്യൂസർ... ഹീറോ... ആരോ പണിപറ്റിച്ചു. അവൾ പ്രെഗ്നെന്റ്. ഡോക്ടർ മേത്ത ഫേയ്മസ് ഗൈനക്കോളജിസ്റ്റാ. അബോർഷനിൽ സ്പെഷ്യലിസ്റ്റ്. ചെടിയിൽനിന്നും ഒരു മൊട്ട് ഇറുത്തെടുക്കുന്ന ലാഘവത്തോടെ അയാൾക്കതു കഴിയും. എന്നിട്ടും! പണി കഴിഞ്ഞുകാണും. ഇനിയും കാശിനാ. ആർത്തിപ്പണ്ടാരം! ഹാ... ഹാ.... ഹാാാ.” മദ്യം നുണഞ്ഞ് അയാൾ പൊട്ടിച്ചിരിച്ചു.

ലഹരിപിടിച്ച സബോർഡിനേറ്റ്സിന് അയാളുടെ പൊട്ടിച്ചിരി ദഹിച്ചില്ല. വിചിത്ര ജീവിയെ കണ്ടതുപോലെ അവർ അയാളെത്തന്നെനോക്കി മിഴിച്ചിരുന്നു.

വീണ്ടും മോബൈൽ റിങ്ങുചെയ്തു.

“സേർ.. ഡോക്ടർ മേത്ത.” കൃഷ്ണപിള്ള ഫോണെടുത്തു.

“നാശം.” കാർത്തിക് കോൾ അറ്റെന്റുചെയ്തു. “ഗുഡ് മോർണിങ് ഡോക്ടർ മേത്ത. ഇനിയും എത്ര വേണം... ഫോർ മൈ ഡോട്ടർ?”

“ഗുഡ് മോർണിങ് കാർത്തിക് ബാബു. എനിക്ക്. എനിക്ക്.....” ഡോ. മേത്തയുടെ വാക്കുകൾ മുറിഞ്ഞു.

“എത്ര വേണം? ലക്ഷം? അയാം റെഡി. ടെൽ മീ.”

“അയാം സോറി ബാബു. ഞങ്ങൾ പരമാവധി ശ്രമിച്ചു. പക്ഷേ,....”

“പക്ഷേ...?”

“ബ്ലീഡിങ് നിലച്ചില്ല. അയാം വെരി സോറി. സോറി ബാബു.”

“അപർണ? എന്റെ മകൾ?”

“യെസ് ബാബു. അപർണ കാർത്തിക്...” ഡോക്ടറുടെ തൊണ്ടയിടറി. ഫോൺ കട്ടുചെയ്തു.

“നോാാ....”

അയാൾ ഭ്രാന്തനെപ്പോലെ ഉറക്കെയലറി. അയാളുടെ അലർച്ചയിൽ ഔട്ട്ഹൗസ് കുലുങ്ങിവിറച്ചു.

അയാൾ വലിച്ചെറിഞ്ഞ മോബൈൽ ജനാലച്ചില്ല് തകർത്ത് പുറത്തേക്കുപോയി. ചില്ലുടഞ്ഞ ഒച്ചകേട്ട് ജർമ്മൻ ഷെപ്പേഡുകൾ ഇടിമുഴക്കംപോലെ കുരച്ചു. അയാൾ ചാടിയെണീറ്റ് തീൻമേശ പൊക്കിമറിച്ചു. മേശമേൽ ഇരുന്നതെല്ലാം തറയിൽ ചിന്നിച്ചിതറി. രവിയും കുഞ്ഞുമോനും കൃഷ്ണപിള്ളയും എന്തുചെയ്യണമെന്നറിയാതെ പകച്ചുനിന്നു. മൂടുടഞ്ഞ വിസ്കിക്കുപ്പിയുമായി അയാൾ അവർക്കുനേരെ പാഞ്ഞടുത്തു. അവർ അലറിവിളിച്ച് പുറത്തേക്കോടി.

ചിറകുമുളച്ച ഒരായിരം ശവംതീനിയുറുമ്പുകൾ അയാളുടെ സിരകളിലൂടെ ചങ്കിലേക്ക് വരിവച്ചു. പൊട്ടിയൊലിക്കുന്ന പുഴുക്കളും തേരട്ടയും അയാളുടെ ദേഹമാസകലം ഇഴഞ്ഞു പുളച്ചു. പുറ്റുവെന്ത ചിതലുകൾ അയാളുടെ കാഴ്ചയെ കാർന്നരിച്ചു. കരിഞ്ഞുപൊട്ടിയ കരിഞ്ചെള്ളിന്റെ ഊച്ചുവാട അയാളുടെ ശ്വസനിയിൽ കിനിഞ്ഞുകൂടി. അയാളുടെ ശ്രവണിയിൽ അഗ്നിപടർന്ന പച്ചപ്പുകളുടെ പൊട്ടിത്തെറിമാത്രം.

ഉടലുവെന്ത ഒരായിരം ഉരഗങ്ങൾ പത്തിവിടർത്തി അയാളുടെ പ്രജ്ഞയിൽ ആഞ്ഞാഞ്ഞ് ദംശിച്ചു. ഉന്മാദത്തിന്റെ ഉത്തുംഗതയിൽ കാർത്തിക് ബാബു പൊട്ടിപ്പൊട്ടി ചിരിച്ചു.

ആനക്കുളത്തിന്റെ അടരുകൾ ഭ്രംശിച്ചതുപോലെ.

എന്നിട്ടും, കലിയടങ്ങാതെ രാക്ഷസൻപാറ അമർത്തി മൂളി.

ഇരുപത്തിരണ്ട്

രാത്രിയിൽ ഇടമുറിയാതെ പെയ്ത്തായിരുന്നു. ഒടുക്കത്തെ ഇടിയും മിന്നലും കാറ്റും. ഒരുപോള കണ്ണടച്ചില്ല. ഇടിവെട്ടി എന്തൊക്കെ നശിച്ചു കാണുമെന്ന് ആർക്കറിയാം. ഒരുപാട് മരച്ചില്ലകൾ ഒടിഞ്ഞുവീണിട്ടുണ്ട്. ഔട്ട്ഹൗസിൽ കുശിനിക്കുപോകുംവഴി, മിന്നലേശിക്കരിഞ്ഞ അയ്യപ്പൻ പ്ലാവുനോക്കി കൊച്ചുകുറുമ്പ കുറച്ചുനേരം അവിടെ നിന്നു.

നില്ക്കാൻ നേരമില്ല. ഇന്ന് നേരത്തേ എത്തിയേക്കണമെന്നാണ് കൃഷ്ണപിള്ളസാറിന്റെ ആജ്ഞ. ബോസുമായി ബിസിനസ് ചർച്ചയ്ക്ക് ഉന്നതരായ ആരൊക്കെയോ വരുമത്രെ! നാടനും ഫോറിനുമായ ഭക്ഷണം തയ്യാറാക്കണം. കൊഞ്ചു ചമ്മന്തി, ഉണ്ടമുളക് തൈരിലുടച്ചത്, കപ്പയും ഞണ്ടുകറിയും, കൊത്തിപ്പൊടിയൻ ചക്കത്തോരൻ, നാട്ടുമാങ്ങാ പുളിശ്ശേരി തുടങ്ങിയ നാടനിനങ്ങളുടെ ചുമതല കൊച്ചുകുറുമ്പയ്ക്കാണ്.

എന്തായാലും മാധവിയെ ഒന്നു കണ്ടിട്ടുപോകാം. ഔട്ട്ഹൗസിലേക്കുപോകും വഴിക്കാണ് അവളുടെ താമസം. ഒന്നുമല്ലെങ്കിലും പളനിമേസ്തിരിയുടെ സൈറ്റിൽ അവളും താനും ഒന്നിച്ച് കുറേക്കാലം മെയ്ക്കാടിന് നിന്നതാണല്ലോ. ഔട്ട്ഹൗസിൽവന്ന അവളെ കാർത്തികേയൻ ആട്ടിയിറക്കിയത് കണ്ടപ്പോൾ ചങ്കുപൊടിഞ്ഞുപോയി. തന്ത ഉപേക്ഷിച്ചുപോയകാലത്തും പൊന്നുപോലെയാണ് അവൾ അവനെ നോക്കിയത്. അവൾ എന്തുമാത്രം കഷ്ടപ്പെട്ടു. പ്രായമായ തള്ളയെ സംരക്ഷിക്കേണ്ട ചുമതല അവനുള്ളതല്ലേ? പാവം. നെഞ്ചത്തടിച്ചു നിലവിളിച്ചുകൊണ്ടാണ് ഇറങ്ങിപ്പോയത്. ഇട്ടുമൂടാൻ പണമുണ്ടായിട്ടെന്താ, മനസ്സുവേണ്ടേ. "ഒടയതമ്പ്രാനേ. ഒരമ്മയ്ക്കും ഈ ഗതി വരല്ലേ.... അവൻ മുടിഞ്ഞുപോകും." കൊച്ചുകുറുമ്പ തലയിൽ കൈവച്ച് പ്രാകി.

ആരെയും കാണുന്നില്ലല്ലോ. കൊച്ചുപണിക്കൻ പുതച്ചുമൂടി ഉറക്കമായിരിക്കും. പശുവും കിടാരിയും മുറ്റത്തുകിടപ്പുണ്ട്. അവറ്റകൾ വീടിനുള്ളിലേക്ക് നോക്കി അമറുന്നു. വാതിൽ തുറന്നു കിടക്കുകയാണല്ലോ.

മാതുക്കൊച്ച് എവിടെപ്പോയി?

കുത്തുകല്ല് ചവിട്ടി മുറ്റവുംകടന്നെത്തിയ കൊച്ചുകുറുമ്പ മുറിയിലേക്ക് ഒന്നേ നോക്കിയുള്ളു. മോന്തായത്തിൽ തൂങ്ങി മാധവി, കട്ടിലിൽ കേശവൻകുട്ടി!!

അവൾ അലറിക്കരഞ്ഞുകൊണ്ട് കണ്ണൻപിള്ളിയിലേക്കോടി.

വെക്കേഷനായതുകൊണ്ട് ഭാര്യയേയും കുട്ടികളേയും കൂട്ടി കുറച്ചുദിവസം കണ്ണൻപിള്ളിയിൽ തങ്ങുവാൻ അഡ്വ:നന്ദഗോപൻ എത്തിയിട്ടുണ്ട്. കൊച്ചുകുറുമ്പ ഓടിക്കിതച്ചുചെല്ലുമ്പോൾ കുഞ്ഞനന്തൻ സിറ്റൗട്ടിലിരുന്ന് ചായയൂതി പത്രം നോക്കുകയായിരുന്നു. ഭാനുമതി അടുക്കളയിൽ തിരക്കിട്ട പണിയിലാണ്. മാധവി വന്നിട്ടുവേണം ഭാനുമതിക്കൊന്നു നടുനിവർക്കാൻ.

"സഹാമേവേ...."

ഈ നേരത്ത് ആരാണാവോ അലറി വിളിക്കുന്നത്.

അടുക്കളയിൽനിന്നും ഭാനുമതി സിറ്റൗട്ടിലേക്കുവന്നു. കൊച്ചുകുറുമ്പയുടെ കരച്ചിൽകേട്ട് നന്ദഗോപനും ശാലിനിയും അവിടേക്കുവന്നു.

"സഹാവേ.. ഭാനൂ. മ്മടെ മാതുക്കൊച്ചും കൊച്ചുപണിക്കനും..." കൊച്ചുകുറുമ്പയുടെ തൊണ്ടയിടറി.

"മ്മടെ മാതൂന്?" ഭാനുമതിക്ക് ആകാംക്ഷയായി.

"മാതുക്കൊച്ചും കൊച്ചുപണിക്കനും....." അവൾ തേങ്ങി.

"ന്താന്നുവച്ചാ പറ പെണ്ണേ." ഭാനുമതിക്ക് ഉൽക്കണ്ഠകൂടി.

കൊച്ചുകുറുമ്പ തേങ്ങിത്തേങ്ങി പറഞ്ഞതുകേട്ട് കണ്ണൻപിള്ളിക്കാർ വിറങ്ങലിച്ചു.

"ന്റെ താഴൂരമ്മേ. ന്താ ഞാനീകേക്കണെ."

ഭാനുമതിക്ക് സങ്കടം സഹിക്കുവാൻ കഴിഞ്ഞില്ല. അവൾ മാറത്തടിച്ചു വിങ്ങിപ്പൊട്ടി.

മാതു ഇവിടെവന്ന കാലംതൊട്ട് തന്റെ കൂടപ്പിറപ്പിനെപ്പോലെയായിരുന്നു. അവളായിരുന്നു തനിക്കുകൂട്ട്. കുഞ്ഞനന്തനെ പൊലീസ് പിടിച്ചുകൊണ്ടുപോകുമ്പോൾ തന്റെ കൂടെ താഴൂരമ്മയ്ക്കു തിരികൊളുത്തികേണപേക്ഷിക്കും. കുഞ്ഞുങ്ങളേയും തന്നേയും തനിച്ചാക്കി വിദൂരസ്ഥലങ്ങളിൽ കുഞ്ഞനന്തൻ സമ്മേളനത്തിനു പോകുമ്പോൾ അവളായിരുന്നു തനിക്കുതുണ. ഇപ്പോഴും അങ്ങനെതന്നെ. രാവിലെയെഴുന്നേറ്റ് പശുവിനെ കറന്ന് പാല് പീടികയിൽ കൊണ്ടുക്കൊടുത്തിട്ട് വീടുപണിയൊതുക്കി പത്തുമണിക്കുമുമ്പേ ഇവിടെയെത്തും. നേരെ അടുക്കളയിലേക്ക്. പിന്നെ; പാത്രം കഴുകൽ, തുണിയലക്കൽ, മുറ്റമടി.... എല്ലാ പണിയും ചെയ്യും. തന്നേക്കൊണ്ട് ഒന്നും ചെയ്യിക്കില്ല. ഊണും പേൻകൊ

ല്ലലും കഴിഞ്ഞ് ഉച്ചതിരിഞ്ഞേ പോകുകയുള്ളു. ജോലിചെയ്യുന്നതിന് കണക്കൊന്നും പറയില്ല; കൊടുക്കുന്നതു വാങ്ങും. പാവം. എന്തുമാത്രം സഹിച്ചു! വീടുപുലർത്താൻ മാറടിക്കുകയായിരുന്നു. എന്നിട്ടിപ്പോൾ.....

അവളില്ലാതെ താനിനിയും എന്തുചെയ്യും?

ഭാനുമതിക്ക് തലചുറ്റി. ശാലിനി ഭാനുമതിയെ താങ്ങി കസാലയിലിരുത്തി.

കൊച്ചുകുറുമ്പ പറഞ്ഞതുകേട്ട് കുഞ്ഞനന്തനും സഹിക്കുവാൻ കഴിഞ്ഞില്ല.

കേശവൻകുട്ടിയും മാധവിയും നേരുള്ളവരായിരുന്നു; നിഷ്കളങ്കരും. കേശവൻകുട്ടിയെ എത്രകാലംകൊണ്ട് തനിക്കറിയാം. നല്ല വായനയും വിവരവുമുള്ളവനായിരുന്നു. യൗവനത്തിൽ എന്തു ചുറുചുറുക്കായിരുന്നു. എവിടെ എത്തേണ്ടവനായിരുന്നു. ചിന്തിക്കാതെ എന്തിനും എടുത്തുചാടും. ചോരത്തിളപ്പിന്റേതായിരുന്നു. എടുത്തുചാട്ടംകൊണ്ട് എന്തെല്ലാം ഇല്ലാതായി. കുടുംബസ്വത്ത്, ദേവസ്വത്തിലെ മൂത്താശാരിപ്പട്ടം... അങ്ങനെ എന്തെല്ലാം. എല്ലാ നഷ്ടങ്ങൾക്കും മീതെയായിരുന്നു അവന്റെ പുരോഗമന പ്രവൃത്തി. എല്ലാവരാലും വെറുക്കപ്പെട്ട, എല്ലാം ഉപേക്ഷിക്കുവാൻ ഉറപ്പിച്ച പെണ്ണിനെ; തന്റെ എല്ലാ സൗഭാഗ്യങ്ങളും വലിച്ചെറിഞ്ഞാണ് അവൻ ജീവിതത്തിലേക്ക് തിരിച്ചുകൊണ്ടുവന്നത്. അത് അംഗീകരിക്കേണ്ടതുതന്നെ. എന്തുചെയ്യാം. ഒടുക്കം?

കൊച്ചുകുറുമ്പ പറഞ്ഞതുവച്ച് നോക്കുകയാണെങ്കിൽ.... കാർത്തികേയൻ എന്തെങ്കിലും കടുംകൈ.....?

എന്തായാലും സംഭവിക്കേണ്ടത് സംഭവിച്ചു.

കുഞ്ഞനന്തൻ അധികം ആലോചിച്ചിരുന്നില്ല. അവൻ പത്രം മടക്കിവച്ചു. ഭാനുമതിയെ ആശ്വസിപ്പിച്ചു. എന്നിട്ട് എല്ലാവരേയും ഫോൺവിളിച്ചു.

വാർഡുമെമ്പർ സ്കറിയാ തോമസ്, ലോക്കൽ സെക്രട്ടറി ചന്ദ്രബോസ്, മണ്ഡലം പ്രസിഡന്റ് ചേകം മുസ്തഫ, പാറപ്പുറത്ത് കുമാരന്മാഷ്, കാവിൽ ഷാജി, സത്യൻമാഷ്, ഇടവകപ്പള്ളി, കരയോഗം, വിശ്വകർമ്മ സംഘം സെക്രട്ടറി..... പളനിമേശിരി നാട്ടിൽ പോയിരിക്കുകയാണെന്ന് ഫോൺ ചെയ്തപ്പോഴാണ് അറിഞ്ഞത്. ആർട്ടിസ്റ്റ് കുഞ്ഞുമോനെ വിളിച്ചിട്ട് കിട്ടിയില്ല. അവൻ പരിധിക്ക് പുറത്താണ്.

ഭാനുമതി, കുഞ്ഞനന്തൻ, നന്ദഗോപൻ, ശാലിനിയും കുട്ടികളും, ലോക്കൽ സെക്രട്ടറി ചന്ദ്രബോസ്, മണ്ഡലം പ്രസിഡന്റ് ചേകം മുസ്തഫ, കൊച്ചുകുറുമ്പ, ഉണ്ണൂണിച്ചൻ, കാളത്തങ്കൻ, പാറപ്പുറത്ത് കുമാരന്മാഷ്, പളനിമേശിരിയുടെ പണിക്കാർ..... കേശവൻകുട്ടിയുടെ മുറ്റത്ത് ആനക്കുളത്തുകാർ അറിഞ്ഞും കേട്ടും എത്തി. മുറ്റത്തും തൊടിയിലും ഇടവഴിയിലും ആളുകൾ നിറഞ്ഞു. ചിലരൊക്കെ എന്തൊക്കെയോ പറ

യുന്നുണ്ട്. ഉണ്ണൂണിച്ചൻ കൈയിൽ തലതാങ്ങി തിണ്ണയിൽ കുത്തിയിരുന്ന് പതംപറഞ്ഞ് കരയുന്നു. ഭാനുമതിയെ ശാലിനി താങ്ങിപ്പിടിച്ചിരിക്കുന്നു. ഭാനുമതി ശാലിനിയുടെ തോളിൽ തലചായ്ച്ച് തേങ്ങിക്കരയുന്നു. ആരും ഇതുവരേയും മുറിക്കുള്ളിൽ കയറിയില്ല. മുറ്റത്ത് നിന്നവർ മുറിക്കുള്ളിലേക്ക് നോക്കി നില്ക്കുന്നു.

തലേന്ന് മാധവി ഔട്ട്ഹൗസിൽ കാർത്തികേയനെ കാണാൻ ചെന്നതും, അവിടെവച്ച് അവൻ അവളോട് കയർത്തതും, അവൻ അവളെ ആട്ടിയിറക്കിയതും, മാറത്തടിച്ച് നിലവിളിച്ചുകൊണ്ട് അവൾ ഔട്ട്ഹൗസിൽനിന്നും ഇറങ്ങിപ്പോന്നതും എണ്ണിയെണ്ണിപ്പറഞ്ഞുകൊണ്ടും കാർത്തികേയനെ പ്രാകിക്കൊണ്ടും കൊച്ചുകുറുമ്പ ഓടിനടന്ന് അലമുറയിട്ടു.

ഇടവകയിൽ പുതുതായി ചാർജ്ജെടുത്ത കൊച്ചച്ചനും വാർഡുമെമ്പർ സ്കറിയാ തോമസും ഒന്നിച്ചാണ് വന്നത്. മെമ്പറുടെ മാരുതിയിലാണ് അവർ വന്നത്. കൂടെ കപ്യാരും ഉണ്ടായിരുന്നു. കൊച്ചച്ചനേയും കപ്യാരേയുംകണ്ട ഉണ്ണൂണിച്ചന്റെ മൂത്തമകൻ മാത്തുക്കുട്ടി ഉപദേശിക്ക് ഈർഷ്യ തോന്നിയെങ്കിലും ഉപദേശി "കർത്താവിന് സ്തോത്രം" പറഞ്ഞു. "ഇപ്പോഴും എപ്പോഴും കർത്താവിന് സ്തുതി"; കൊച്ചച്ചൻ സാത്താനെയകറ്റാൻ കുരിശിൽ പിടിച്ചു.

മെമ്പറും കൊച്ചച്ചനും, കൂടെ കപ്യാരും മുറിക്കുള്ളിലേക്ക് കയറുവാൻ നോക്കി. മൂവരേയും അഡ്വ:നന്ദഗോപൻ തടഞ്ഞു. "മുറിയിൽ രണ്ടു പ്രേതങ്ങൾ. മാതുവമ്മ തൂങ്ങിയതാവാം. കേശവൻകുട്ടി മാമന്റെ മരണം സ്വാഭാവികമാകാം. എന്നാൽ.... കുറുമ്പേട്ടത്തി പറഞ്ഞതുവച്ചുനോക്കിയാൽ.... കൊലപാതകമെങ്കിൽ നമ്മൾ മുറിക്കുള്ളിൽ കയറിയാൽ തെളിവ് ദുർബ്ബലമാകും. അതുകൊണ്ട് പൊലീസു വരട്ടെ. അവർ ഇൻക്വസ്റ്റ് റിപ്പോർട്ട് തയ്യാറാക്കട്ടെ."

"വക്കീലുമകൻ പറഞ്ഞതാ അതിന്റെ നിയമവശം. കാർത്താവിന് സ്തോത്രം!" കൊച്ചച്ചൻ കുരിശുവരച്ച് പിൻവാങ്ങി. കൂടെ മെമ്പറും കപ്യാരും.

"പൊലീസിനെ അറിയിക്കേണ്ടെ?"

"അറിയിക്കണം."

"കാർത്തികേയനെ?"

"വേണം."

"ആരറിയിക്കും?"

"അവന്റെ നമ്പറില്ല. കുഞ്ഞുമോനെ വിളിച്ചിട്ട് അവൻ പരിധിക്ക് പുറത്താണ്." കുഞ്ഞനന്തൻ കൈമലർത്തി.

"കർത്താവേ. കുഞ്ഞാട് രാവിലെതന്നെ പരിധിവിട്ടോ!"

"പോയിപ്പറയണം."

"ആര് പോകും."

“കുഞ്ഞനന്നൻ സഹാവ്. സഹാവ് പറഞ്ഞാലേ അവൻ അനുസരിക്കൂ.” വാർഡുമെമ്പർ ഉറപ്പിച്ചുപറഞ്ഞു.

“മെമ്പറു മകൻ പറഞ്ഞതാ അതിന്റെ ശെരി. കുഞ്ഞാടിനെ കുഞ്ഞനന്തൻ അറിയിക്കട്ടെ.”

“സഹാവ് തനിച്ചു പോകണ്ട. മെമ്പറും കൊച്ചച്ചനും കൂടെപ്പൊക്കാട്ടെ. പളനിമേശിരിയുടെ രണ്ടു പണിക്കാരേയും കൂട്ടിക്കോ. അവൻ ആളുശരിയല്ല. മഹാ പന്നനാ...” കൊച്ചുകുറുമ്പ ഇടപെട്ടു.

“കുറുമ്പമകൾ പറഞ്ഞതിലും ശരിയുണ്ട്. കൂട്ടംതെറ്റിയ കുഞ്ഞാടിനെത്തേടി കൂട്ടംകൂടി പോകാം.”

കൊച്ചുകുറുമ്പ പറഞ്ഞതിൽ കാര്യമുണ്ടെന്ന് അവർക്കുതോന്നി. കാർത്തികേയനും കൂട്ടാളികളും ആനക്കുളം ചവിട്ടി മെതിക്കുകയല്ലേ. കേശവൻകുട്ടിയേയും മാധവിയേയും അവന് കണ്ണെടുത്താൽ കണ്ടുകൂടാ. ഈ കടുംകൈ ചെയ്തത് അവന്റെ ആൾക്കാരാണെങ്കിൽ! ചെല്ലുന്നവരോട് അവനും കൂട്ടാളികളും എന്തെങ്കിലും അവിവേകം കാട്ടിയാലോ! അവൻ എന്തും ചെയ്യാൻ മടിക്കാത്തവനാണ്. വെട്ടാൻ നില്ക്കുന്ന പോത്തിനോട് വേദമോതുന്നത് ശരിയല്ല.

എന്തായാലും പത്തുപേർ പോകാം. അത്യാവശ്യം കരുതലും കൈയിൽവയ്ക്കാം.

അവർ കണ്ണൻപിള്ളിയിലേക്ക് പോയി. അഡ്വ. നന്ദഗോപൻ പോർച്ചിൽനിന്നും ക്വാളീസ് ഇറക്കി. കുഞ്ഞനന്തൻ ക്വാളീസിൽ കയറി. വാർക്കപ്പണിക്ക് മുറിച്ചിട്ട കമ്പിത്തുണ്ടുകളുമായി പളനിമേശിരിയുടെ ആറു പണിക്കാരും ക്വാളീസിൽ കയറി. ഒരു കരുതൽ. വാർഡുമെമ്പർ സ്കറിയാ തോമസിന്റെ മാരുതിയിലാണ് ഇടവകയിലെ കൊച്ചച്ചൻ ഔട്ട്ഹൗസിലേക്ക് പോയത്. ഇടയ്ക്കുവച്ച് രണ്ടുപേരേക്കൂടി അവരും മാരുതിയിൽ കയറ്റി.

മണ്ഡലം പ്രസിഡന്റ് ചേകം മുസ്തഫയും ലോക്കൽ സെക്രട്ടറി ചന്ദ്രബോസും മൊബൈലിൽക്കൂടി നാരായണപുരം പൊലീസ് സ്റ്റേഷനിലേക്ക് പ്രത്യേകം പ്രത്യേകം ബന്ധപ്പെട്ടു.

മൊട്ടപ്പാറമലയുടെ ചെരിവുചുറ്റി ഔട്ട്ഹൗസിലേക്കുപോയ കുഞ്ഞനന്തനും കൂട്ടരും; ഔട്ട്ഹൗസിൽനിന്നും രാക്ഷസൻപാറയുടെ താഴ്വാരത്തേക്ക് തിരിയുന്നിടത്ത് കൃഷ്ണപിള്ളയും കുഞ്ഞുമോനും രവിയും നില്ക്കുന്നതുകണ്ട് വാഹനം നിർത്തി. മദ്യത്തിന്റെ ലഹരിയിലായിരുന്നുവെങ്കിലും അവർ വല്ലാതെ പരവേശപ്പെടുന്നുണ്ട്.

ഔട്ട്ഹൗസിന്റെ കാവല്ക്കാരായ തൃക്കാക്കരക്കാര് എക്സ്മിലിട്ടറികൾ രാക്ഷസൻപാറയിലേക്ക് തോക്കുചൂണ്ടി നിർന്നിമേഷരായി നില്ക്കുന്നു. എസ്റ്റേറ്റിലേയും ഔട്ട്ഹൗസിലേയും വേലക്കാരും അവിടെയുണ്ട്. കോൺക്രീറ്റ് കൂട്ടിൽനിന്നും ജർമ്മൻ ഷെപ്പേഡുകൾ ഉറക്കെ കുരയ്ക്കുന്നു.

സൈനബാകൊലക്കേസിലെ പിടികിട്ടാപ്പുള്ളിയായ കാർത്തികേയനെ അറസ്റ്റുചെയ്യുവാൻ സബ്ഇൻസ്പെക്ടറുടെ നേതൃത്വത്തിൽ നാരായണപുരം സ്റ്റേഷനിൽനിന്ന് പൊലീസുകാരും അവിടെയെത്തി.

കുഞ്ഞനന്തനും കൂട്ടരും വാഹനത്തിൽനിന്നും പുറത്തിറങ്ങി.

അവർ രാക്ഷസൻപാറയിലേക്ക് നോക്കി.

തലേരാത്രിയിലെ പെയ്ത്തുവെള്ളം കുടിച്ച പായൽത്തിണർപ്പുകൾ രാക്ഷസൻപാറയുടെ ഉച്ചിയിൽനിന്നും താഴേക്ക് നനവുപടർത്തിയിരിക്കുന്നു.

കാലത്തിന്റെ കല്പനയേറ്റുവാങ്ങിയ കാർത്തികേയൻ; അതിപുരാതനമായ ഏതോ വിചിത്ര ജീവിയെപ്പോലെ, ആനക്കുളത്തിന്റെ ഋതുഭേദങ്ങൾക്ക് മഹാസാക്ഷിയായ രാക്ഷസൻപാറയുടെ നെറുകയിലേക്ക് അള്ളിപ്പിടിച്ച് കയറിപ്പോകുന്നു.

www.ingramcontent.com/pod-product-compliance
Lightning Source LLC
LaVergne TN
LVHW100843051026
849519LV00006B/2406
9789386637925